குமாரசாமியின் பகல்பொழுது

D1680129

பிரபஞ்சன்

டிஸ்கவரி பப்ளிகேஷன்ஸ்
எண்: 9, பிளாட் எண்: 1080A, ரோஹிணி பிளாட்ஸ்
முனுசாமி சாலை, கே.கே.நகர் மேற்கு,
சென்னை - 600 078. பேச: 99404 46650

வெளியீட்டு எண்: 0122

குமாரசாமியின் பகல்பொழுது (சிறுகதைகள்)
ஆசிரியர்: **பிரபஞ்சன்**

பிரபஞ்சன் அறக்கட்டளை©

KUMARASAMYIN PAGALPOZUTHU
Author: **Prapanchan** ©

Discovery 1st Edition : Sep - 2023
172 Pages
Print in India
ISBN: 978-93-91994-74-7
Rs.220

Publisher • Sales Rights

Discovery Publications
No. 9, Plot,1080A, Rohini Flats,
Munusamy Salai,
K.K.Nagar West, Chennai - 78.
Tamilnadu, India.
Mobile: +91 99404 46650

Discovery Book Palace (P) Ltd
No. 1055-B, Munusamy Salai,
K.K.Nagar West,
Chennai-600 078.
Ph: (044) 4855 7525
Mobile: +91 87545 07070

discoverybookpalace@gmail.com / www.discoverybookpalace.com

இந்த நூலில் பிரசுரமாகியுள்ள எந்த ஒரு பகுதியையும் எழுத்துபூர்வமான முன்அனுமதி பெறாமல் எடுத்தாள்வதோ, மறுபிரசுரம் செய்வதோ, மொழியாக்கம் செய்வதோ, ஊடகங்களில் மறுபதிப்புச் செய்வதோ, காப்புரிமைச் சட்டப்படி தடை செய்யப்பட்டுள்ளது. இந்த நூலிலிருந்து சில பகுதிகளை மேற்கோள்காட்டி நூல்அறிமுகம் செய்யலாம்.

உங்கள் மொபைல் போனிலிருந்து ஸ்கேன் செய்து 'டிஸ்கவரி புக் பேலஸ்' மொபைல் ஆப்பை டவுன்லோடு செய்து, புத்தகங்களை வாங்குங்கள்.

பதிப்புரை

பிரபஞ்சன் எனும் புனைபெயரில் எழுதிய சாரங்கபாணி வைத்திலிங்கம், பிரஞ்சியர் ஆண்ட புதுச்சேரியில் 27.04.1945ல் பிறந்தவர். பள்ளிக் கல்வியைப் புதுச்சேரியிலும், தஞ்சைக் கரந்தைத் தமிழ்ச் சங்கத்தில் புலவர் கல்வியும் கற்றவர்.

1961ஆம் ஆண்டு அவரது முதல் கதை பிரசுரம் கண்டது. 2017 வரை அவர் எழுதிய சிறுகதைகளில் 13 கதைகள் தேர்ந்தெடுக்கப்பட்டு 'குமாரசாமியின் பகல்பொழுது' எனும் தொகுதியாக இப்போது வெளிவருகிறது.

பிரபஞ்சன் கதைகள், மானுட மகத்துவம் பேசுபவை. சாதாரண மனிதருக்குள் புதைந்து கிடக்கும் பரிவை, அருளை, நியாய உணர்வை, ஒரு சிநேகிதனின் நெகிழ்ந்த தொனியில் சொல்பவை. ஊற்றுநீர்போலக் கனிந்து, சந்தர்ப்பங்களில் வெளிப்படும் மனிதர்களின் அரிய மானுடத் தருணங்களை இனம்கண்டு, கலாபூர்வமாக விளம்புபவை அவரது கதைகள். பகை, வெறுப்பு, துவேஷம் எதுவுமற்ற மனம் கொண்ட ஈரத் தமிழ்க் கதைசொல்லியான பிரபஞ்சன், தன் காலத்துப் புனைவைச் செழுமைப்படுத்திய எழுத்தாளர். வரலாற்று நாவல் துறையில் ஒரு புதிய பாதை வகுத்தவர்.

கட்டுரைகள், நாடகம் என சமூக இலக்கியத்துறையில் தொடர்ந்து இயங்கிவந்த பிரபஞ்சன் 21.12.2018ல் மறைந்தார்.

தமிழ் இலக்கியத்தில் பிரபஞ்சனின் எழுத்துகள் பொக்கிஷங்களாகப் பாதுகாக்கப்பட வேண்டும். அவரின் சிறுகதைகளை 'டிஸ்கவரி பப்ளிகேஷன்ஸ்' நிறுவனம் மூலமாக வெளியிடுவதில் பெருமை கொள்கிறோம்.

- மு.வேடியப்பன்

(2017ஆம் ஆண்டு பிரபஞ்சன் எழுதிய முன்னுரை)

நான் நிறைவுகொள்ளும் நாள் இது

சிறுகதை என்கிற வடிவம் மிகவும் அழகியது. நுணுக்கமும் ஆழமும் கூடி வாழ்வைத் துலக்கமுற உரைப்பது சிறுகதை. வாழ்வையும், வாழ நேர்ந்த மனிதர்களின் அசலான பிம்பத்தை மிகக் குறுகிய பக்கங்களிலும் வார்த்தைகளிலும் சொல்லிவிடக்கூடிய வடிவமும் அதுவே ஆகும்.

ஒரு மொழியின் பெருமைகளில் ஒன்று கதை. கதைகளை உடைய மொழிகள், காலத்தைக் கைப்பிடித்து யுகங்கள் தாண்டியும் மனிதகுலத்தை அடுத்த பரிமாணத்துக்குக் கொண்டு சேர்க்கின்றன. கதைகள் கதைகளாக மட்டுமே இருந்து பல உள் வினைகள் ஆற்றுகின்றன. அது எதையேனும் சொல்லிக்கொண்டு நிற்கிறதா? இல்லை... அது ஓடிக்கொண்டே இருக்கிறது. ஆனால், அது பேசிக்கொண்டும் இருக்கிறது. நாம் கேட்க நம்மைச் சித்தப்படுத்திக்கொண்டால், ஆற்றிடமிருந்து நிறைய விஷயங்கள் நம்மால் நிரப்பிக்கொள்ள முடியும். நல்ல கதை என்பது ஆறு போன்றது. கதைகள் எப்போதும் இறந்தகாலத்திலேயே சொல்லப்படுகின்றன.

ஏன் எனில், இது இவ்வாறு நிகழ்ந்தது என்பதைக் கதை சொல்கிறது. ஆகவே, கதைகள் இறந்தகாலத்தில் நிகழ்கின்றன. இறந்தகாலம் என்றால், இல்லாமலே ஆன காலம் என்று அர்த்தம் ஆகாது. (தமிழ் இலக்கணம், இறந்ததைத் தழுவி எச்சத்தையும் பார்க்கச் சொல்கிறது.)

நினைவுக் கிடங்கிலிருந்து வெளிவரும் ஒரு சம்பவம் சொற்களாகவே வெளியே வருகிறது. பதிந்துபோயிருந்த அந்தச் சம்பவம் 'நேற்று' நடந்தது. முடிந்ததா என்றால், இல்லை. எதுவும் முடிந்துபோவது இல்லை. முடிந்தது என்று நாம் நினைப்பது ஏதோ ஒரு உருவில் இன்றும் தொடர்கிறது; நாளையும் தொடரும். ஆக, கதைகள் மூன்று காலத்தையும் உள்ளடக்கியவை. அ-காலம் என்று ஒன்றையும் உள் கொண்டது கதை.

எழுதப்பட்ட காலத்திலும் அது கடந்தும் கதைகள் பேசிக்கொண்டே இருக்கின்றன. சங்க வாசகனுக்குத் தொனித்த ஒரு கதை, சோழர் காலத்து வாசகனுக்கு வந்து சேரும்போது, புது அர்த்தம் கொள்கிறது. இன்றைய வாசகனுக்கு, அது இன்னுமொரு அனுபவத்தைத் தரக் காத்திருக்கிறது.

இலக்கியத்தின் தன்மை என்பது இதுதான். நல்ல படைப்பிலக்கியம் காலம் கடந்து ஜீவித்துக்கொண்டே இருப்பதன் சூட்சுமம் இதுதான்.

நல்ல விஷயமாக என் பள்ளிப்பருவக் காலத்திலேயே புதுமைப்பித்தன் கதைகள் வாசிக்கும் நிலை வாய்த்தது. கல்லூரிக் காலத்தில் தி.ஜானகிராமனை, எம்.வி.வெங்கட்ராமனை வாசிக்கவும், சந்தித்து உரையாடவும், நட்புக் கொள்ளவுமான வாய்ப்புகள் கிடைத்தன. தஞ்சை பிரகாஷின் மாபெரும் நூலகம் வாசிக்கக் கிடைத்தது, என் பேறு.

புதுச்சேரியில், இன்று ரோமென்ட் ரோலன் என்ற பெயரில் இயங்கும், அருமையான நூலகத்தில் இருந்த பிரஞ்ச் மற்றும் ரஷ்ய இலக்கியங்களின் தமிழ் மொழிபெயர்ப்புகள், படைப்பிலக்கியத்தின் பல சாகைகளை, பல கோணங்களை, பல பார்வைகளை எனக்கு அளித்தன. 'தொடர்ந்த வாசிப்பு, எழுதுபவர்களுக்கு இருக்க வேண்டியது மிக அவசியம்' என்று வாழ்நாள் முழுக்க சொல்லிக்கொண்டே இருந்தார் க.நா.சு.

அதேபோல, 'தொடர்ந்து எழுதிக்கொண்டும் இருக்க வேண்டும்' என்பார் க.நா.சு. 'தொடர்ந்து தினம்தோறும் எப்படி எழுத முடியும்?' என்று, அவர் புதுவை பல்கலையில் பணிசெய்ய வந்திருந்தபோது கேட்டேன். உடனே அவர், 'முடியாதுதான்... முடியாதபோது, மொழிபெயர்ப்பு செய்யுங்கள்!' என்றார். மொழி ஆக்கம் மூலம், அவர் தமிழுக்குச் செய்த பணியைத் தமிழர்கள் மறக்கக் கூடாது.

1961-ல் என் எழுத்து பிரசுரம் கண்டாலும், 1970-களுக்குப் பிறகே சிறுகதைகள் எழுதுவதில் நான் ஈடுபட்டேன். இத்தனை ஆண்டுகளில் உங்கள் கைகளில் உள்ள கதைகளை என்னால் எழுத முடிந்துள்ளது.

2017-வரை நான் எழுதியிருக்கும் கதைகளின் ஒரு தொகுதி இது. நூல் உருவாக்கத்தில் உழைப்பை நல்கியதோடு, இந்தத் தொகுதிகளை அழகாகவும் செறிவாகவும் வெளியிட்டிருக்கும்,

நண்பர் திரு.மு.வேடியப்பன் அவர்களுக்கு இந்த நேரத்தில் என் மனம் நிறைந்த நன்றியையும் அன்பையும் தெரிவித்துக் கொள்கிறேன்.

இந்தத் தொகுப்புகள் வெளிவந்த இன்று என் 73 வயதில் பிரவேசிக்கிறேன். 27.04.1945-ல் பிறந்து, 1961 முதல் 55 ஆண்டுகளாக எழுதிக்கொண்டிருக்கும் என் மேல் தமிழ்கூறும் நல்லுலகம், நண்பர்கள், வாசகர்கள் கொண்டிருக்கும் அன்பை, நட்பை அவர்கள் இணைந்து நடத்தும் என் பாராட்டு / நூல் வெளியீட்டு / பரிசளிப்பு விழா நிகழ்ச்சிகள் எனக்கு மன நிறைவைத் தருகின்றன. இதற்கென உழைத்த என் அன்பு இலக்கிய உலக வாசகர்களை நினைக்கையில் என் மனம் ஈரம் கொள்கிறது. தமிழர்கள், தம்மை நேசிக்கும் இன்னொரு தமிழனை எப்போதும் நினைவு கொள்வார்கள் என்பது மீண்டும் நிரூபணம் ஆகி இருக்கிறது. என்னைப் பாராட்டுவது என்பது, இப்போது எழுதத் தொடங்கி இருக்கும் எழுத்தாளர்களைக் கௌரவிப்பது என்றே பொருள் கொள்ள வேண்டும்.

என் அன்பு வாசகர்கள் காலந்தோறும் தோன்றிவரும் கலைஞர்கள் எழுத்தாளர்களைக் கௌரவித்தபடி இருக்க வேண்டும் என்பதே நான் கூற விரும்பும் இந்த நாள் செய்தியாகும். தேவையான நேரம் அளவாகப் பெய்யும் மழையாக நாம் இருப்போம்.

சென்னை - தமிழ்நாடு
2017

தோழமையுடன்,
பிரபஞ்சன்

பொருளடக்கம்

1. அழகுப் பரதேசியின் அந்திப் பொழுதுகள் 09
2. ஓடாத பிள்ளையாரும் ஓடிய காவேரியும் 18
3. கீசக வதம் 31
4. தம்புடு 40
5. இருட்டில் இருந்தவன்! 47
6. குமாரசாமியின் பகல் பொழுது 67
7. வர்க்கம் 92
8. அடி 117
9. கதாநாயகி குளித்த கதை 127
10. காணாமல் போனவர்கள் 134
11. காலம் இனி வரும் 145
12. தந்தையும் மகனும் 155
13. தொலைந்து போனவள் 165

அழகுப் பரதேசியின்
அந்திப் பொழுதுகள்

அரைக் கண் மூடி, வலது கை அந்தரத்தில் நின்று, ஆள் காட்டி விரலும், கட்டை விரலும் சேர்ந்த சின் முத்திரை காட்டி, சுகாசனத்தில் அமர்ந்து, அம்மனின் பெருமையை அழகுப் பரதேசி விவரித்துக்கொண்டிருந்தார். எதிரே சப்பாணி, பயமும் பக்தியுமாக அவர் சொன்னதைக் கேட்டுக்கொண்டிருந்தான். கூரை போட்ட மாரி அம்மன் கோயில். சற்றுத் தள்ளி இயற்கையாக எழுந்த புற்று. மஞ்சள் பாவாடை கட்டி, குங்குமத் தட்டு வைக்கப்பட்ட புற்றுக்குப் பக்கத்தில், வயசான வேம்பின் நிழலில் சிவப்புத் துணியின் மேல் அமர்ந்திருந்தார் பரதேசி.

தோளில் புரளும் சடாமுடி, எப்போதும், சிவந்த விழிகளின் மேல், நெற்றியில் திருநீறுபோல் பூசிய குங்குமப் பட்டை, சட்டை இல்லாத மேனி. கருத்து, கட்டுத் தளராத மார்பும், புஜங்களும் பரதேசியின் தோற்றப் பொலிவை அதிகரிக்க, வெள்ளி மோதிரங்கள்போலச் சுருண்ட மார்பு முடியும் வீழும் அருவியென தழைத்து நீண்ட தாடியும் இன்ன நிறம் என்று உறுதி கூற முடியாத தினுசில் விளங்கும் வேஷ்டியுமாகப் பரதேசி தோற்றம் தந்தார்.

சப்பாணி கை கட்டி, வாய் பொத்திப் பரதேசியின் சாட்சா கரத்தில் லயித்தும் அவர் சொல்லிய வார்த்தைகளை வாங்கிக்கொண்டும் இருந்தான்.

"எல்லாம் அந்தப் பேமானிப் பய பண்ண காரியம் தாண்டா சப்பாணி"

"எந்த பேமானிங்க சாமி?"

"மூதி... அவன்தாண்டா பொட்டிமவன் இந்திரன். ஜெமதக்னி ரிஷியைக் கொலை பண்ணிப் போட்டானுங்களா, அவரை மசானத்துக்கு எடுத்துப் போயி எரிக்கிறாங்க. பத்தினி ரேணுகா என்ன பண்ணினா?"

"என்ன பண்ணினா?"

"இரு வர்றேன்."

மருந்தைச் சருகிலையில் வைத்துச் சுருட்டி ஒழுங்கு பண்ணிக்கொண்ட பரதேசி, எழுந்து போய் அகல் விளக்கில் கொளுத்திக்கொண்டு திரும்பி, எதாஸ்தானத்தில் அமர்ந்துகொண்டார். புகைத்தார். கண்கள் சிவந்து இரத்தம் தளும்பியது.போல் ஆயின.

"எங்க விட்டேன்?"

சப்பாணி விழித்தான்.

"சரியான மம்முட்டிக் காம்புகிட்ட பேச விட்டியே, தாயே... ஆங்... ரேணுகாம்மாவும்– அதாண்டா நம்ம மாரியாயி – புருஷன்கூட தீ இறங்கினா, பாதி உடம்பு வேகறத்துக்குள்ள இந்திரப் பய, வருண பகவானைக் கூப்பிட்டு மழையைப் பெய்யிடா மூதின்னான். அந்தப் பயலும் பெய்ஞ்சான், நெருப்பு அணைஞ்சுட்டு, அம்மா உக்கிரமா எழுந்து நிர்மாணமா நின்னா. மேல எல்லாம் தீப்புண்ணுக் கொப்பளம். வேப்ப மரத்துல இலையைப் பறிச்சி, இடுப்பில சுத்திக்கிட்டா. அம்மாவுக்குப் பசின்னா பசி. அகோரப் பசி. நேரா குடும்பமார் இருக்கிற சேரிக்கு வந்தா... முதல் வீட்டுக் கதவைத தட்டி "ஆயி... பசிக்குது... பிடி சோறு போடு... உன் குடும்பத்துல, குலத்துல முத்து அம்மை வாராமே முன்வந்து காக்கேன். முன்னூறு நாளைக்கும் கர்ப்ப சிசு காப்பேன். சூரியனைக் தொட்டிழுத்து வெப்பம் தணிவிப்பேன். மாதம் மும்மாரி பெஞ்சு மனம் குளிர வப்பேன்னா. யாருடாது கதவைத் தட்டினதுன்னு குடும்பன் வெளியேவந்தான். நிறைமாசமா அவன் பொண்டாட்டியும் வெளியே வந்தா. வந்தது ஆருன்னு குடும்பனுக்குப் புரிஞ்சிட்டு... இரு தாயி வந்துட்டேன்னு திண்ணையில் குந்த வச்சான். பச்சரிசி மாவு, வெல்லம், பானகம், இளநீரு இதுகளைக்கொண்டு வந்து அம்மா காலடியில் வச்சு, துன்னு, தாயின்னா... அம்மாவும் துன்னு பசியாறினா... வயிறு பசி தீர்ந்துச்சு. அம்மா மனசு குளிரக் குடும்பங்கிட்ட சொன்னா... தொம்பக் குடும்பா தொல் குலத்து

தலைமவனே... தொண்ணூறு குலமாகி, மூவுலகை ஆண்டிட்டா, நானூறு குலமாகி நாட்டை ஆண்டிட்டா... வவுத்துப் பசி போக்கி மனம் குளிர வச்சாயே... வம்சமடி வம்சமாக உன் நிழலாய் நானிருப்பேன். பேயும் பிணக்காட்டு பிசாசு அண்டாது – உன்னை – பாம்பாய் இருந்து பட்சம் பண்ணிடுவேன். – நாகமாய் நானிருந்து நான் உன்னைக் காத்திடுவேன்னு சொல்லி அங்கேந்து பொறப்பட்டு வண்ணாஞ்சேரிக்கு வந்து சேர்ந்தா. வண்ணார் குலத் தலைவரும், அவன் மானம் காக்க வெள்ளைச் சீலை கொடுத்தார். அப்போ சிவபெருமான் பார்வதியோடு, வந்து, "தாயே, மாரியம்மா, எனக்கும் பெரியவளே... எமராசன் தாயாரே... சக்தி நீயம்மா... கிராமத்தில நீ இருந்து உன் பிள்ளைகளுக்குக் கீர்த்தி தந்திடம்மா... கோபக் கண்ணாலே அம்மைக் கொப்புளத்தைப் போக்கிடம்மா... வேப்பந்தழையாலே வெந்துயரைப் போக்கிடம்மா... பச்சரிசி மாவும் பனங்கல்கண்டுப் பானகமும், இளநீரும் குடித்துச் சீவித்திருதாயே"ன்னு வரம் கொடுத்துப் போனாரு...

காற்றில் விலகிய வேம்பின் கிளைகள், சப்பாணியின் மேல் வெயிலைக் கசியவிட்டது. அவன் நகர்ந்து உட்கார்ந்தான். சாலையில் இரண்டு பேர் வருவது தெரிந்தது. போதைக் கிறக்கத்தில் இருந்த பரதேசி கேட்டார்.

"வர்றது யார்?"

"முனியனும் அவன் சகலபாடி மொண்டியும் சாமி"

வந்தவர்கள் பரதேசியின் பக்கமாக வந்து பம்மி, மரியாதைக்குரிய தூரத்தில் நின்று, "கும்புடு சாமி" என்றார்கள், ஒரே குரலில்.

"என்னடா?"

"குழந்தை குளுந்து போச்சுங்க சாமி"

"எப்போ?"

"விடிஞ்சு அரை நாழிக்கு"

"எடுத்துடுங்க"

"உத்தரவு சாமி"

அவர்கள் அரையணாக் காசை எடுத்து, பரதேசியின் முன் வைத்தார்கள்.

"உத்தரவு சாமி"

அவர்கள் போன பிறகு சப்பாணி கேட்டான்.

பிணம் விழுந்தா சாமிக்குத் தெரியுங்களா சாமி?"

விகாசமான முகத்தோடு, "ஏன் தெரிந்து கொள்ளக்கூடாது? சருகு இலை விழறதைப் பார்க்க முடிகிறது. ஒற்றை இலைக் கொழுந்தைப் பார்க்க முடிகிறது. எது முடியாது?" என்ற பரதேசியைப் பார்த்துப் பிரமித்துப் போய் இருந்தான் சப்பாணி.

ஏணைப் பாடையைச் சுமந்துகொண்டு சிலர் குளக்கரை மயானம் நோக்கிப் போனார்கள். சேகண்டிச் சத்தம், மர உச்சியில் நாதத்தைப் பூசிச் சென்றது. சங்கின் முழக்கம் எங்கோ மேரு மலையில் இருந்தே வந்ததாகப் பரதேசிக்குத் தோன்றியது.

வேம்பிலிருந்து விழுந்த மஞ்சள் பழத்தை எடுத்துத் தின்றான் சப்பாணி.

ஊர் பெரிய தனக்காரர் தூரத்திலேயே தோளில் கிடந்த துண்டை இடுப்பில் கட்டிக்கொண்டு வந்தார். அண்மைக்கு வந்ததும், "கும்பிடுறேன் சாமி" என்றபடி கைகூப்பியபடி பரதேசியின் பக்க வாட்டில் நின்றார்.

"இப்படி நேருக்கு நேராக வந்து நில்லுமேன்"

"தெரியுமே, உங்க குறளி வித்தையெல்லாம் உம்ம மாதிரி ஞானிகளுக்கு நேரே என்றால் என் சக்தியில் பாதியை எடுத்துக்குவீராமே... வேலாயுத முதலியார் சொன்னாரு. ராமலிங்க சாமிக்கு முன்னாய யாரும் நிக்கமாட்டாங்களாம் சாமி"

பரதேசி அதைத் தன் புன்சிரிப்பினால் ஏற்றார்.

"மெய்தான் கவுண்டரே. ஞானிகளின் தேகம் சில வேளை எஃகு, சில வேளை கண்ணாடி. எடுக்கவும் செய்யும். கொடுக்கவும் செய்யும். அம்மாவைக் கண்டு வாங்களேன்"

"ஆத்தாவை விடவும் நீங்கதானே எங்களுக்குக் கண்கண்ட தெய்வம். காத்து, மழை, வெயிலு, குளிருன்னு இருந்த அம்மனுக்குக் கோவில் அமைச்சு, கூரை போட்டு ஒரு மரியாதை தேடிக் கொடுத்தவரே நீங்கதானே சாமி"

தலைகுனிந்து, அடக்கமுடன் அப்பாராட்டை ஏற்றார் பரதேசி. பதினெட்டுப் பட்டியிலும் உங்களுக்கு இருக்கிற மரியாதை உங்களுக்குத் தெரியாது சாமி. அப்படி ஒரு க்யாதி மவுசு, மரியாதை"

கவுண்டர், பரதேசியின் பாதத்தைப் பணிந்து தட்சணையாக நாலணா வைத்தார்.

“எல்லாம் அவ. அவளுக்குப் பண்ணிக்கிறா... நான் ஆற்று வெள்ளத்தில் அடிச்சுக்கிட்டுப் போற சருகு. சோற்றால் அடிச்ச பிண்டம். ஆசைக் கயிற்றில் ஆடும் பம்பரம்... காலத் தச்சன் வெட்டி வீழ்த்தப் போகிற மாமிசக் கட்டை...”

“ஆகா” என்றபடி அகன்றார் கவுண்டர். பரதேசி நகர்ந்து மரத்தில் சாய்ந்து சரிந்து அமர்ந்தார்.

*

சுத்த லயக்காரன் வாசிக்கும் தவில் நடை மாதிரி தலைக்குள் ஜதிகள் நரம்புகளில் அதிர்ந்தன. பரதேசியின் உடம்பு கிழக்கு – மேற்காக அசைந்தது. ஓர் ஆழாக்கு மாதிரி இருந்த பெட்டியில் இருந்து லேகியத்தைச் சுட்டு விரலில் எடுத்து உள் நாக்கில் தடவிக்கொண்டார். கண்கள் செருக, வாய் சற்றே திறந்து இருக்க, கால்களைப் பிரக்ஞை இன்றி நீட்டினார் பரதேசி. பறந்து மேலோகம் போய்க்கொண்டு இருக்கிறார் என்பதை அறிந்துகொண்ட சப்பாணி, இருக்கும் இடத்திலேயே நீட்டிப் படுத்தான்.

... அழகு ஓடினான். எட்டாம் வாய்பாடும் அறப் பளீசுரச் சதகமும் வரவில்லை என்பதற்காக மரத்தில் கட்டித் தலைகீழாகத் தொங்கவிட்டு அடித்த சோலைமலை வாத்தியார் குடிக்க இருந்த இளநீரை அவன் குடித்து, ஓட்டைக்குள் மூத்திரம் பெய்து வைத்தான். யாழ்ப்பாணம் தேங்காய், பெரிசு, பற்றாமல் போக சிநேகிதன் வடிவேலுவும் முக்கி முக்கி இருந்தான். வாத்தியார் வியப்புடன்தான் குடித்தார். மேலத்தோப்பு மரம்கூட உப்புகரிக்குமா என்கிற ஆச்சரியம். ஒளிந்திருந்து பார்த்த மங்கல லட்சுமி கோள் சொன்னாள். அழகு ஓடினான். சிவன், பெருமாள் கோயில் பட்டைச் சாதம் பிரஸாத விநியோகம் உடம்பில் ஊறியது. செக்காடி எண்ணெய் எடுத்து, எஜமானியம்மாள் வீட்டுக்குக்கொண்டு சேர்த்தான். ஆற்றில் குளிக்கையில் ஊற்றுத் தளும்பலில் உதட்டுக்கு மேல் இருந்த முடியைப் பார்த்தான்.

ஒருநாள் பரியாறி வந்து அவனைச் சர்வாங்க சவரம் செய்து விட்டான். அந்தி நேரம், இருட்டு. அரச மரத்துக்குக் கீழ் அவன் கூச்சத்தால் நெளிய நெளிய சவரம் நடந்தது. பரியாறியின் மகன் பார்த்து, “அதிர்ஷ்டம் பண்ணியது” என்றான். அதன் அர்த்தம், தோட்டத்து வைக்கோற் பந்தலில், அவன் படுத்து உறங்குகையில் பாறாங்கல் மேல் விழுந்தாற்போல, ஒரு பெரிய உடம்பு மேல்

விழுந்து அழுத்தும்போது தெரிந்தது. எஜமானியம்மாள் அவனைத் தனக்குள் விழுங்கிக்கொண்டிருந்தாள். கொட்டில் மாடுகள் எதற்கோ கத்தின. எஜமானர், பகலில் வண்டி கட்டிக்கொண்டு நீதிஸ்தலத்துக்கு வியாஜ்ஜியம் பண்ணப் போனார். எஜமானி எண்ணெய் ஸ்நானம் பண்ணக் கூப்பிடுவாள். உச்சி முதல் உள்ளங்கால்வரை எண்ணெய் வழிய அழகு தேய்த்து விடுவான். காமத்தை அவன் விரும்பினான். குற்ற உணர்வு இலாது சுகித்தான். ஒரு விரிசல், அவள் நீட்டுகிறபோது அவன் அவள் கையைப் பற்ற வேண்டும். அவன் நீட்டும்போது அவள் தயார் இல்லை. வெகுண்டான். மரியாதை, சுய மரியாதை, உஷ்ணமூட்டப்படாமல், அவன் இரத்தம் கொதித்தது. பரம்பரைக் கோபம். ஓடினான். நாடகக் கம்பெனி அவனைச் சுவீகரித்தது. சிவந்த உதடுகள், ஜீவத் துடிப்புடன் எரியும் கண்கள், பவளக்கொடி, பொன்னுருவி, பாஞ்சாலி என்ற பெண் வேஷங்களில் ஜொலித்தான். களைத்துப் படுத்தால் அர்ஜுனன், கர்ணன் வேஷக்காரர்களின் இம்சை. காசு கொடுத்து வாங்கிய தொப்பிபோல அவனை அணிவது அவனைத் துன்புறுத்தியது. வடநாட்டுப் பக்கம் ஒரு ஊரில் எலிப் பாஷாணம் விற்றான். எலிகளால் ஏற்படும் இழப்பு குறித்துப் பிரசங்கள் பண்ணுகிற ஆற்றல் வந்தது ஆச்சரியம். ஒரு மூங்கில் கம்பில் மாட்டிய வரைபடத்தை மக்களிடம் காட்டினான். எலி – எலிகள் – எலிக் குடும்பம் – வளை – கதிர்கள் அழிவு – காணிக்கு எத்தனைப் படி – பாஷாணத்தின் வீரியம் – செத்துக்கிடக்கும் எலிகள் – சந்தோஷதமாக வாழ்ந்தான். விசித்திரம், பாஷாணக்காரன் அதையே தின்று ஒருநாள் செத்தான். அப்பா, சொத்தை விற்று எடுத்துக்கொண்டு பிள்ளையைத் தேடி வடநாடு வந்தார். அங்கு அலிகளுடன் அவர்களைப்போலவே உடுத்திக்கொண்டு, கை தட்டிப் பாடி ஆடுவதை அப்பா பார்த்தார். மயங்கி விழுந்தார். ஊருக்குத் திரும்பிக் கல்யாணம் பண்ணிக்கொண்டான். சிறந்த விவசாயி என்று பெயர் எடுத்தான். சந்தையில் அவன் கத்தரியும், வெண்டைப் பிஞ்சும் மவுசு பெற்றன. பெண்டாட்டி வியர்வையில் பங்கு கொண்டாள். விடன் ஒருத்தன் அவள் கையைப் பிடிக்க, ரௌத்ரம் ஜ்வாலையாய் எரிய, விடன் தலையைச் சீவினான். டாணாக்காரர்களிடம் இருந்து தப்பித்து தலைமறைவாய் திரிந்தான். மனைவி வேறு ஒருத்தனுடன் வாழப் போனாள். மனம் நிம்மதிப்பட்டது. கால் போன போக்கில் நடந்து வந்து நின்றான். அவன் நிழல் நீண்ட, மாரியம்மனின் கலசத்தில் வந்து முடிந்தது. அங்கேயே உட்கார்ந்தான். பெருக்கி மெழுகி, இடத்தைத் தூய்மை செய்தான். ஆவேசம் வந்து குறி சொன்னான். மாரியம்மனின்

பீடத்தை ஒட்டிய மைதானத்தில் ஒரு சர்க்கஸ் கம்பெனி வந்து டேரா போட்டது. ஏழாம் நாள் சிங்கத்தின் முதுகின் மேல் ஏறி நிற்கிற வித்தைக்காரி மரித்துப் போனாள். முதலாளியை வரச் சொல்லி, ஆவேசம் வந்து குறி சொன்னான் பரதேசி. மாரி, மழையில் நனைகிறாளடா, கொட்டகையோடு, கோவிலைக் கட்டு ஆத்தா சொல்ல, முதலாளியின் தயவால் கோவில் உருப்பெற்றது. பரதேசிக்கு மருத்துவம் தெரிந்தது. பச்சிலைகள் தெரிந்தது. அழகு, அழகுப் பரதேசி ஆனார்.

சிவந்த பகடை வீட்டிலிருந்து சோறு வந்தது. தனித் தனியாக சோறு, குழம்பு, பொரியல், வறுவல், மோர் என்று, பரதேசி அதைக் கட்டாயமாக்கினார். ஏதோ ஒரு நாள் மொண்டி மனைவி ஒரு சட்டியில் சோறு, குழம்பு, கறி எல்லாம் கலந்து அவன் முன்கொண்டு வந்தாள்.

"இது என்ன?"

"சோறு"

"இப்படியும் உன்னை நான் கேட்டானா?"

சட்டி மரக்கிளையில் மோதி உடைந்தது.

"இருக்கும் இடம் தேடி, என் பசிக்கு, அன்னம் உருக்கமுடன்கொண்டு வந்தால் உண்பேன்" என்று உக்கிரமுடன் அவன் கூவியதைக் கேட்டு ஊர் கிடுகிடுத்தது.

"மரியாதை... என்னைப் பட்டினி போட்டுக் கொல்லுக, ஆனா கௌரவமா கொல்லுக"

அதன் பிறகு ஊர், முறை வைத்துக்கொண்டு அன்னம் பரமாறியது பரதேசிக்கு.

உண்டு முடித்து எழுந்தான். மிச்சத்தைச் சப்பாணி தின்றான்.

"மூதி...போலாமா?"

"எங்கே சாமி?"

"சவமே! வேற எங்கே?"

சப்பாணி, கோணிப் பையை எடுத்துக்கொண்டு விந்தி முன்னால் நடந்தான். பின்னால், இலைப் புகையை ஊதிக்கொண்டு பரதேசி நடந்தார்.

வயல் கடந்து, மாந்தோப்பு கடந்து, தென்னஞ்சோலை கடந்து, குளக்கரைக் குடிசையை அடைந்தார்கள். பரதேசி சப்பாணியின் கைப்பையை வாங்கிக்கொண்டு, "வாசல்லயே கிட,

சவமே” என்று வீட்டுக் குடிசைப் படலைத் தள்ளிக்கொண்டு உள்ளே ஓர் எட்டு வைத்தார்.

“எந்த நாய் அது?”

இருட்டில் கண்ணால துழாவி பிச்சியைக் கண்டுபிடித்தார் பரதேசி. கட்டாந்தரையில் புயல் வீழ்த்திய மரம் மாதிரி கைகளையும் கால்களையும் பரப்பிக்கொண்டு கிடந்தாள்.

“நான்தான்... அழகு...”

“பரதேசி நாய்க்கு இங்கென்ன வேலை?”

அவள் காலடியில் பரதேசி உட்கார்ந்தார். பையைத் திறந்து சாராயப் போத்தலையும், வியஞ்சனங்களையும் எடுத்து வெளியே வைத்தார்.

“என்ன இழவுடா இது?”

“உனக்குப் பிடிக்குமேன்னு பட்டைச் சாராயமும் கொஞ்சம் போட்டிக் கறி, தலைக்கறி, பொரிச்ச மீன் வாங்கியாந்திருக்கேன்...”

அவள் எழுந்து உட்கார்ந்தாள். வேக வைத்த மொச்சைப் பயறு வாசனை குப்பென்று வந்தது, அவளிடம் இருந்து. பரதேசி அதை இயன்ற மட்டுக்கும் உட்கொண்டு அனுபவித்தார். பொட்டுத் துணி இல்லாத அந்த உடம்பின் காத்திரம், நரம்புகளின் ஊடே பாய, அவர் கையை நீட்டி அழுத்தினார்.

“சீ! உன் அம்மாட்ட பால் குடிச்சதுதான், தாசி மவனே... என்னத்துக்கு இங்க வந்தே?”

பிச்சி அவர் முகத்தில் பேயறையாக அறைந்தாள். பக்கவாட்டில் சாய்ந்தார் பரதேசி. வழித்தெரியவில்லை. போத்தலை ஜாக்கிரதையாக அவளிடம் தந்து அவளைக் குடிக்கும் படி செய்தார். மடக் மடக்கென்று சப்தம் வரப் பாதிப் போத்தலை காலி செய்தாள் பிச்சி.

மந்தாரை இலைப் பொட்டலங்களை அவிழ்த்து, “இது போட்டிக் கறி” என்று எடுத்து அவள் வாயில் ஊட்டினார். அவள் மென்று விழுங்கினாள். எல்லாவற்றையும் அவர் ஊட்ட, தின்று முடித்தாள் பிச்சி. “தண்ணி” என்றாள். தனியாகக் கறுப்புச் சீசாவில் எடுத்துச் சென்ற தண்ணீரை அவள் பருகக் கொடுத்தார்.

“ஊரானுக்குப் பொறந்த கழிசடையே... சுருட்டு இருக்காடா! இல்லேன்னா ஜோடு பிஞ்சிபோடும்” என்றவளிடம் நீள கைச்சுருட்டை வாயில் சொருகிப் பற்ற வைத்தார். குடிசை

புகையில் சூழ்ந்தது. மிச்சமிருந்த சாராயத்தைக் குடித்து, தானும் ஒரு சுருட்டைப் பற்ற வைத்தார் பரதேசி.

சுருட்டு கையில் இருந்து நெகிழ்ந்து விழ, அப்படியே சரிந்தாள் பிச்சி. அவள் மேல் கவிழ்ந்தார் பரதேசி. யானையின் மத்தகஜத்தில் அணில் ஏறி அமர்ந்தாற்போல.

*

தெருப்படலைத் தள்ளிக்கொண்டு வெளியில் வந்து விழுந்தார் பரதேசி. அலறிக்கொண்டு எழுந்தான் சப்பாணி.

"பிச்சி... துண்டையாவது கொடேன்"

ஒரு துண்டு சுருண்டு வந்து விழுந்தது. எடுத்து இடுப்பில் கட்டிக்கொண்டார் பரதேசி.

இருவரும் நடந்தார்கள்.

"நல்லவேளை, விடியலை இன்னும்?" என்றார் பரதேசி.

பல குழப்பங்களில் இருந்து மீளாமல் சப்பாணி, "சாமியோட மகிமையை அந்தப் பிசாசு அறிஞ்சுக்கலை" என்று மிகுந்த வருத்தத்துடன் சொன்னான்.

"மூதி... மகிமையாவது மயிராவது... அப்பப்போ புரண்டு எழுந்தாத்தான் குப்பை ஒழியுது. என்ன பண்ணித் தொலைய? என்றார் பரதேசி.

அழகுப் பரதேசி ரொம்ப சந்தோஷமாக இருப்பதுபோலப் பட்டது சப்பாணிக்கு.

2001

ஓடாத பிள்ளையாரும் ஓடிய காவேரியும்

ஆட்டோ செல்வராஜுதான் அப்படி ஒரு அறை இருப்பதை எனக்குச் சொன்னான். பெரிய மொட்டை மாடி. அதில் ஒரு விசாலமான அறை. சமையல் அறை, குளியல் அறை, தண்ணீர் மாடிக்குச் சுலபமாக வரும். தண்ணீர், கங்காப் பிரவாகம். சுவையோ, இளநீர் தோற்றுப் போகும், என்றெல்லாம் தரகன் சொன்னானாம். அவன் சொன்னதில், பத்து சத வசதி இருந்தால்கூடப்போதும் என்று செல்வராஜு சொன்னான்.

மொட்டை மாடி தனிஅறை. தனி வழி என்பதே எனக்குப் போதுமானதாக இருந்தது. தண்ணீர். அந்தப் பட்டணத்தில் தேவைக்குக் கிடைத்தால், அது சாதா வசதி அல்லவே, சொர்க்க வசதிதான். அறை எங்கே என்றதற்கு, ஆபீஸ் அன்னதாதா ரங்கலட்சுமி தெருவில் இருப்பதாகச் சொன்னான். அது என்ன "ஆபீஸ்" என்றதற்கு வெள்ளைக்காரனிடத்தில் முதல் முதலாக ஆபீசில் வேலைக்குப் போன ரங்கலட்சுமியின் பிராபல்யத்துக்காகத் தெருவுக்கு வந்த பெயர் என்றான். அந்தப் பெயர் என்னைக் கிளர்ச்சி செய்தது. முதல் முதலாக ஒரு ஸ்திரீ ஆபீஸ் உத்தியோகத்துக்கு, காலில் செருப்பு போட்டுக்கொண்டு ஜட்கா வண்டியில் ஊரார் வியந்து அல்லது பொறாமையோடு பார்க்கக் கம்பீரமாகப் போவது என் மனசில் தோன்றியது. அது என்ன அன்னதாதா என்றதுக்கு, ரங்கலட்சுமியின் அப்பா, பினாகமுதலி பெரிய வள்ளலாகவும், அடையா

நெடுங்கதவும், கொண்ட தன் வீட்டுக்கு வருவோர்க்கெல்லாம் அன்னம் பாவித்ததன் அழியாத நினைவில் அந்தப் பெயராம் என்று செல்வராஜு சொன்னான்.

அறையை உடனே பார்க்க ஆசைப்பட்டேன். அவன் ஆட்டோவிலேயே என்னை அழைத்துக்கொண்டு போனான். ஆட்டோ மட்டுமே போகக்கூடிய சின்னச் சந்துதான். அதுவும் ஊருக்குச் சற்றுத் தள்ளிய அல்லிக்குளம் பகுதியில்.

"ஏரியா ஒரு மாதிரின்னு சொல்வாங்களே, செல்வராஜு அடிதடி, வம்பு, வழக்குன்னு ஆட்கள் திரிவார்களாமே" என்றதற்கு அவன் தத்துவார்த்தமாகப் பதில் சொன்னான்.

"எந்த ஏரியாவில்தான் நூறு சதம் சத்தியவான்களும், யோக்கியர்களும் வாழ்கிறார்களாம்? நமக்குள்ளே மிருகங்கள் இல்லையா? மனிதர்களைக் காட்டிலும் அதி விஷ ஜந்துக்கள் இருக்கிறதா? என்றான்.

வீட்டுக்கார அம்மாள் கதவைத் திறந்தாள். மத்திய வயசு. மசாலா வாசனையுடன் என்னைக் கண்ணால் அளவெடுத்த படி விவரம் கேட்டுக்கொண்டு சாவியைக்கொண்டு வந்து கொடுத்தாள். விசாலமான மாடிதான். நூறு வேட்டிகள் காயப்போடலாம். மத்தியில் இருந்து அறை. நீள வாக்கில், ஜன்னலைத் திறந்ததும் காற்று தலைமுடியைக் கலைத்தது. ஏதோ ஒரு கோயில் கோபுரம் தெரிந்தது.

"சிவன் கோயில்" என்றான். "கூடிய சீக்கிரமே, சித்தா, நம்ம கோயிலையும் நம்பர் ஒன்னா மாத்திக் காட்டறேன்" என்றான்.

"எப்படி இருக்கார், பிள்ளையார்?"

"அவருக்கு என்ன? வெள்ளிக்கிழமை சுண்டலும், தினம் வாழைப்பழமும் சாப்பிட்டுக்கொண்டு அமர்க்களமாக இருக்கார். இப்ப எல்லாம் கொஞ்சம் காசும் உண்டியல்ல விழும். அவர் தேவைக்கு அவர் சம்பாதிச்சுக்குவார். நமக்குக் கவலை இல்லை.

கட்டைச் சுவரில் சாய்ந்துகொண்டு வேடிக்கை பார்த்தோம். ஒரு ஜோடிக் காக்கைகள் சற்று தூரத்தில் வந்து உட்கார்ந்து எங்களைப் பார்த்துத் தலையை ஒரு பக்கம் சாய்த்து, நிதானித்து பறந்து சென்றன.

"என்ன நினைச்சிருக்கும் அந்தக் காக்காய்கள்?" என்று கேட்ட செல்வராஜுதானே பதிலையும் சொன்னான்.

"இவ்ளோ காலமா, இவன்களோட பழகறோம். இன்னும் இந்தப் பயங்களை நம்ப முடியவில்லையேன்னு நினைச்சுக்குமோ என்னமோ..."

வீட்டுக்கார அம்மாளிடம் சாவியைக் கொடுத்தோம். மீன் வறுபடும் வாசனை வந்தது. குளத்து மீன் வாசனை, குரவையாக இருக்கும்.

நான் வீதிக்கு வந்துவிட்டேன். செல்வராஜு மட்டும் தனியாகப் போய் அந்த அம்மாளிடம் பேசிவிட்டுத் திரும்பினான்...

"என்னவாம்...?"

"வாடகையெல்லாம் ஓ. கே. உன் ஒழுக்கத்துக்கு உத்தரவாதம் கேக்குது அந்த அம்மா."

"எனக்கு என்னாலயே உத்தரவாதம் கொடுக்க முடியாதே."

லாட்ஜில் இறங்கிக்கொண்டு, "ரொம்ப நன்றிப்பா... என்னைக் காப்பாத்தினதுக்கு" என்று சொன்னேன்.

"பாம்புகிட்டே இருந்தா?"

"பின்னே...?"

அது ஒரு அனுபவம். என் நண்பரும் ரசிகருமான சாமி என்றழைக்கப்படும் நாராயணசாமி ஒருநாள் என் அறைக்கு வரும்படி ஏற்பட்டது. திகைத்துப் போன அவர், "இது என்ன?" என்றார்.

"என் வீடு, வானத்துப் பறவைகளுக்கு கூடு, மனிதர்களுக்கு வீடு"

"இது வீடும் இல்லை, அறையும் இல்லை, அறை என்றால் ஜன்னல்? வெளிச்சம்?"

அவர் சொன்னது உண்மைதான். என் வாடகைக்குச் சக்திக்கு ஏற்ப அதுதான் பிடித்திருந்தது. ஜன்னல் இல்லை. ஒரு வெண்டிலேட்டர் மாத்திரம் மிகவும் மேலே கூரையை ஒட்டி இருந்தது. அதில் கதவை எத்தனை முறை திறந்து வைத்தாலும், அதுவாகச் சாத்திக் கொள்ளும். அதன் வழிக் காற்று வரச் சாத்தியம் இல்லை. வரும் காற்றும், யாரோ ஒரு கவிஞன் சொன்னதுபோல, தாசி வீட்டுக்கு முதல் முறை போக நேர்ந்த சம்சாரியைப்போலத்தான் தயங்கியபடி வரும். அறைச் சுவரில் வண்ணம் இற்றுச் சுழன்று, ஒடுக்கு விழுந்த அலுமினியப்

பாத்திரம்போல இருந்தது. கட்டில் மட்டும் போடுமாறு அறையின் விஸ்தீரணம் அமைந்திருந்தது. ஒரு மேசைக் குட்டி. அதில் அருகில் ஒரு நாற்காலிக் குட்டி...

"இந்த அறையில் எப்படி வாசம் செய்கிறீர்கள்?"

"செய்கிறேன். இதுவும் இல்லாமல் பிளாட்பாரத்தில் மக்கள் வாழத்தானே செய்கிறார்கள்."

"உஸ்... உதவாத பேச்சு? இது அறை அல்ல. காய்கள் பழுக்கப் போடும் கிடங்கு. இதில் எப்படிப் படிக்க? எழுத? மேசையிலிருந்து பார்த்தால், ஒரு வேம்பு பூத்துச் சொரிவதைப் பார்க்க வேண்டாமோ? வெளிச்சம், வளர்ப்பு நாய் வீட்டில் நுழைவதுபோல ஓடி வர வேண்டாமோ? உடனே கிளம்புங்கள்!"

"எங்கே?"

"என் இருப்பிடத்துக்கு. தெரியுமோ, அது பழங்கால அரண்மனை. இன்றைய ஜமீன்தார், எனக்கு இரண்டு அறைகளை ஒழித்துக் கொடுத்திருக்கிறார். சுற்றி ஒரே காடு மயம்தான். ஆலமரம் என்ன, வேப்பன், நுனா என்ன, மா என்ன? தோப்பு, தோப்புக்குள் வீடு. மா மரங்களில் இருந்து குயில்கள் கூவுவதைச் சற்று யோசித்துப் பாருங்கள்..."

எனக்குக் குயிலோசை, காதில் குத்தல் எடுத்தது. என்ன அழகான சொற்றொடர். தோப்புக்குள் வீடு, சொன்னவர், என் மேல் மிகுந்த அன்புள்ளவர். நான் இப்படிப்பட்ட அறையில் வாழ்வதை உண்மையாகவே விரும்பாதவர். வருத்தப்பட்டு அழைக்கிறார். அடுத்த வாரமே அறையைக் காலி செய்துவிட்டுப் புறப்பட்டேன். என் உடைமைகள் ஆட்டோவுக்குள் அடங்குபவை. அவற்றில் பெரும் பகுதியும் புத்தகங்கள். சாமியும் என்னை அழைத்துக்கொண்டு போக வந்திருந்தார். செல்வராஜு ஆட்டோவை ஓட்டிக்கொண்டு என்னுடன் வந்தான்.

பகுதிக்கு ஜெமீன்தார் காலனி என்று பெயர். ரயில் நிலையத்தை ஒட்டி இருந்தது, எங்கள் மாளிகை. சாயங்கால வெயில் எலுமிச்சை நிறத்தில் இருந்தது. மாளிகையின் வாசலின் படிகள் இடிந்திருந்தன.

"பார்த்து வாங்க" என்றார் சாமி.

சாமி சொன்னது பொய் இல்லை. மரங்கள் தோப்பு மாதிரி அடர்ந்து செழித்திருந்தன. பறவைகளின் மாலை நேர

உரையாடலைக் கேட்க முடிந்தது. தீனி வேட்டைக்குச் சென்ற இடத்து அனுபவங்களைப் பரிமாறிக்கொண்டதாக இருக்கலாம். அவரவர்களுக்கு அவரவர் உலகம். அவரவர் கவலைகள், பொக்கையும், போறுமான நீண்ட நடை பாதையைக் கடந்து, பெரிய வரவேற்பு அறையையும் கடந்து ஒரு அறைக்கு வந்து சேர்ந்தோம்.

"இதுதான் உங்கள் அறை"

அறை என்பது உபசார வழக்கு. ஓர் ஒற்றைப் படுக்கை அறை. வீட்டை அதற்குள் வைத்துப் பொட்டலம் கட்டலாம். எண்ணினேன். எட்டு ஆள் உயர ஜன்னங்கள் இருந்தன. வாசல்கதவு ஒரு யானை தாராளமாக புகுந்து வரலாம்படி இருந்தது. நாலு வயிறு உப்பிய மோஸ்தர் மின் விசிறிகள், மிக்க வருத்தமுடன் முனகியபடி தம் கடமையைச் செய்துகொண்டிருந்தன.

"அதை எப்படி?"

"எதேஷ்டம். ஜெமீன்தார் எங்கே இருக்கிறார்?"

"பக்கத்துத் தெருவில். புழங்கும் படியாக அரண்மனையில் இரண்டு அறைகள்தான் இருக்கு. மற்ற பகுதி விரிசல் விட்டு, ரொம்ப மோசமான நிலையில் இருக்கு. இந்த மழைக்காலம் தாங்காது என்கிறார்கள்.

புத்தகக்கட்டுகள், படுக்கை இவைகளை ஒரு மூலையில் வைத்தோம்.

"பக்கத்தில்தான் டீ கடை"

நாங்கள் டீ கடைக்குப் போனோம். வழக்கமான சின்ன டீ கடை. நீளமான இரண்டு பெஞ்ச் இரண்டும் நிரம்பி இருந்தன. ஒரு பெஞ்ச்சில் இருந்து அழுக்கு வேஷ்டி, கை வைத்த பனியன், அதன் மேல் ஒரு சிட்டைத் துண்டு, பரட்டைத் தலை, விபூதி குங்குமத்தோடு தோற்றம்கொண்ட வயதான மனிதர் எங்களை நோக்கி வந்தார். அவர் இடக்கையில் ஒரு டீ கிளாஸ் இருந்தது.

சாமி, அவரை எங்களுக்கு அறிமுகம் செய்து வைத்தார்.

"சார்தான் அரண்மனை ஜெமீன்தார். இவர்தான் நான் சொன்னேனே, என்னோடு தங்கப் போறவர்னு.

"யாரேனும் பேஷா தங்கிக்கலாமே. சும்மா கிடக்கிற இடம், உங்களையும் நான் கேள்விப் பட்டிருக்கிறேன். ரொம்ப சந்தோஷம்"

அவர் வார்த்தைகளின் மிருதும், சொன்ன விதமும் என்னைக் கவர்ந்தது. பெரிய மனிதத் தோரணை மிக இயல்பாக வெளிப்பட்டது.

நான் நன்றி சொல்லிக்கொண்டேன். அவர் புறப்பட்டுப் போன பின், சாமி, "ரொம்ப தங்கமான மனுஷன். வாடகைன்னு நான் கொடுத்தா வாங்கிக்குவார். ஒருநாள்கூட அவர் கேட்டதில்லை. வறுமை பிச்சுத் திங்கறது. பணம் வாங்கறபோது, ரொம்பக் கூசிப் போவார்.

சங்கு சுட்டாலும் வெண்மை தரும். ஜெமீன்தாரிடம் பரம்பரையாக வந்து சேர்ந்த கத்தி ஒன்று இருக்கிறதாம். பெரிய பட்டாக் கத்தி. பல போர்களைக் கண்ட ஆயுதம். ஆனால் இப்போதைக்கு அதனால் வெங்காயம்கூட நறுக்க முடியாது.

செல்வராஜு விடை பெற்றுப் போனான்.

ஒரு பழைய காலத்து, வேலைப்பாடு மிகுந்த நாற்காலியை ஜன்னல் ஓரம் நகர்த்தி அமர்ந்தேன். ஜன்னல் வழியாக இருளில் எழுதிய ஓவியம்போல மரங்கள் தெரிந்தன. கரகரத்த மன அசைவுகள் அரண்மனையை முதுமைச் சுமையால் அழுந்தி விட்ட பெருமூச்சுபோல் எனக்குத் தோன்றியது. வீடுகள் சிரிக்கும், அழும், கம்மென்று சில வேளை இருக்கும். குளிக்காது. மூன்று நாள் தாடியோடு காணப்படும் வீடுகள் உண்டு. இது படுக்கையில் கடைசி நேரத்தில் கிடக்கும் நோயாளியின் முகம்.

குளிக்க வேண்டும்போல இருந்தது. மாலையும் குளிக்க வேண்டும் எனக்கு. சாமி அறைக்குப் போய், குளியல் அறைக்கு வழி கேட்டேன். நடைபாதையைச் சுற்றி, அதன் மறுபக்கத்தில் சற்று தூரத்தில் இருந்த ஒரு கட்டடத்தைக் காட்டினார்.

நான் துண்டு, சோப்புடன் புறப்பட்டேன்.

"எதுக்கும் கையைத் தட்டிக்கொண்டு, சத்தம் எழுப்பிக்கொண்டு போங்கள்"

"எதுக்குச் சத்தம்?"

"இல்லை. புல், மரங்கள் செடிகளுக்கிடையே குறுக்காகச் சனியன்கள் படுத்துக் கிடக்கும்.

"எது படுத்துக் கிடக்கும்"

"அதான், பாம்புகள். ஆனால் கடிக்கிறதில்லை. ஜெமீன்தாரின் தாயாருக்கு அவர் காலத்து ஒரு நாகம், கையில் அடித்துச் சத்தியம் பண்ணிக் கொடுத்ததாம்."

"லைட் இருக்கும் இல்லையா?"

"இல்லை பகலில்தானே குளியல். விளக்கு எதுக்கு? ராத்திரியில் அவசரம்னா, இப்படி, மரத்தடியிலேயே போகலாம். இந்தக் காட்டில் யார் பார்க்கப் போகிறார்கள்?"

புல் தரையை மிதித்து, நடக்கவே பயமாக இருந்தது. மரக்குச்சிகள் எல்லாம் நெளிவதுபோலவே தோன்றியது. எந்தச் சின்னச் சத்தமும் "புஸ்" என்று சீறலாகவே காதில் விழுந்தது.

ஒரு வழியாகக் கதவைத் தொட்டுவிட்டேன். கதவு திறந்துகொண்டது. பூட்டு, தாழ்ப்பாள் எதுவும் இல்லை. கண்ணைக் கூர்மையாகப் பழக்கப்படுத்தி வாளியை அடையாளம் கண்டேன். அவசரம் அவசரமாக, தரையைச் சுவர் ஓரத்தைப் பார்த்தபடியே குளித்தேன். மூடிய கதவு தானாகவே திறந்துகொண்டது. கைலியைக் கட்டிக்கொண்டு ஓடி வந்து அறைக்குள் புகுந்தேன்.

கண்ணாடி முன் நின்று தலைவாருகையில், தப்பு செய்து விட்டோமோ என்று நினைப்பு வந்தது. முதலில் இடத்தைப் பார்த்துவிட்டு முடிவு செய்திருக்க வேண்டும். வார்த்தைகளை மட்டுமே நம்புவது பிசகு என்கிற அனுபவ ஞானத்தையும் பெற நான் கொடுக்க வேண்டிய விலை பெரிதாக இருக்குமோ?

சாமி இட்லி வாங்கி தந்தார். சாப்பிடும்போது கேட்டேன், அவர் சொன்னார்:

"இந்த தோட்டத்துக்கே நாகப் பூங்கான்னுதான் பெயராம். மூத்த ஜெமீன்தார்கள் எல்லோர்க்கும் நாகராஜன்னுதான் பேர் இருக்குமாம். பாம்பு அவர்களுக்குக் குல தெய்வம்."

"ஆனா, இப்படி இருட்டுலயோ, பகல்லையோ மிதிச்சா தெய்வம் கடிக்காமே இருக்குமா?"

"பாம்புக்கு போய்ப் படப்படறீங்களே..."

"பயம் மட்டும் இல்லை. ஒரு வகையான அருவருப்பு"

கதவைச் சாத்திக்கொண்டேன். படிக்கலாம் என்று ஒரு புத்தகம் எடுத்துக்கொண்டு. படுக்கையை விரித்தேன். தலையணையைத் தூக்குகையில் ஒரு முழம் நீளத்தில் ஒன்று நெறிந்து ஓடியது. பார்த்துக்கொண்டிருக்கும்போதே கதவுக்குக் கீழ் இருந்த தண்ணீர் ஓடும் சந்தின் வழி அது மறைந்தது. நான் சாமியின் அறைக்குப் போனேன். எழுந்து லைட்டைப் போட்ட சாமி "என்ன" என்றார். சொன்னேன்.

"குட்டிப் பாம்பா? அப்படீன்னா, அதோட தாய் தந்தை எல்லாம் இங்கதான் இருக்கணும்"

"இல்லை... இரவு தூங்க முடியாமல் போகும் போலிருக்கே."

"கவலைப்படாதீர்கள். மேலே பாருங்கள். மரப்பலகைச் சட்டம் போட்ட விதானம். அங்கதான் நிறைய இருக்கும்னு ஜெமீன்தார் சொல்லியிருக்கார். ஆனா கடிக்காது. சத்தியம் செய்திருக்கு ஜெமீன்தார் அம்மாவுக்கு"

நான் மீண்டும் அறைக்கு வந்தேன்.

ஜாக்கிரதையாய் படுக்கையை உதறிப் போட்டேன். தாய் தந்தை யாரும் இல்லை. விளக்கை அணைக்காமல் படுத்துக்கொண்டேன். கூரையைப் பார்த்துக்கொண்டிருந்தேன். தூங்கக்கூடாது என்று நினைத்தேன். ஆனால் தூங்கிப் போனேன். பிறகு திடுமென விழித்துக் கொள்வேன். படிக்க விருப்பம். அர்த்தம் மூளையில் ஏறவில்லை. என்னை நான் சபித்துக்கொண்டேன். ஒரு வழியாக விடிந்தது. சட்டையைப் போட்டுக்கொண்டு அரண்மனையை விட்டு வெளியே வந்தேன். நேராக செல்வராஜின் வீட்டை நோக்கி நடந்தேன். ஒரு டீ கடையில் டீ சாப்பிட்டுக்கொண்டே நடந்ததை கேட்டான் செல்வராஜு

"ரைட் இன்னிக்கு ராத்திரி, வேற இடத்துல நீ படுக்கிற"

பிள்ளையார் கோயில் மணி ஒன்றுதான் என்னை நிதம் எழுப்பியது. செல்வராஜுதான் மணியை ஒலிப்பான். நான் மாடியில் வந்து உலகத்தைப் பார்த்தேன். உலகம் உறங்கிக்கொண்டிருந்தது. எதிர் வீட்டில் காவேரி இன்னேரம் எழுந்திருப்பாள். காபி போடும் வேளையிலிருந்து, அவள் நித்தியப் பணி தொடங்கி இருக்கும். என் வீட்டுக்கு நேர் பின்னால் இருந்தது செல்வராஜின் பிள்ளையார் கோயில்.

செல்வராஜு பிள்ளையார் கோயில் உரிமையாளரானது ஒரு தற்செயல். சேட்டு மூலை, மார்வாடிக் கடைகளின் வரிசையால் ஆனது. அதனால் அவ்பெயர் சேட்டு மூலைக்கு. முனையில் ஒரு பெரிய அரசமரம். நிழலில் ஆட்டோக்காரர்கள் ஸ்டாண்டு போட்டிருந்தார்கள். அரசமரத்தடி மேடையில் மரத்தை ஒட்டியபடி ஒரு கல் பிள்ளையார் இருந்ததை செல்வராஜு கண்டிருக்கிறான். ஒரு மண் குதிரை, சில ரிஷி பொம்மைகள் என்று சின்னச் சின்ன பொம்மைகள், பிள்ளையாரை மறைத்திருந்தன. என்னமோ

யோசனையுடன் இடத்தைச் சுத்தம் செய்தான். எதிர்வீட்டுச் சேட்டு அம்மாளிடம் குடம் வாங்கி, இடத்தைக் கழுவிவிட்டான். சாயங்காலம் பார்வதியை அழைத்துக்கொண்டு வந்து கோலம் போடச் செய்தான். இரவே, அவன் அறிந்த குருக்கள் ஒருத்தரை பார்த்துச் சில சந்தேகங்களை நிவர்த்தி செய்துகொண்டான்.

அடுத்த கிழமை வெள்ளிக்கிழமையாய் அமைந்தது. குருக்கள் வந்து, சுவாமிஜியை நீராட்டி, புஷ்ப மாலைகள் போட்டு, முறைப்படி விபூதி அணிவித்து, மந்திரம் சொல்லி அர்ச்சனை செய்தார். கேலி பேசிய ஆட்டோ தோழர்கள், பயபக்தியோடு திருநீறு வாங்கி நெற்றியில் இட்டுக்கொண்டார்கள். அன்று சாயங்காலம், மறுநாளை காலையிலிருந்து, செல்வராஜே முதலில் சூடம் கொளுத்தி, ஒழுங்காகப் பூஜை செய்யத் தொடங்கினான். பிள்ளையார் குறித்த அகவல் புத்தகம் வாங்கிப் பாராயணம் செய்துகொண்டான். நாளடைவில், தலை முடியும் தாடியும் வளர்ந்த, சற்றேறக் குறைய ஒரு சாமியாரைப்போலத் தோற்றம் கொடுக்கத் தொடங்கினான் செல்வராஜு.

பிள்ளையாருக்கு ஒரு பெயர் கொடுக்க வேண்டிய ஸ்திதிக்குக் கோயில் வளர்ச்சி அடைந்தது. உண்டியல் வாங்கி, பலமான சங்கிலி போட்டு பிணைத்தான். செல்வராஜுக்கு ஆட்டோ சாமி என்று பெயர் ஏற்பட்டது. ஒருநாள் அவன் ஆட்டோவில் பிராயணம் செய்தபோது, என்னைத் தெரிந்துகொண்டு, பிள்ளையார் விஷயத்தைச் சொல்லி பிள்ளையாருக்கு ஒரு பெயர் வேண்டும் என்றான். பல பேரைச் சொன்னேன். கடைசியில் ஆட்டோ செல்வ சக்தி விநாயகர் என்ற பேரை சந்தோஷத்துடன் ஏற்றுக்கொண்டான். விநாயகருடன் அவன் ஆட்டோ மற்றும் செல்வாரஜ் என்கிற அவன் பெயர் எல்லாம் இணைந்ததில் மிகுந்த சந்தோஷம். நானும் ஒரு நாள் போயிருந்தேன். ஆட்டோ செல்வ சக்தி விநாயகர் ஆலயம், உபயதார் மற்றும் உரிமை: ஆட்டோ செல்வராஜு என்று போர்டு கிளையில் தொங்க, அதன் கீழே பிள்ளையார் மினுமினுப்போடு விளங்கினார். எனக்காகச் சூடம் கொளுத்தி, “வேழ முகத்து விநாயகனைத் தொழ வாழ்வு மிகுந்து வரும். வெற்றி முகத்து விநாயகனைத் தொழப் புத்தி மிகுந்து வரும்...” என்ற பாடலைச் சொல்லி, ஆரத்தித் தட்டை நீட்டி விபூதி கொடுத்தான்.

ஒரு நாள் கேட்டேன்.

“உன் நோக்கம் என்ன? எதுக்கு உனக்குக் கோயில்?”

“தெரியலை சீத்தா, மனசுக்குத் திருப்தியா இருக்கு”

காலை ஐந்தரை தொடங்கி ஏழுவரை கோயில், அப்புறம் ஆட்டோ பிழைப்பு. சாயங்காலம் ஏழு முதல் ஒன்பதுவரை கோயில். அப்புறம் வீடு என்று வாழ்க்கையை அமைத்துக்கொண்டான். உண்டியலில் காசு சேரவும், அதைப் பாதுகாக்க என்றே சப்பாணியாக இருந்த ஒருத்தனை நியமித்துக்கொண்டான்.

என் புதிய அறைக்குப் பின்னாலேயே இருந்தார் ஆட்டோ விநாயகர். முன்னால் இருந்தாள் காவேரி. கணக்கு சம்பந்தமான அரசு உத்தியோகத்தில் இருப்பதாக செல்வராஜு சொல்லி இருந்தான். ஒரு வயதானவர் அந்த வீட்டில் இருந்தார். காவேரியின் தாத்தா என்றிருந்தேன்.

"இல்லை கணவர்" என்றான் அவன்.

எனக்கே அது உண்மையாக இருக்கும் என்பதை நம்ப விரும்பவில்லை. ரொம்ப வருத்தமாக இருந்தது. ஒரு பெரிய கதை இருக்கிறது காவேரியிடம். எல்லோரிடமும் குறைந்த பட்சம் ஒரு கதை இருக்கிறது.

சரியாக ஏழு நாற்பத்து ஐந்துக்கு அவள் மாடிக்கு வருவாள். வெயிலில் கூந்தலை உலர்த்துவாள். எட்டு ஐந்து வரைக்கும் மாடியில் இருப்பாள். என் மாடியில் நானும், நான் நிற்பது அவளுக்குத் தெரியும். ஒருமுறைகூட அவள் என் பக்கம் திரும்பியது இல்லை. என் ஸ்திதி, என் பார்வை அவளைத் தொந்தரவு செய்ததாகவே இல்லை. ஒரு பேப்பர் வெயிட் மாதிரி, அவள் கட்டி வைத்திருக்கும் கொடிக்கயிறு மாதிரி என்னை அவள் பாவித்தாள். ஆனால், எனக்கும் அது பொருட்டில்லை. நான் பார்ப்பது முக்கியம், பார்க்கப்படுவது அல்ல.

எட்டு நாற்பதுக்கு குடை, கஞ்சி போட்ட காட்டன் புடவையோடு ஆபீஸ் கிளம்புவாள். தாத்தா – தாத்தாதான் – பத்து மணிக்குக் காக்காய்க்குச் சோறு வைப்பார். மாடியில் கைப்பிடிச் சுவரில் காக்கைகள் அவருக்கெனக் காத்திருக்கும்.

வெயிலில் ஊறுகாய்ச் சீசாக்கள், வடகம், பயறு வகைகள் காய்ந்தபடி இருக்கும். எள் காய்ந்தால் எண்ணெய் ஆகும். எலிப் புழுக்கை காய்வது எதற்காக?

சென்ற சில தினங்களுக்கு முன்தான் முதல் நாள் காவேரியை நான் வெயில் காய்ந்த தினுசில் பார்த்தது. காலை வெயிலின் ரேகைகள் பாம்புகளாய் நெளிந்தன. தந்தை, தாய், பிள்ளைப்

பாம்புகள் என்று நிறைய பாம்புகள் வானத்திலிருந்து மாடியில் வீழ்ந்து, எல்லாம் காவேரியிடம் போய்ப் பிணைந்துகொண்டன. பிளவுபட்ட நாக்கை உடையதால் பிணாகம்.

கூந்தலில் நீர்ப் பொடிகள் பற்றி எரியும் வைரத் துகள்கள், புகை எழ ஜொலிக்கும் முடித்தீ. எப்போது மாடிக்கு வந்தாலும், பார்வையைக் கனகாம்பரத் தொட்டியில் பதித்தாள் அவள். நாலு தொட்டிகள் இருந்தன. இரண்டில் இளவயலட் நிறப் பூக்கள் பூக்கும் செடிகள் இருந்தன. ஒன்றில் வெள்ளைச் சிதறலுடன்கூடிய பச்சை அகன்ற இலைச் செடி. ஒன்றில் கனகாம்பரம். மஞ்சள் கனகாம்பரம். கனகாம்பரச் செடி அவைகள், அந்த முதல் நாளில் அரச இலைகளாக மாறியது. எனக்குத் திகைப்பூட்டியது. சதா ஆரவாரம் செய்து, கவனம் ஈர்க்கும் அரசிலைகள்.

மாலை ஏழு மணிக்கு செல்வராஜு ஒரு முழு பாட்டிலுடன் என்னைப் பார்க்க வந்திருந்தான். ரொம்ப முக்கியமான விஷயம் என்றால் பாட்டிலுடன் வருவது அவன் வழக்கமாக இருந்தது. பையில் நிறைய நொறுக்குத் தீனிகள் இருந்தன. பானம், தொண்டையைப் பட்டுத் துணிபோல் படிந்து வருடி இறங்கியது. அவன் சொல்லத் தொடங்கினான்.

போன பௌர்ணமியின்போது, அவன் மாமியார் காலமானாள். கருமாதி முடிந்தது. அந்த அம்மாளுக்கு இரண்டு பெண்கள், மூத்தவள் ஹேமாவதி. ஆறு வயசும், இரண்டு வயசும் ஆன குழந்தைகளை விட்டுச் செத்துப் போனாள். குழந்தைகளின் தந்தை, உடனே மறுகல்யாணம் பண்ணிக்கொண்டான். கிழவி, குழந்தைகளைத் தன் பராமரிப்பில் வைத்துக்கொண்டாள். இரண்டும் வீட்டுக்குப் பக்கத்தில் இருக்கும் பள்ளிகளில் படித்தார்கள். வீட்டைப் பார்த்துக்கொள்ளவும் ஆள் இல்லை. யோசித்தானாம். வேறு வழியில்லை, இருக்கும் வாடகை வீட்டைக் காலி பண்ணிக்கொண்டு மாமியார் வீட்டோடு போய் விடுவது உசிதம், வீடு சொந்த வீடு, இரண்டாவது பெண் பார்வதிக்குத்தான், அதுதான் அவன் மனைவிக்குத்தான் அது சேரும். குழந்தைகளையும் பார்த்துக்கொள்ளலாம். கடவுள் அவனுக்குத்தான் குழந்தைப் பேறை அருளவில்லையே...

"சரி, செய். மாமியார் வீட்டோட போய்விடுவதுதான் நல்லது"

"அதுதான் பிரச்சினை"

ஆட்டோ செல்வ சக்தி விநாயகர் கோயிலுக்கும், மாமியார் வீடு இருக்கும் பவழக்காரன் சாவடிக்கும் இடையே இப்போது

இருபத்தேழு கிலோமீட்டர். தினம் கோயில் சம்ஸ்காரங்கள் பண்ண முடியாது. அவ்வளவு தூரத்திலிருந்து வந்து போக முடியுமா?

"என்ன பண்ண யோசித்திருக்கிறே?"

"கோயிலை விற்றுவிடலாம் என்று முடிவு பண்ணி இருக்கேன்"

"கோயிலை விற்றுவிடுவதா?"

"செய்தால் என்ன? பிள்ளையார் கொஞ்சம் கொஞ்சமாக, பிரபலமாகிக் கொண்டிருக்கிறார். போன வாரம் எம். எல். ஏ. காரில் வந்து இறங்கிக் கும்பிட்டுப் போனார். லோக்கல் எஸ். ஐ. பெண்டாட்டி வாடிக்கைக்காரி. உண்டியலிலும், தினம் சுமார் இருபது இருபத்தைந்து விழுது. செவ்வாய், வெள்ளியில் நாற்பது, ஐம்பது தேறும்!

சிங்கார வேலு சக ஆட்டோ டிரைவர் கோயிலை வாங்கிக் கொள்ளத் தயார். செல்வராஜு ஐயாயிரம் கேட்டிருக்கிறான். சிங்காரம் ரெண்டாயிரத்தில் நிற்கிறான்.

"நான் என்ன செய்ய வேணும் செல்வராஜு?"

"சிங்காரத்தை வரச் சொல்றேன். பஞ்சாயத்துப் பண்ணி மூவாயிரமாவது வாங்கிக் கொடுக்கணும்."

மறுநாளே சிங்காரம் வந்தான்.

"நீங்களே சொல்லுங்க சார். மூலைக்கு மூலை பெட்டிக் கடை மாதிரிக் கோயில் வந்துடுச்சு. பிள்ளையார் கோயிலுக்கு பரிட்சை நேரத்தில்தான் சார் மரியாதை. அம்மன் கோயில்னா, பரவாயில்லை.

"பிள்ளையார்ப்பட்டிக் கோயில் எப்படி?" என்றான் செல்வராஜு.

"பிள்ளையார்பட்டியும், ஆட்டோ விநாயகரும் ஒன்னா, சார்?"

செல்வராஜு சப்தம் போட்டுச் சொன்னான்.

"சீத்தாபதி பிள்ளையார் ஊரெல்லாம் பால் குடிச்சுதே, எல்லாப் பிள்ளையாரும் அரை டம்ளர், ஒரு டம்ளர் பால் குடிச்சப்போ, என் பிள்ளையார் ஒன்றரை லிட்டர் பால் குடிச்சாரே, அதை மறக்கலாமா?"

செல்வராஜு கசங்கிய ஒரு தமிழ் மாலைப் பத்திரிகையை எடுத்து வெளியே போட்டான். அதில் ஆட்டோ விநாயகர்

படமும், வரிசையில் நிற்கும் பக்தர்களும் "ஒன்றரை லிட்டல் பால் குடிக்கும் சூப்பர் பிள்ளையார்" என்ற தலைப்பும் காணப்பட்டன.

கடைசியில் இரண்டாயிரத்து ஐநூற்றுக்கு விலை படிந்தது.

"நான் பிள்ளையார் பெயரை மாற்றப் போகிறேன்" என்றான் சிங்காரம்.

"பொருள் இனி உன்னோடது, உன்னை நான் கேட்க முடியுமா? ஆனா, பிள்ளையார் மவுசைக் காப்பாத்தனும்."

அடுத்த வாரமே பணமும், பிள்ளையாரும் கைமாறினார்கள். ஆட்டோ சிங்கார விநாயகர்" என்று ஒரு புதிய போர்டு போட்டான் சிங்காரம். போகும்போது, அந்தத் தகவலைச் சொன்னான் செல்வராஜு.

"காவேரி காதலனுடன் போய்விட்டாளாம். தேடச் சொல்லித் தாத்தா கேட்டுக்கொண்டாராம்.

"எனக்கு இதா வேலை?" என்று கேட்டான் செல்வராஜு என்னிடம். அதோடு "அடிக்கடி பிள்ளையாரைப் போய்ப் பாரு, சீத்தா" என்றும் கேட்டுக்கொண்டான்.

2001

கீசக வதம்

டைரிக்குள் வைத்திருந்த பணத்தைக் காணவில்லை. டைரியைத் தலைகீழாகக் கவிழ்த்தும், பக்கம் பக்கமாகப் புரட்டியும் பார்த்து விட்டேன். இல்லை பணம் இல்லை. பணத்தைத் தவிர, டெலிபோன் பில், கரண்ட் பில், ஒரு கல்யாணப் பத்திரிகை எல்லாம் கீழே விழுந்தன. பணம், நிச்சயமாக இல்லை.

அன்று காலை ஒன்பதரை மணிக்குள் அலுவலகத்துக்கு வந்து விட்டேன். தெருவில் வெயில் உக்ரம் கண்டிருந்தது. என் இருக்கையில் உட்கார்ந்து சிரம பரிகாரம் பண்ணிக்கொண்டேன். சட்டை, உடம்போடு ஒட்டிக்கொண்டது. வியர்வை, சட்டைப் பையில் இருந்த சில்லறைகளின் கனத்தால் ஜேப், தூக்காணம் குருவிக் கூடு மாதிரி தொங்கியது. சில்லறைகளை வழித்து, மேசை டிராயரில் போட்டேன். ரூபாய்களை எடுத்து எண்ணி, டயரிக்குள் வைத்தேன். ஒரு நூறு ரூபாய் நோட்டு, ஓர் ஐம்பது ருபாய், இரண்டு பத்து, இரண்டு ரூபாய், இரண்டு ரூபாய் ஆக மொத்தம், நூற்று எழுபத்து நான்கு ரூபாய், சுளையாய்ப் போய்விட்டது.

என் அலுவலகம் என்பது இரண்டே பேரைக் கொண்டது. இந்திராகாந்தியின் மேல் கோபம்கொண்ட தலைவர்கள், தனிக்கட்சி தொடங்கியிருந்தார்கள். தேர்தல் வர இருந்தது. கட்சிக்காக எங்களூரில் தொடங்கிய ஆபீசுக்கு நான் அலுவலகச் செயலாளர். எனக்குத் துணை செய்ய என்று பஷீர் இருந்தார். வேலை என்பது அனேகமாக ஒன்றும் இல்லை. மாலைகளில் உள்ளூர்த் தலைவர்கள், தலைவிகள் பற்றி, அவர்களின் இன்னொரு பக்கத்து வாழ்க்கை

பற்றித் தாங்கள் திரட்டிக்கொண்டு வந்த தகவல்களைப் பிரித்துச் சபையில் உதறுவார்கள். எதிரிகளை இழிவுபடுத்துவது, போதை தரும் நிகழ்வாகிறது. இரவு ஒன்பது, பத்து மணிவரை இந்தப் போதையை அவர்கள் மாந்துவார்கள். அப்புறம் குடும்பம், பெண்டாட்டி, பிள்ளைகள் ஞாபகம் வந்து வீட்டுக்குப் புறப்படுவார்கள். முந்தின நாள் எதிர்க்கட்சி இரண்டாம் கட்டத் தலைவர், எங்கள் கட்சித் தலைவருக்கு சுவீஸ் பேங்க்கில் பணம் இருப்பதாக ஒரு மேடையில் பேசி, அதையும் ஒரு பத்திரிகைச் செய்தியாக வெளியிட்டிருந்தது.

நேற்று, எங்கள் அலுவலகத்தில் கூடிய தலைவர் மற்றும் தொண்டர்களின் நாசிகளில் புகை வந்தது. காலைத் தரையில் தேய்த்துக்கொண்டார்கள். அரசியல் ரீதியாக இதை எதிர்க்க வேண்டும். எங்கள் தலைவர், அவர் கண்கள் சிவந்து ஜொலித்தன. என்னை அழைத்து “எழுதுங்க...” என்று விட்டுச் சொல்லத் தொடங்கினார், அறிக்கையை. நான் பேடை எடுத்துக்கொண்டு உட்கார்ந்தேன்.

“டேய்... உன்னை எனக்குத் தெரியாதாடா... நீ சேலத்திலேந்து குண்டி தெரிய கிழிஞ்ச வேஷ்டியோடு, திருட்டு ரயில் ஏறி மெட்ராஸ் வந்தது எனக்குத் தெரியாதா? தலைவர் வர்றதுக்கு முன்னால் மீட்டிங்ல பேச எத்தனை பேரை... னது எனக்குத் தெரியாதா? என்னையே நீ... இருக்கியே! மாநாட்டுல திருட்டு சீட்டு போட்டு வித்தது எனக்குத் தெரியாதா? மோகனா கட்சியை விட்டுப் போனது உன் தொந்தரவு தாங்க முடியாமதானே? உன் பொண்டாட்டிங்க எத்தனை பேர் எனக்குத் தெரியாதா? தொட்டு கைவிட்ட பொம்பளைங்க எத்தனை பேர்? பதவிக்கு வந்த பிறகு அடிச்ச கொள்ளை எனக்குத் தெரியாதா? மெட்ராஸ் தி. நகர்ல பங்களா, போரூர்ல தோப்பு தொரவு, சேலத்துல 13 வீடு, இதெல்லாம் சம்பாதிச்சதுக்குக் கணக்கு இருக்காடா?... நாயே...” இதை அறிக்கையா எழுதிப் பத்திரிகைக்குக் கொடுத்திருப்பா!

இந்த அரசியல் கருத்துகளைக் கோர்ட்டுகளுக்குப் போக முடியாத வார்த்தைகளில் மாற்றி எழுதி, டைப் செய்து பத்திரிகைகளுக்குக் கொடுக்க வேண்டிய வேலை இருந்தது. செய்து முடித்து கவரில் போட்டுப் பெயர் எழுதிப் புறப்பட எத்தனிக்கையில் ஒரு தொண்டர் ஸ்கூட்டரில் வந்து சேர்ந்தார். அவர் துணையுடன் பத்திரிகை அலுவலகங்களுக்குச் சென்று, அறிக்கையைக் கொடுத்து விட்டு மீள்கையில் மணி

பன்னிரண்டுக்கு மேல் ஆகியிருந்தது. என் இருக்கையில் அமர்ந்து ஆசுவாசப்படுத்திக்கொண்டேன். மணி குருக்கள் வந்து காத்திருந்தார். வழக்கமாக வருபவர்தான். பொழுது போக்காகப் பேசிக்கொண்டிருக்க வரும் நண்பர். அரசியல் மற்றும் சினிமாச் சமாச்சாரங்கள் பேச வேண்டும் அவருக்கு. அலுவலகத்துக்கு மூன்றாவது வீடு.

"வாருமே... கோக் குடித்துவிட்டு வரலாம்" என்றார் மணி குருக்கள். எனக்கும் சிகரெட் வாங்க வேண்டி இருந்தது. டைரியில் இருக்கும் பணத்தை எடுக்க நினைத்தேன்.

பணம்தான் காணாமல் போயிருந்ததே.

மணி குருக்கள், தாமே விசாரணை அதிகாரியாகத் தம்மை மாற்றிக்கொண்டார். விசாரணையைத் தொடங்கினார். வெளியே கடுமையான வெள்ளை வெயில் காய்ந்துகொண்டிருந்தது. மெயின் ரோட்டில், மிளகாய் அரைபடும் வாசனை வந்துகொண்டிருந்தது.

"பஷீர் மேல் உமக்கு அபிப்பிராயம் எப்படி?"

"நிச்சயம் அவன் இதைச் செய்யமாட்டான்."

பஷீரைக் கூப்பிட்டு விசாரித்ததில் சந்தேகாபாஸ்தமான ஆட்கள் யாரும் வரவில்லை என்றான். டிராயரைப் பூட்டிக்கொண்டு நான் போயிருக்க வேண்டும் என்றான், உண்மைதான். அந்த ஞானத்தை ரூ.174 செலவில் பெறும் நிலையில் நான் இல்லை. மயிலம் முருகன் கோயிலுக்குப் பிரார்த்தனை செய்துகொண்டு, காலடி எடுத்து வந்தவன், மோர் விற்கும் கிழவி, மிட்டாய் விற்கும் படு கிழவன் இவர்கள் மேல் சந்தேகம் கொள்வதற்கில்லை.

"அப்புறம் எந்த நாய் வந்தது?"

பஷீர் இதற்கு நேரான பொருளில் பதில் சொன்னான்.

"நாய்கள் எல்லாம், கட்சி அலுவலகத்துக்கு வருவதில்லை ஐயா"

மணி குருக்கள் ரசித்து சிரித்தார். பஷீர் மிகவும் யோசித்தபடி இருந்தான்.

"நம் தலைவர் வந்தாராம்."

"உங்கள் தலைவர் 174 ரூபாய் திருடுபவரா?"

"அவர் தகுதியைக் குறைத்து மதிப்பிடுகிறாயே... கோடிகளை அல்லவா சுருட்டுபவர் அவர்?

நான் குருக்களை அடக்கினேன். குருக்களுக்குக் கோயில் உண்டு. எனக்கு என்ன உண்டு?

திடுமென, மணியின் முகம் தீவிரமடைந்தது.

"தலைவர் வந்ததாச் சொன்னியே... நீ பார்க்கலையோ?"

"இல்லை, நான் தோட்டத்தில் துணி துவைச்சுக்கிட்டிருந்தேன். வாசலில் கார் நின்றதாம். சார் இருக்காரான்னு கேட்டிருக்கார். இல்லேன்னதும் போயிட்டாராம் தலைவர்."

"தலைவர் யார்ட்ட சாரைப் பத்திக் கேட்டாராம்?"

"பக்கத்து வீட்டு நாதமுனிக்கிட்டே"

"நாதமுனி, இங்க இருந்தப்போ, நீ தோட்டத்தில இருந்தியா?"

"ஆமாம்?"

"நாதமுனி இருந்தா, கூப்பிடேன்"

பஷீர், பக்கத்து வீட்டுக்குப் போனான்.

நாதமுனி, பள்ளிப் படிப்போடு நிறுத்திக்கொண்டு, சாமர்த்தியம் பண்ணிக்கொண்டிருந்தான். ஜோசியம், கைரேகை, நியூமராலஜி எல்லாம் தனக்குத் தெரியும் என்று சொல்லிக்கொண்டிருந்தான். அவனிடமும் கை நீட்டிக்கொண்டு வாடிக்கையாளர்கள் வந்துகொண்டிருந்தார்கள். பிளாட் பிசினஸ் பண்ணுகிறேன்என்று சொல்லிக்கொண்டு திரிந்தான். சில காலம் பணம் பண்ணும் எந்தத் தொழிலையும், தன் இருபத்து நாலு வயசுக்குள் தெரிந்து வைத்திருந்தான். பக்கத்து வீட்டுக்காரன் என்று ஹோதாவில், அடிக்கடி என்னிடம் வந்து பேசிக்கொண்டிருப்பான்.

பஷீருடன் நாதமுனி, சட்டை பட்டன் போட்டபடி வந்தான்.

"உட்கார் நாதமுனி" என்றார் குருக்கள்.

"எதுக்கு?"

"சார் பணம் தொலைஞ்சு போச்சாம். அதைப் பத்தி விசாரிக்கணும்"

"என்னை எதுக்கு கேக்கணும்? காலைலேந்து நான் இங்க வரவே இல்லையே...!"

நாதமுனி இவ்வளவு கோபப்பட்டு நான் பார்த்தது இல்லை. அவன் நெற்றிக் குங்குமமும் விபூதியுமே அவன் கோபத்தில் குலுங்குவது மாதிரி தெரிந்தது.

"நீ எடுத்தேன்னு சொல்லலையே..."

"சொல்லேன், சொல்லிப் பாரேன்"

கோதுமை நிறத்திலானா நாதமுனி, குங்கும நிறுத்தினனாகச் சிவந்தான்.

"தோ பார், நாதமுனி சாருக்கு நூற்று எழுபத்து நாலு ரூபாய் பெரிய தொகை. தொகையை விடு. நம்ம ஆபீசுக்குள்ள திருடு போயிருக்கு. பொதுப்பணம் புழங்கற இடம் இது. திருட்டை, திருடு போற வழியை, திருடனைக் கண்டுபிடிச்சாதானே, எதிர்காலத் திருட்டை தவிர்க்கலாம்"

"நான் இங்கு காலைலேயிருந்து வரவே இல்லை"

"நீயே உன்மேலே சந்தேகத்தை வருவிச்சுக்கிறே"

"புரூஃப் இருக்கா உன்கிட்டே"

"தோ பார். தலைவர் கார்ல வர்றச்சே, சார் இங்க இல்லைன்னு அவருக்குப் பதில் சொன்னது நீ. இல்லையா?"

நாதமுனி, ஒரு கணம் பின்வாங்கியதுபோல் இருந்தான்.

"நான் என் வீட்ல இருந்தேன்... தலைவர் சார் இருக்காரான்னு கேட்டார்"

"என்ன சொன்னே?"

"இல்லேன்னு சொன்னேன்"

"உன் வீட்டுல இருக்கிற உனக்கு, இந்த வீட்டுல இருக்கிற சார் இல்லைன்னு எப்படித் தெரிஞ்சுது?"

நாதமுனி எழுந்து நின்றான். கைப்பட்டியைச் சுருக்கிக்கொண்டு பதில் சொன்னான்.

"இன்னாங்கறே நீ... என்னைத் திருடங்கறியா? திருடங்கறியா?"

மணி குருக்கள், எழுந்து அவன் தோளில் கை வைத்து தனியாக அழைத்துப் போனார். முகத்தில் புன்சிரிப்பும், நட்பும் தோன்ற அவனிடம் என்னமோ சொன்னார். நான் இருந்த இடத்திலிருந்து, அவர் சொன்னது எனக்குக் கேட்கவில்லை. திடுமென உதறிக்கொண்டு நாதமுனி சொன்னான்.

"சாஸ்திரம் படிச்சவன் நான். என் மேல பழி, போட்டிங்கன்னா, அழிஞ்சு போயிடுவீங்க..." என்று சொல்லிக்கொண்டே நின்றவன், மயக்கம் வந்தவனாகச் சரிந்தான். நான் பயந்து போனேன்.

"மணி, பணம் போனா போவுது. ஏதாவது விவகாரமாயிடப் போவுது. விட்டுடுங்க அவனை" என்றேன் கிலியுடன்.

"நடிக்கிறாம்பா, பேமானி"

கூஜாவில் இருந்து தண்ணீர் எடுத்து வந்து அவன் முகத்தில் தெளித்தார் மணி. தூங்கி எழுந்தவன்போல நின்றான் நாதமுனி. ஆகாயத்தைப் பார்த்தான். சோகமான முகத்துடன், அசரீரியிடம் பேசுவதுபோலச் சொன்னான்.

"இனி நான் வாழறதுல அர்த்தமில்லை. தற்கொலைதான் ஒரே வழி. பழிவந்த பின்னால, நான் வாழமாட்டேன். எலி பாஷாணமோ, மூட்டைப் பூச்சி மருந்தோ, ஏதோ ஒன்று" என்றபடி நடந்தான்.

எனக்குச் "சொர சொர" என்று வந்தது. சொன்னதை நிஜமாகவே செய்துவிட்டால். கிறுக்குகாரர்கள், கிறுக்குத் தனமாகத்தானே செயல்படுவார்கள்? ஆனால் மணி, சிரித்தார். "இவன் செத்தால் பூமி பாரம் குறையும். அறைக்குள் தள்ளிக்கொண்டு நாலு சாத்து சாத்தினால், பணத்தைக் கக்கிவிடும் திருட்டு நாய்"

"வேணாம், விட்டுடுவம். பணம் போய்த் தொலையட்டும். ஒருவேளை, அவன் எடுக்கலைன்னு வச்சுக்கோ, ஒரு மனுஷனைத் துன்புறுத்தின பாவம், நமக்கு என்னத்துக்கு?"

வேஷ்டியை வரிந்து கட்டிக்கொண்டு மணி, "நீ வேற, அவன்தான் திருடினவன். பார்ப்போம். இன்னி, சாயங்காலத்துக்குள்ள பணத்தைக் குடுத்திடணும். இல்லேன்னா, ராத்திரிக்கு வர்றேன். அவரை ரெண்டா வகுந்திடறேன். கீசக வதம்தான்."

மணி, உட்கார்ந்து ஒரு வாய் வெற்றிலை போட்டுக்கொண்டு போய்ச் சேர்ந்தார்.

எனக்கு என்னமோ மனசு சரியில்லை. நாதமுனி, நிரபராதியாக இருந்துவிட்டால் என்ன பண்ணுவது? சாப்பாட்டு வேளை கடந்தும் எனக்குப் பசிக்கவில்லை. இரண்டு மணி கடந்து நாதமுனியின் அம்மா என் அறைக்கு வந்தாள். அவள் நடையில் அவசரம் தென்பட்டது.

"என்ன தம்பி நடந்துச்சு? நீயும் அந்தக் கும்மிடி வச்ச பையனும் நாதமுனிகிட்ட என்னமோ கேட்டீங்களாம். அவன் சோறு வேணாம் தண்ணி வேணாம், சாகப் போறேங்கறான். அப்பா... எனக்குக் கொள்ளி போட பிள்ளை இல்லாம பண்ணிடாதீங்க சாமி" என்று கைகூப்பி என்னைக் கும்பிட்டு அழுதாள்.

நாதமுனி அந்த அம்மாவுக்கு ஏக புத்திரன் என்பது அப்போதுதான் எனக்குத் தெரிந்தது... அந்த அம்மாவுக்கு யார் கொள்ளி போட்டாலும் எரியத்தான் செய்வாள். என்றாலும், கொள்ளி போடும் பிரச்சினையை நான் தீர்மானிக்க முடியாதே!

பக்கத்து வீட்டுக்குப் போய், அவன் அறைக்குள் நுழைந்தேன். நாதமுனி குப்புறப்படுத்துக்கொண்டு கிடந்தான்.

"நாதமுனி எழுந்திருப்பா... வா, என்கூட. உன்கிட்ட கொஞ்சம் பேசணும்" என்றேன்.

"அந்தக் கம்மனாட்டி போயிட்டானா, இருக்கானா?"

"மணி போயிட்டார்"

"எத்தனை வருஷம் நான் ஜெயிலுக்குப் போனாலும் சரி, அவனை நான் கொல்லாமல் விடப் போறதில்லை"

"சரி வா"

அவன், சட்டையும் பேன்ட்டையும் போட்டுக்கொண்டு என்னுடன் வந்து, என் அறைக்குள், என்முன் அமர்ந்துகொண்டான்.

"நாதமுனி, உன்மேல எனக்குச் சந்தேகம் இல்லை. மணி சும்மா விசாரணை பண்ணானே தவிர, உன் மேல சந்தேகம் எல்லாம் இல்லை" என்று வெகுவாக நயந்து அவனைச் சமாதானம் பண்ணத் தொடங்கினேன். எல்லாவற்றையும் கேட்டுக்கொண்டிருந்துவிட்டு "எங்க பரம்பரையே மானத்தை உயிரா நினைக்கிற பரம்பரை" என்றான்.

"தெரியும்" என்றேன்.

"வர்மா மெடிக்கல்சுக்குப் போய் தூக்க மாத்திரை வாங்கப் போறேன்."

"என்னத்துக்கு?"

"ஒரே மூச்சா போயிடத்தான்"

இவன் போனால் தேவலைதான். மண் மகள் கழி பேருவகை கொள்வாள்தான். ஆனாலும் அதன் முதல் காரணமாக நான் இருக்கக்கூடாது. போலீசுக்கு நான் செலவு பண்ண வேண்டி இருக்கும் என்பதுதான் பிரமாண்ட பிரச்சினை.

"மணி என்ன ஆச்சு?" என்றான் நாதமுனி

"இரண்டே கால்"

"ராஜா தியேட்டர்ல டிக்கெட் கிடைக்குமா, இந்நேரம் சினிமா பார்த்தா மனசு ஆறும்"

"காசு?"

"என்கிட்ட ஒரு பைசா இல்லை" என்றான் அவன்.

தெருமுனை ராமையர் கிளப் ஓனர் ராமுவையர் என் நண்பர். அவரிடம் அவசரம் என்று சொல்லி இருநூறு வாங்கிக்கொண்டு வந்தேன். – அதற்குள் நாதமுனி பவுடர் பூசிக்கொண்டு திரும்பினான். சினிமாவில், கதாநாயகிக்கு டெலிபோன் செய்கிறான் வில்லன். ஹீரோயின் வளர்க்கும் யானை, அந்த டெலிபோனை எடுத்து, ஹுங்காரம் செய்கிறது. வில்லன் டெலிபோன் ரிசீவரை போட்டு விட்டு ஓடுகிறான். நாதமுனி சிரிசிரி என்று சிரித்தான். சிரிப்பது நல்லது. சிரிப்பது தற்கொலை எண்ணங்களைத் தடுக்கும் என்பது எனக்கு ஆறுதலாக இருந்தது.

சினிமாவிட்டு, நடந்தோம். எனக்குத் தலை வலித்தது. நாதமுனி கிருஷ்ணாசில் நுழைந்தான். அது மூன்று நட்சத்திர உணவு விடுதி. நெய் தோசை, ஆமை வடை, ஸ்பெஷல் காபி சாப்பிட்டான். எனக்குச் சாப்பிடத் தோன்றவில்லை. வெளியில் வந்ததும் ஒரு பாக்கெட் கிங்ஸ் சிகரெட் வாங்கிக்கொண்டான் நாதமுனி.

"எனக்கு ஒரு வேலை இருக்கு. நண்பரைப் பார்க்கணும். சில்லறை இருந்தா ஐம்பது கொடுங்க" என்றான் நாதமுனி.

நான் பாக்கெட்டில் இருந்த நோட்டுகளை எடுத்து எண்ணினேன். பதின்மூன்று ரூபாய் நாற்பத்தைந்து காசு இருந்தது.

"போதாது" என்றான் நாதமுனி. அந்தக் காசையும் வாங்கிக்கொண்டான்.

"இங்க யாரையும் எனக்குத் தெரியாதே. யாரிடமும் கடன் வாங்க முடியாது" என்றேன்.

விதியை யாரால் வெல்ல முடியும்?

என் நண்பர் பேராசிரியர் தனபால், ஸ்கூட்டரில் வந்து என் அருகில் நிறுத்தினார்.

"என்ன சில்லறையை எண்ணிக்கிட்டு இருக்கீங்க?"

"சார் எனக்கு ஐம்பது தரணும்னு நினைச்சார். பணம் குறையுது" என்று நாதமுனி அவரிடம் சொன்னான்.

"ஏன், நான் தர்றேனே, இதுவா பிரச்சினை?" என்றபடி,

தனபால் ஐம்பது ரூபாயை எடுத்து அவனிடம் தந்தார். என்னால், எதுவும் பேச முடியவில்லை.

"பிசியா இருக்கீங்க! நான் அப்புறமா வந்து பார்க்கிறேன்" என்றபடி நகர்ந்தார் தனபால்.

"அப்போ நானும் புறப்படறேன்" என்றான் நாதமுனி.

நான் சொல்ல வேண்டியதைச் சொன்னேன்.

"நாதமுனி எனக்கு உன் மேல் சந்தேகம் இல்லை. நடந்ததை மறந்துடு தெரியுதா?"

"நான் மானஸ்தன் சார். அந்தக் கும்மிடியை நான் கவனிச்சுக்கிறேன்" என்றபடி நகர்ந்தான் நாதமுனி.

ஜன நடமாட்டம் மிகுந்த சாலையில் நான் தனியாக இருந்தேன். மனம், கணக்குப் போட்டது.

174 + 200 + 50 + 13.45 = ரூ. 437.45

என் சம்பளமே மொத்தம் நானூறுதான்.

2002

தம்புடு

எம்.பி சகாதேவன் மூலமாகத்தான் எனக்கு தம்புடு பழக்கமானார். தம்புடு என்பது வித்தியாசமான பெயராக இருக்கிறதே என்று நான் சொன்னேன். தெலுங்குப் படங்களுக்கு வேலை செய்ய, இந்தப் பேர் சௌகர்யமாக இருக்கிறது. அவர்களுக்கும் தனக்கும் ஓர் அன்யோன்யம் ஏற்படுகிறது என்றார். அவரது நிஜப் பெயர் சின்னத்தம்பி. தமிழ் சினிமாவிலும், அவரது பெயர் தம்புடுவாகவே அறியப்படலாயிற்று.

அப்போது, நான் டைரக்டர் கேசவனிடம் வேலை செய்துக்கொண்டிருந்தேன். துணை இயக்குநர் என்பது என் வேலை. கேசவன் என் பூர்வ ஜென்மத்து நண்பர். அதாவது, அவர் சினிமாவுக்கு வருவதற்கு முன்பிருந்தே நாங்கள் நண்பர்கள். அவர் முதல் படம் சரியாகப் போகவில்லை. சும்மா இருந்தபோது, சுமார் ஏழாயிரம் அடி மட்டுமே எடுக்கப்பட்டு, நின்ற போன படத்தை முடித்து கொடுக்கும் பொறுப்பு கேசவனுக்கு வந்தது... இந்தப் புள்ளியை பிடித்தாவது கரை சேர வேண்டும் என்று அவர், வேலையை எடுத்துக்கொண்டார். நானும் அவருடன் இணைந்துகொண்டேன்.

படத்தில், சுராஜ் ஹீரோவாக நடித்திருந்தார். அவர் பெரிய ஹீரோவாகி, சொந்தமாகப் படம் எடுத்துக்கொண்டிருந்தார். பழைய படத்தில் அதன் பேர் "மாங்கல்ய மகராசி" – நடிக்கும்போது அவர் புதுமுகம். அவர் சம்பந்தப்பட்ட பத்துப் பன்னிரெண்டு சீன்கள். புதுமுக ஹீரோயினுடன் சேர்ந்து பாடிய இரு டூயட் பாட்டுகள், நகைச்சுவைக் காட்சிகள் சில என்று கால்வாசிப் படமே இருந்தது.

ஹீரோயின், காதல் கல்யாணம் என்று நடந்து, அமெரிக்காவில் இருந்தாள். நகைச்சுவை நடிகர்களில் ஒருவர் காலமாகி இருந்தார். சுராஜை அணுகிப் படத்தில் தொடர்ந்து நடிக்கச் சொன்னோம். அடித்துத் துரத்தாத முறையில் அவர் மறுத்து விட்டார். ஆகவே, கதாநாயகனும், நாயகியும், ஒரு விமான விபத்தில் காலமாகி விட்டதாகக் கதையை மாற்றினோம். அவர்களின் மகன், வளர்ந்து வந்து பழிக்குப் பழி வாங்குகிறார். அவன் காதலி, ஒரு நாட்டியக்காரி. நாட்டியம் ஆடியே, காதலன் இலட்சியத்துக்கு உதவி செய்கிறாள் என்று கதை போனது. நாட்டியம் ஆடுவதற்கும், வில்லன்களைக் ஹீரோ பழிவாங்குவதற்கும் என்ன சம்பந்தம் என்று நான் கேட்டதுக்குக் கேசவன், ஒரு புன்னகையுடன் பதில் சொன்னார்.

வில்லன்கள் பொதுவாக நைட்கிளப்களில் கூடுவார்கள். அங்கு கேபரே ஆடுபவளாக ஹீரோயின் வேலைக்குச் சேர்ந்து, வில்லன் கூட்டத்தைக் காதலனுக்கு அடையாளம் காட்டுகிறாள் என்றார். சினிமாவுக்குத் தேவையான பல விஷயங்கள் கதையில் பொருந்தி வருவதாக எல்லோரும் சொன்னார்கள். இசையமைப்பாளர் எம். பி மகாதேவன், புதுசாக நாலு பாட்டுக்கள் போட்டுக் கொடுத்தார். அவர்தான், தம்புடுவை டான்ஸ் டைரக்டராகப் போடுங்கள் என்றார். எங்களை அழைத்துக்கொண்டு, தம்புடுவின் வீட்டுக்குச் சென்றார்.

பொதுவாகச் சினிமாக்காரர்கள் குடி இருக்கத் தயங்கும் பகுதியில் அவர் குடியிருந்தார். சுற்றிலும் ஏராளமான குடிசைகள். நடுவில் ஒரே ஒரு கல்வீடு. அதன் மாடியில் அவர் இருந்தார். வளர்ந்து, கழுத்துவரை புரளும் தலைமுடி, தாடி, அழுக்கு ஜீன்ஸ், மற்றும் பட்டன் போடாத ஜீன்ஸ் சட்டை. கர்ணனின் கவச குண்டலம்போல, அவை அவரின் உடம்பை விட்டு நீங்கிப் பல நாள்கள் ஆகியிருக்கும். இடது கையில் கண்ணாடிக் குவளையோடு வலது கையில் புகையும் சிகரெட்டுடன் காட்சி தந்தார். எம். பி மகாதேவனைப் பார்க்கையில்தான் அவர் முகத்தில் கடுமை சற்று தளர்ந்தது. அழுக்குத் துணி விரித்த ஒற்றைக் கட்டிலில், ஒரு மாதிரி நாங்கள் நான்கு பேரும் அமர்ந்துகொண்டோம். எம். பி. எம் விஷயத்தைச் சொன்னார்.

“என்ன காலையிலேயேவா?” என்றார் எம். பி. எம் கண்ணாடிக் குவளையைப் பார்த்து.

“ஹீம். வேற என்ன பண்ண?” என்றார் தம்புடு.

இந்த வார்த்தைகள், ஒரு கூர்மையான கத்தி மாதிரி என் இருதயத்துக்குள் பாய்ந்தது. எப்போதுமே என்னால் மறக்க முடியாத சொற்களாகி, நினைக்க நினைக்க நிறைய அர்த்தங்கள் தருகிறவையாக மாறிப் போயின. சம்பளம் என்ன என்றார் தம்புடு. கதையைக் கேட்க வேண்டாமா என்றார் எம். பி. எம். வேண்டாம். வித்தியாசமாக இருந்தால் சொல்லுங்கள் என்றார் தம்புடு. சம்பளத்தைச் சொன்னார் எம். பி. எம். இவர்தான் புரடியூசர் என்றும் சேர்த்துச் சொன்னார். பாதிப் பணம் அட்வான்சாகக் கேட்டார் தம்புடு. இன்னும் பேரம் பேசி இருக்கலாம் தம்புடு. இன்னும் கூடுதலாகத் தரத் தயாரிப்பாளர் தயாராகத்தான் இருந்தார்.

“ஹீரோயின் ஆடத் தெரிந்தவரா? யாரைப் போடப் போகிறீர்கள்” என்றார்.

“ஜான்சி ராணியைப் போடலாம், பரவாயில்லையா?”

“நான் டான்ஸ் டைரக்டர் பண்ணப் போவது அவளுக்குத் தெரியுமா?”

பிறகு, ஜான்சியைப் பார்த்தபோது, இதே கேள்வியை அவளும் கேட்டாள். தம்புடு என்று சொன்னோம். நான் நடிக்கப் போவது அவருக்குத் தெரியுமா என்றாள். தெரியும் என்றோம். அப்படியானால் தனக்கு ஆட்சேபம் இல்லை என்றாள்.

முதல் நாள் ஷூட்டிங்கே, ஜான்சியின் டான்ஸ் காட்சியில்தான் ஆரம்பமாயிற்று. நீள குர்தாவுடன் வந்திருந்தார் தம்புடு. புரடியூசர் அவரை அணுகி, “சீன் கேபரே டான்ஸ் சீன். செக்சியாக மூவ்மென்ட்ஸ் இருந்தால் தப்பில்லை” என்றார். “ஓகே” என்றார் தம்படு. டைரக்டர், புரடியூசர் கருத்தை வழி மொழிவதைத் தவிர வேறு வழி இருக்கவில்லை. அவருக்கு இது கடைசி வண்டி. இதைப் பிடித்து ஊர் போய்ச் சேர வேண்டும் அவர், அன்று ஒரு விசேஷம் நடந்தது. டைரக்டர், அசோசியேட், என்னை உள்ளிட்ட அசிஸ்டென்ட் மற்றும் தயாரிப்பாளர்கள் எல்லோருமே புதிய சட்டையுடன் வந்திருந்தோம். இரண்டு பேர் புதுசாக ஷூக்கள் அணிந்திருந்தோம்.

தயாரிப்பாளர், தம் அனைத்துப் பற்களும் வெளித் தெரிய “சும்மாவா... ஜான்சி சீனாச்சே” என்றார். ஜான்சிக்கு அப்படியான பெயர் இருந்தது. செக்ஸ்பாம், செக்ஸ் குயின், செக்ஸ் ராக்கெட் முதலான காரணப் பெயர்களும், ஜில் ஜில் ஜும்பா, டக்கர்

டான்சி (டான்சர் என்பதன் பெண்பால்) முதலான செல்லப் பெயர்களும் இருந்தன. தயாரிப்பாளரின் தமாஷைக் கேட்டு, தம்புடுவோடு சேர்ந்து எல்லோரும் சிரித்தார்கள்.

பாட்டு இப்படித் தொடங்கியது.

"நான் காராம் பசு...
கொம்பிருக்கும் நீளம் பார் - பருத்திக்
கொட்டை போடு, புல்லும் போடு
வேளைக்கு நாலு படி பால் பால்
வீரத்துக்கு சவால், மச்சான் தூள் தூள்..."

எம். பி. எம் போட்ட டியூனை கண் மூடிக்கொண்டு கேட்டார் தம்புடு. பாட்டு முடிந்ததும் நான் சொன்னேன்.

"காம்போஜியில் தொடங்கியிருக்கார்..." வெட்டிக்கொண்டு தம்புடு சொன்னார்.

"சரபோஜியில் முடிச்சிருக்கார்" காலத்தைச் சரியாகப் புரிஞ்சுக்கிட்டவர் எம். பி. எம்"

ஜான்சியை அழைத்து "பிட் பிட்டாக" அசைவுகளைச் சொன்னார் தம்புடு. சென்சாரில் இது தேறும் என்று எனக்குத் தோன்றவில்லை. மைதுனத்தை ஆடையோடு செய்வதுபோல் இருந்தது.

புழுக்கம் தாங்காமல் வெளியே வந்தேன். உள்ளே போவது முடியாததாக இருந்தது. பெரும் வேடிக்கை பார்க்கிற கூட்டம் கூடியிருந்தது. அன்று சாயந்திரத்திற்குள் பாட்டை எடுத்து முடித்திருந்தார் தம்புடு. தயாரிப்பாளர், மூன்று நாள் ஆகும் என்று நினைத்திருந்தார். ஒன்றரைக் கால்ஷீட்டில் பாட்டு முடிந்து போய், சில இட்டும் நிரப்பும் ஷாட்களை எடுத்துக்கொண்டிருந்தார். கேமரா மேன், ஹாய்யாக உட்கார்ந்து புத்தகம் படித்துக்கொண்டிருந்தார். கேமராவுக்கு முன்னால், ஜான்சிராணி, தன் ஸ்தனங்களைக் குலுக்கிக்கொண்டிருந்தாள்.

படம் ஆறு வாரத்துக்கு மேல் ஓடியது. டைரக்டருக்குப் புகழ் கிடைத்து விட்டது. தயாரிப்பாளர்கள் அதிரடியாக, இரண்டு புதுப்படம் அறிவித்துப் பூஜை போட்டார்கள். தம்புடுவுக்கு, நிறைய படங்கள் வந்தன என்று கேள்விப்பட்டேன். எதையும் அவர் ஏற்றுக்கொள்ளவில்லை என்பதுதான் விசித்திரம். நானும் சினிமாவை விட்டுப் பத்திரிகையில் வேலைக்குச் சேர்ந்தேன். எங்கள்

பத்திரிகையில் நிறைய சினிமாத் துணுக்குகள், நட்சத்திரங்கள் பற்றிய செய்திகள் நிறைய இடம் பெறும். எதுவும் கிடைக்கவில்லை என்றால், கற்பனையாகக்கூட செய்திகள் எழுதுவார்கள். சினிமா அலை, பத்திரிகையிலும் வீசி, இரண்டுக்கும் வித்தியாசம் இல்லாத உணர்வையே தந்தது. ஜான்சியை, எங்கள் சினிமா நிருபர் நாலு முறை விவாகரத்துக்கும், பதினாலு முறைக்கு மேல் காதல் விவகாரங்களிலும் ஈடுபடுத்தி எழுதினார். நான் ஒரு முறை அவருக்குச் சொன்னேன்.

"இது ரொம்ப அநியாயம்பா... உமக்கே தோணலையா?" என்றதுக்கு, "அவளே நம்மை சட்டை பண்ணுவதில்லை. உமக்கென்ன போச்சு என்பார். ஜான்சி, தெருக்குப்பைக் காகிதத்துக்கு நிகராக எங்கள் பத்திரிகையைக் கருதினாள். நியாயம்தான். தம்புடுவைப் பற்றியும் அவ்வப்போது செய்திகள் மற்ற பத்திரிகைகளில் வரும். அந்தரங்கமான நண்பர்கள் பேசிக் கொள்வார்கள். திடுமென ஒருநாள் கேள்விப்பட்டேன். சினிமாத் தொழிலாளர்களுக்குச் சங்கம் அமைக்கிறாராம் தம்புடு. சங்கீதம், டான்ஸ், குரூப்பினர், துணை நடிகர்கள் போன்றவர்க்குச் சம்பளம் கொடுக்காமல் இனி தயாரிப்பாளர்களால் ஏமாற்ற முடியாத நிலையை உருவாக்கிக்கொண்டிருந்தார். "பெரிய விஷயம் சார்" என்றார்கள் சினிமா துறையினர். எம். பி. எம். மும் தம்புடுவுடன் சேர்ந்து உழைக்கிறார் என்று கேள்விப்பட்டேன். இதன் எதிரொலியாய், எம். பி. எம். முக்குப் பட வாய்ப்புகள் குறைந்தன.

ஒரு மதிய நேரம், தம்புடு என் அலுவலக அறைக்குள் நுழைந்தார். வெயிலை அழைத்து வந்தவர்போலத் தெரிந்தார். கதர் குர்தா, முற்றும் நனைந்திருந்தது. ஜன்னலுக்கு வெளியே மிகக் கடுமையாக வெயில். இருபது வயசுகூடியவர்போல தலை நரைத்து சிதைந்து போயிருந்தார் அவர்.

"பீடி பிடிக்கலாமோ, இங்கே?"

"தாராளமாக"

பிடித்துக்கொண்டு சொன்னார்.

"இங்கே, ஒரு வேலை. நாலாவது தெருவில் சித்தர் ஒருத்தர் இருக்கார், தெரியுமா?"

"இந்த 1980-இலுமா சித்தர்கள்?"

“சித்தர்கள் எல்லாக் காலத்திலும் இருப்பார்கள். நமக்குத்தான் தெரிவதில்லை. இவர் குடும்பஸ்தர் மாதிரி இருப்பார். மகா பெரியவர்” இரண்டாவது பீடியைப் பிடித்துக்கொண்டு சொன்னார்.

“அவரைப் பார்க்க வந்தேன். உம் ஞாபகம் வந்தது. எப்படி பத்திரிகைத் தொழில்”

“ஒரு புடுங்கி உத்தியோகம்”

“சினிமாவை விற்றுப் பிழைக்கிறீர்கள். சினிமாக்காரன் பொழப்பைக் கேலி பேசுகிறீர்கள்.”

“சத்தியம், அதிருக்கட்டும். சினிமாத் தொழிலாளர்களுக்கு சங்கம் அமைத்து முடித்து விட்டீரா?”

“ஆச்சு. அடுத்து பத்து இருபது வருஷத்தில், சங்கம் அசைக்க முடியாத இடத்தில் நிற்கும். சில யூனியன் தொழிலாளர்களுக்கு மிகப் பெரிய சௌகர்யம்” தன் பிழைப்பு பற்றிப் பேசினார். ஒரு நல்ல டான்சை மையமாக வைத்த படத்துக்கு வேலை செய்தாராம். அந்த தயாரிப்பாளர், குரூப் டான்சரை மட்டுமல்லாமல், நடிகையையும் சுரண்டினாராம். பாலியல் சுரண்டல். இவரிடம் வந்து அழுதாளாம் நடிகை. இவர் பேசப் போய், பேச்சு முற்றி, செருப்பைக் கழற்றி அடித்துவிட்டாராம். அப்புறம் எங்கே வாய்ப்பு? பிழைப்பு? சித்தர், தனியாகப் படமே இவர் எடுப்பார் என்றாராம்.

“சித்தர்களின் திரிகால ஞானத்தில் சினிமாவும் அடங்குமா?”

தம்புடு பதில் சொல்லவில்லை.

“ஜனக் ஜனக் பாயல் பாஜே மாதிரி புதுப்படம், எடுக்கப் போகிறேன். கமலா மாதிரி, பத்மினி மாதிரி, பத்மா மாதிரி, ஒரு பெண் வேணும். காவியம் படைப்பேன்” என்றார்.

“இந்த பிடுங்கி உத்தியோகம் எப்போது முடியும்”

“சாயங்காலம் ஆறு மணிக்கு”

“மணி இப்போ மூணு முப்பது. சித்தர் நாலு மணிக்கு எழுந்திருவார். பரவாயில்லை. நான் வர்றேன். “பிரி”யா இருந்தா பீர் சாப்பிடலாம்னு நினைச்சேன். படம் தை மாசம் ஆரம்பிச்சுடுவேன். கட்டாயம், தொடக்க விழாவுக்கு வரணும்”

இதுதான் கடைசியாக அவரை நான் பார்த்தது. இது நடந்து ஒரு வருஷத்துக்குள், அவர் செத்துப் போன தகவல் வந்தது. அப்போது. நான் பத்திரிகை வேலை போய், வேறு வேலைக்கு முயற்சி செய்துகொண்டிருந்தேன். தெருவில், அநாதையாகச் செத்துக் கிடந்தாராம். இரண்டு நாட்களுக்குப் பிறகு, நகரசபைக்காரர்கள் உடம்பை அப்புறப்படுத்தி இருக்கிறார்கள். அப்புறம், செத்தவர் யார் என்று தெரிய வந்திருக்கிறது. எனக்கு உடனே எம். பி. எம். மைப் பார்த்து, இது பற்றிப் பேச வேண்டும் என்று தோன்றியது. எம். பி. எம் மகாபலிபுரம் போகும் வழியில் ஓர் ஆஸ்ரமம் கட்டிக்கொண்டு முக்கால் சாமியாராக இருந்தார். காவி, தாடி, ருத்ராட்ச மாலை.

கிழக்கு நோக்கிச் சம்மணம் இட்டு எதையோ படித்துக் கொண்டிருந்தார்.

“கேள்விப்பட்டேன்... ரொம்ப வருத்தமா இருந்தது” என்றேன்.

“வருத்தப்பட என்ன இருக்கு?” எல்லோரும் போகும் வழிதானே.?

“அநாதையாகச் செத்தாராமே”

“எல்லோரும் தனியாகத்தான் சாக வேண்டியிருக்கிறது.”

“அவர் குடும்பம் என்ன ஆச்சு?”

“இருக்கிறாள். மகள் இருக்கிறாள்.”

“எங்கே?”

“ஜான்சி ராணி. அவர் மகள்தானே?”

எனக்குப் பேசத் தோன்றவில்லை. அந்த நடன அசைவுகள் நினைவுக்கு வந்தன.

“ஜான்சி ராணிக்குத் தெரியுமா?”

“தெரிந்திருக்கும்” அவள், குழந்தையாக இருக்கும்போதே, இவர் குடும்பத்தைத் துறந்து விட்டார்.

புத்தகத்திலிருந்து ஒரு பாட்டைச் சொன்னார்.

“அன்னை எத்தனை எத்தனை அன்னையோ...” என்று போயிற்று அந்தப் பாடல்.

2002

இருட்டில் இருந்தவன்!

இடக் கையிலிருந்த கண்ணாடியை முகத்துக்கு மிகவும் நெருக்கமாகக் கொண்டு வந்து வலக் கையில் இருந்த சின்னக் கத்தரிக்கோலால் கன்னங்கரிய மீசையில் வெள்ளையாய் முளைத்திருந்த அந்த ஒற்றை முடியை நீக்கி விடப் பெரும் முயற்சி செய்துகொண்டிருந்தான் பிரேம்.

என்ன துரதிருஷ்டம்! அந்த வெள்ளை முடியைத் தவிர, பிற கறுப்பு முடிகள் ஒவ்வொன்றாய் வெட்டப்பட்டு விழுந்துகொண்டிருந்தன. வலது பக்கத்து மீசையின் மேல் வரம்பு குறைந்து வருவதாகத் தெரிந்தது. வலதில் குறைந்த அளவு, இடதிலும் குறைக்க வேண்டுமே இனி! கவலைகொண்ட மனதுடன் கத்தரியைக் கீழே வைத்து விட்டு ஆஸ்டிரேயில் புகைந்துகொண்டிருந்த சிகரெட்டை எடுத்து ஒருமுறை இழுத்து விட்டு மீண்டும் தன் முயற்சியில் தொடர்ந்தான்.

தெத்துப் பல் மாதிரி அந்த வெள்ளை ஒற்றை முடி வயதை இரக்கமில்லாமல் காட்டி விடுகிற காலச்சுவடு. ஆறாவது விரல் மாதிரி, இது எதற்கு இவ்வளவு அவசரமாய் வந்து தொலைத்தது? அசந்தர்ப்பமாக வந்து நிற்கிற விருந்தாளியைக் கண்ட மாதிரி, மனசில் குபீரென ஒரு கோபம் உருக்கொண்டது. அவனுக்கு வந்த கோபத்தோடேயே, வெகு சிரத்தையுடன் முயன்று அந்த வெள்ளை எதிரியை வெட்டி வீழ்த்தினான் பிரேம்.

அப்பப்பா எவ்வளவு நிம்மதியாக இருக்கிறது!

நிம்மதி தந்த கிளர்ச்சியுடன் புதிய சிகரெட் ஒன்றை எடுத்துப் பற்ற வைத்துக்கொண்டான். கண்ணாடியை மேஜையின் மேல் வைத்து, அதில் பிரதிபலித்த தன் முகத்தைப் பார்த்தான். வயது நாற்பதைத் தொட்டாலும் இருபத்தைந்துக்கு மேல் தன்னை யாரும் எடை போட முடியாது என்றே தோன்றியது. யார் அவனை நடு வயது மனிதன் என்று சொன்னாலும் அது அவனைத் தொடப் போவதில்லை.

சாயா அப்படி அவனைச் சொல்லி விடக்கூடாது. சொல்லுவது என்ன? அப்படி ஒரு நினைவுகூட அவளை அண்டவிடக்கூடாது. அவளைப் பொறுத்தவரை அவன் இருபத்து ஐந்து வயது இளைஞன். கண்ணாடியில் முகத்தை மீண்டும் ஒருமுறை பார்த்தான். நெற்றிகூட வளருமா என்ன? இல்லை முடி கொட்டி நெற்றியை தூக்கிக் காண்பிக்கிறது. வழுக்கையின் முதல் எச்சரிக்கை. ஆனால் எத்தனை இளைஞர்களுக்கு வழுக்கை இல்லை? மைதானத்தில் புல் முளைத்த மாதிரி அங்கொன்று, இங்கொன்றுமாக முடி இல்லை? இருக்கத்தான் செய்கிறது. ஆகவே சாயா அது குறித்து கவலைப்பட மாட்டாள். கண்ணை, சதை கவிழ்த்து மறைக்கிறது. அதனால் என்ன, குடி முழுகிவிடப் போவதில்லை. கூலிங்கிளாஸ், சமீபகாலமாக அவன் பயன்படுத்தத் தொடங்கியிருந்தான்.

“சவரம் ஆச்சா? தண்ணி ஆறுதே...”

அடுப்படியிலிருந்து கல்யாணி சப்தம் இட்டாள்.

பிரேமின் சிந்தனைத் தொடர் அறுந்தது. நினைவுகளை அறுப்பதற்காகவே அவனைக் கைப்பிடித்திருப்பாளாய் இருக்கும் அவள் என அவன் நினைத்தான். கல்யாணிக்கு இறக்கி வைத்த இட்டிலிகளைச் சூடு ஆறாமல் கணவன் சாப்பிட வேண்டும். இல்லையெனில் அது, அந்தத் தாமதம் அவளை அவமதிப்பதற்குச் சமம். பஞ்சு மாதிரி, பூ மாதிரி, உப்பிய கோதுமைப் பூரி மாதிரி பவுடர் ஒட்டிக் கொள்ளும் வட்டப் பந்து மாதிரி, இட்டிலி பண்ணுவதற்கென்றே பிறந்து ஆளாகிப் புருசன் வீடு வந்தவள் இவள் என்று, அவனுக்கு அந்தக் கணம் தோன்றியது. கணவனுக்கு வாயாற வயிறாரச் சோறு போடுவதே தன் முதலானதும், முடிவானதுமான கடமை என்றும், அது தவிர பிரத்யேகமான வேறு எதுவும் முக்கியமில்லை என்றும் நினைக்கிற இந்த ரகம், தனக்கு வந்து வாய்த்ததே என்று இருந்தது அவனுக்கு.

“இன்னுமா ஆகலை? இட்டிலி ஆறிப் போகிறதே...” என்றவாறு அறைக்குள் வந்தாள் கல்யாணி. குக்கரிலிருந்து இட்டிலிகளைப் பெயர்த்து எடுக்கும் சாண் நீளக் கரண்டியுடன் அறை வாசலில் வந்து அவள் நின்றது, அவனுக்குச் சிரிப்பு சிரிப்பாய் வந்தது. செங்கோலைக் கையில் ஏந்தி நிற்கும் ராஜாக்களைப்போல கரண்டியை அவள் ஏந்தி நின்றாள். சமையல் அறை சாம்ராஜ்யவாதி, சிலுப்பிய காக்கைச் சிறகு மாதிரி, இடுப்பு பெருத்து, மடிப்பு மடிப்பாக, வெந்நீர்த் தவலைத் துணி மாதிரி சுருண்டு சுருண்டு தொங்கும் சதையைப் பார்க்க எரிச்சலாய் வந்தது பிரேமுக்கு. தூங்கி எழுந்து முகம்கூட கழுவாமல் எண்ணெய் வழியும் முகம், மேல் பட்டன் போடாமல் விரிந்து குழிவு தெரிகிற மார்பு, துதிக்கையின் மேல் பாகம் போன்று பருத்த கையை இறுக்கிய மார்பு ரவிக்கை, பூண்டைக் கல்லிட்டு அரைக்கிற மாதிரி, குப்பென்று ஒரு வாடை அவளிடமிருந்து தோன்றியது.

“என்ன சிரிக்கிறீங்க...?”

“ஒண்ணுமில்லை என் மீசையைப் பாத்தியா? அந்த வெள்ளை முடியை எடுத்திட்டேன்.”

“ரொம்ப பெரிய காரியம்! ஆனா, தசரத சக்ரவர்த்திக்கு வந்த மாதிரி விரக்தி வராமே இருந்தா சரி...”

“அது என்ன கல்யாணி, தசரதனுக்கு வந்த விரக்தி?”

“தசரதர் ஒருநாள் காலைலே, உங்களை மாதிரி சவரம் பண்ணிக்கிட்டு இருந்தாராம்.”

“சவரம்னு சொல்லாதேன்னு சொல்லியிருக்கேனா இல்லையா? ஷேவிங்குன்னு சொல்லு...”

“அந்தக் காலத்துல ஷேவிங் ஏதுங்க? சவரம்தான் இருந்துச்சு...” பிரேம் சிரித்தான்.

“சவரம் பண்ணிக்கிறபோதுதான் கவனிச்சாராம் காதோரம் ஒரு நரைச்ச முடி. காதோரம் நரைச்ச முடி, கதை முடிவைக் காட்டுச்சி. அவருக்கு ஆட்சியை பிள்ளைங்ககிட்டே கொடுத்துட்டுக் காட்டுக்குப் போய் விடணும்னு முடிவு பண்ணிட்டாராம். அது மாதிரி...”

“அது மாதிரி...”

“நீங்களும் போய்விடப் போறீங்க. நீங்களாவது சாமியாராப் போகப் போறதாவது. உங்களை எனக்குத்தானே தெரியும்” என்று விசமமாகச் சிரித்தாள் கல்யாணி. பலவீனத்தைத் தொட்டால் யாருக்குத்தான் கோபம் வராது.

கடுமையான குரலில் பிரேம் சொன்னான்.

“தள்ளி நில். உனக்கு எத்தனை முறை சொல்றது? காலைலே குளின்னு. குளிச்சுட்டு புதுப் புடவையைக் கட்டிக்கிட்டா, எவ்வளவு நல்லா இருக்கும். இப்படி எப்போ பார்த்தாலும், ‘அழுக்கு மூட்டை’ மாதிரி இருக்கிறயே, வெட்கமா இல்லை.?”

ஒரு கணம் திகைத்த கல்யாணி, சட்டென்று பின் வாங்கி, தலையைக் குனிந்தவாறு மறைந்தாள்.

சாயா, இன்று எந்த ஆடையில் அலுவலகத்துக்கு வருவாள், என்று யோசித்தான் பிரேம். யோசனையே அவனுக்கு இன்பம் தந்தது.

சாயா, அன்று மேகம் போன்ற வெளிர் நீல நிறத்தில் உடுத்திக்கொண்டு வந்திருந்தாள். தலையை ஜடையாகப் பின்னாமல் அப்படியே தளரத் தொங்கவிட்டு, முனையில் ரப்பர் பேண்ட் போட்டிருந்தாள். ஒத்தியிருக்கிறோம் என்று தெரியாமல் ஒத்தி தீட்டியிருக்கிறோம் என்று தெரியாமல் உதட்டுக்கு சாயம் பூசி, கண்ணைக் கை தட்டி இழுக்காமல் நகைகள் அணிந்து வந்திருந்தாள்.

அவளைப் பாராட்டி ஏதேனும் சொல்ல வேண்டும் என்று பிரேமுக்குத் தோன்றியது. சொன்னால் அவள் சிரிப்பாள். தின்பதற்காக அல்லாமல், தின்னப்படுவதற்கே அமைந்த பற்களால் சிரிப்பாள். கல்யாண வாசலில் தெளிக்கப்படும் பன்னீர் மாதிரி, திடுமென எதிர்பாராத நேரத்தில் கழுத்தில் வந்து விழும் மல்லிகை மாலை மாதிரியான அச்சிரிப்பில், அவன் திளைத்து நிற்பான்.

ஆனால் நடந்தது வேறு. சாயா முந்திக்கொண்டாள்.

“பிரேம் சார், இந்த ஷர்ட் உங்களுக்கு ரொம்ப நல்லாயிருக்கு.”

“அப்படியா? ரொம்ப தேங்க்ஸ்...”

அவன் பன்னீரில் திளைத்து நின்றான். அவள் தொடர்ந்தாள்.

“இந்தக் கலர் எனக்குப் பிடிச்சிருக்கு சார். ரொம்ப கவுரவமன கலர். உங்கள் தோற்றத்தைக் கண்ணியமாக்கியிருக்கிறது...”

நூற்று அறுபது ரூபாய் செலவு செய்து தைத்த சட்டை. நூற்று அறுபதினாயிரம் ரூபாய் வரவு வந்ததுபோல் பிரேம் உணர்ந்தான். அண்மைக் காலங்களில் உடை அணிவதில் அவன் மிகுந்த சிரத்தை எடுத்துக்கொண்டிருந்தான். காலாவதியாகிவிட்ட பேஷனிலும் தையல் முறையிலுமாய் ஏற்கனவே தைக்கப்பட்ட சட்டை பேன்ட்களை அவன் உதறிவிட்டிருந்தான். அவ்வப்போது புதிய புதிய டிசைன்களைத் தேர்ந்தெடுத்து அணிந்து, தான் மிகவும் இளமையானவன் என்பதை மிகுந்த பிரயாசையுடன் நிரூபித்துக்கொண்டிருந்தான்.

சாயா அவள் இருக்கைக்குச் சென்று விட்டாள்.

தன் கேபினில் இருந்த பிரேமுக்கு அன்றைய காலை மிக அற்புதமாக இருப்பதாகப்பட்டது. காதல் வயப்பட்டோர்க்கு இது போன்ற அவஸ்தைகள் நிகழும். சூரிய விழுதுகள், பூவிதழ்களாவே தோன்றின. பிரம்பு இருக்கை இந்திரனின் அரியாசம்போல் தோன்றியது. உந்திச் சுழியிலிருந்து பனி ஊற்று ஒன்று புறப்பட்டு, நெஞ்சைக் குளிர்வித்து சிரசின் உச்சிக்குப் பாய்ந்தாற்போல் பிரமை பிடித்து உட்கார்ந்திருந்தான் பிரேம். காதல், அது, முறையோ, முறையற்றதோ, எதுவாயினும், மனிதரை பகல் கனவுகளில் ஆழ்த்தும். சித்தத்தைச் சிறை பிடித்து, செயலை ஒழித்து ஸ்தம்பிக்க வைக்கும்.

காலை பதினோரு மணி. ஆயினும், வேலையில் கவனம் செலுத்த முடியவில்லை அவனால். மக்கள் வரிப்பணத்தை விரயமாக்கிக்கொண்டு மேலே பேன் சுற்றிக்கொண்டிருந்தது. ஒரு பைலை எடுத்துத் தன் முன் விரித்து வைத்துக்கொண்டான். அது ஒரு பாவனைதான். நீல நிறத்தில் எழுத்தும், கறுப்பு நிறத்தில் தட்டச்சும் அவன் கண்களுக்கு வெறும் கோடுகளாய்த் தெரிந்தன.

மனம் வீட்டிலிருக்கும் கல்யாணியின் மேலும், சரியாக இருபது அடி தூரத்தில் இருக்கும் சாயா மேலும் மாறி மாறி தேனீ மாதிரி மொய்த்துக்கொண்டிருந்தது. கல்யாணி இந்நேரம் சமையலை முடித்துவிட்டிருப்பாள். அலுவலகத்துக்கு சாப்பாடு எடுத்துப் போகும் ஆளுக்காக டிபன் கேரியரைத் தயார் பண்ணி வைத்திருப்பாள். அவன் வந்து அதை எடுத்துப் போனதும், செய்வதற்கு வேறு ஒன்றும் வேலையில்லாததால், கையில் கிடைத்த ஏதேனும் ஒரு வாரப் பத்திரிகையை எடுத்துக்கொண்டு கட்டிலில் சாய்வாள்.

வாரப் பத்திரிகை அவளைப் பொறுத்தவரை ஒரு நல்ல தூக்க மருந்து.

அதிசயம்தான்.

முதல் பக்கத்தைப் பிரித்தாளோ இல்லையோ, உடனே அவளுக்குத் தூக்கம் கண்ணைச் சுற்றும். தூக்கமும் அவளுக்கு இட்டிலிக்கு மாவு அரைப்பதுபோல. மாவரைக்கையில் யாரேனும் அவள் கையைப் பிடித்து நிறுத்தினால், கல்யாணிக்கு மாரடைப்பு வரும். கண்டிப்பாய் வரும். அதேபோல், தூக்கத்தில் இருந்து யாரேனும் அவளை எழுப்பினால், அசாத்தியமான கோபம் வரும். எத்தனை நல்ல புத்தகங்கள் ஷெல்பில் தூங்குகின்றன? அவைகளில் ஒன்றின் மேலும் அவள் விரல்கள் பட்டிருக்குமா? இல்லை. என்ன ஜீவிதம் இது? உடம்பு பெருக்கத் தொடங்கியதுமே, அவன் அவளிடம் சொன்னான்.

“நல்ல டாக்டரா ஒருவரைப் பாரேன்... ஏன் லேடி டாக்டரிடம்கூட நீ போகலாம்.”

“என்னத்துக்கு?”

“உடம்பு பெருத்துக்கொண்டு வருகிறதே!”

“அதனால் என்ன?”

“உடம்பு தன்னிச்சையாகப் பெருத்து, குழகுழவென்று இருப்பதும், ஒரு வகையான ஆபாசம்தானே? பார்க்க அழகாகவா இருக்கும். அழுக்குத் துணிக் குவியல் மாதிரி, அங்கேயும் இங்கேயும் சதை துருத்திக்கொண்டிருந்தால் ஆபாசம்தானே?”

“நான் அழகு இல்லை. நான் டான்ஸ்காரி இல்லை. இனிமேல் எனக்கு என்னத்துக்கு அழகாக இருக்க வேண்டும்? வேணும்னா, சின்னப் பொண்ணா பார்த்து கல்யாணம் பண்ணிக்குங்களேன். எனக்கு என்ன போச்சு?”

பலவீனத்தைத் தொட்டால் அவளுக்கும்தானே கோபம் வரும். அதற்கு மேல் பிரேம் அது குறித்து அவளிடம், அந்த விசயம் குறித்துப் பேசுவதை நிறுத்திக்கொண்டான்.

ஆனால், சாயா அப்படியா இருக்கிறாள்? அனாவசியமாக உடம்பில் ஒரு பிடி சதைகூட இல்லாமல், எப்படி ‘சிக்’ கென்று இருக்கிறாள். வானத்தில் இருந்து பிட்டுக்கொண்டு வந்தாற்போலல்லவா இருக்கிறாள். சாயாவிடம் மொத்தம்

பதின்மூன்று சேலைகள் இருந்ததாகக் கணக்கெடுத்திருந்தான் பிரேம். அவற்றில் ஏழு ஷிபான் சைனா சில்க், நைலெக்ஸ் வகையறாக்கள். மற்றவை காட்டன் புடவைகள். சாயா மாநிறத்தவள்தான். கறுப்பு இல்லை. கறுப்பாய் இருந்தால்தான் என்ன? உலகப் பேரழகி கிளியோபாட்ராகூட கறுப்புத்தானே! ஆகவே, அவள் வெளிர் நிறங்களில்தான் புடவைகளைத் தேர்ந்தெடுத்தாள். அவைகள் அவளுக்குப் பாந்தமாய் இருந்தன. பாந்தமாய் இருப்பதுதானே ஆடை. அழுக்கு சாயாவை அண்டாது. அவள் விரல் நகங்கள் வண்ணம் பூசப் பெற்றிருப்பவை. சுத்தமானவை. கல்யாணியின் நகங்கள், ஒரு கறுப்புக் கோடு போட்டது மாதிரி, அழுக்குப் படிந்தவை. நடக்கையில், சாயாவின் பாவாடையின் நுனியைப் பிரேம் பார்த்திருந்தான். மிகச் சுத்தமாக அது இருந்தது. தன்மீதும், தன் ஆடைகளின் மேலும் என்ன கவனம்!

டீ வந்தது.

டீ கொண்டு வந்த பையனைப் பார்த்து, "சாயாவுக்கு டீ கொடுத்தியாப்பா?" என்றான் பிரேம்.

"கொடுத்தாச்சு சார்..."

நிம்மதியாக இருந்தது பிரமேக்கு.

காதல் வயப்பட்டோர்க்குத் தன் பசி தெரியாது.

மதிய உணவு வேளையின்போது சாயா, பிரேமின் கேபினுக்கு வந்து உணவு கொள்வது வழக்கம். "வரலாமா சார்?" என்று கேட்டுக்கொண்டே உள்ளே நுழைந்தாள் சாயா.

"வாயேன்" என்று வரவேற்றான் பிரேம். மேஜை மேல் இருந்த பைல்களை ஒதுக்கி வைத்தான். ஒரு பழைய பேப்பரை மேஜை மேல் விரித்து, வீட்டிலிருந்து வந்திருந்த 'கேரியரை' எடுத்து வைத்துப் பிரித்தான். வத்தல் குழம்பும், கீரை வடையும் முட்டைப் பொரியலும் செய்து அனுப்பியிருந்தாள் கல்யாணி. ஒவ்வொன்றாய்த் திறக்கும்போதே மணந்தன. பார்க்கும்போதே, பசியைத் தூண்டும் வகையாகச் சமைப்பது கல்யாணியின் திறமை.

சாயா இட்டிலி கொண்டு வந்திருந்தாள். சின்னச் சின்ன ரூபாய் நாணய அளவிலான இட்டிலிகள். தொட்டதுமே அமுங்கும் மிக மிருதுவான இட்டிலிகள். ஒரு வாய்க்கும் காணாத அந்த இட்டிலிகள் நான்கே நான்கைத்தான் அவள் கொண்டு வந்திருந்தாள்.

"இது உங்களுக்குப் போதுமா என்ன?" என்றான் பிரேம், கவலையாக. காதல் வந்துட்டால், பரஸ்பரம் ஒருவரைப் பற்றிய கவலை மற்றவர்க்கு வரும்.

"இதுவே அதிகம். நான் இரண்டே இரண்டுதான் சாப்பிடுவேன். உங்களுக்குத்தான் இரண்டு"

"ஐயோ! உடம்பு என்னத்துக்கு ஆகும்?"

"உடம்பு மெலியும். அதற்குத்தானே குறைத்துச் சாப்பிடுகிறேன். நான் 'டயட்டில்' இருக்கேன் சார்..."

"களைப்பாய் இருக்குமே, உணவு குறைந்தால்..."

"இருக்கத்தான் இருக்கும், ஏதாவது ஒன்றைப் பெற வேண்டுமானால் ஒன்றை இழக்கத்தானே வேண்டும்..."

எவ்வளவு அழகாகப் பேசுகிறாள். எருக்கம்பூ மொட்டு பட்டுப் பட்டென உடைவது மாதிரி, என்ன பேச்சு!

இரண்டு இட்டிலிகளைப் பிரேமின் இலையில் வைத்தாள் சாயா. இட்டிலிக்குத் தொட்டுக்கொள்ள, கொஞ்சம் வத்தல் குழம்பை அவள் டிபன் பாக்சில் ஊற்றினான். தனக்கு வந்திருந்த வடைகளில் இருந்து இரண்டினை எடுத்துப் போட்டான் அவளுக்கு.

"ஐயோ... வேணாம் சார், என்னால் சாப்பிட முடியாது ப்ளீஸ்..."

அவள் கூவிய விதமும், தொனியும் மிகவும் பிடித்திருந்தது அவனுக்கு. எவ்வளவு அழகிய பாவனைகள்! அழகிய இளம் பெண்கள் இப்படியெல்லாம் பேச வேண்டும் போலும், இரண்டு சின்ன இட்டிலிகளும், அதனினும் சிறிய வடைகளும் மதிய உணவுக்குப் பெரிதா என்ன? இல்லைதான். ஆனாலும், அது மிக அதிகம் என்பதும், மிகவும் கஷ்டத்துடன்தான் அவைகளைத்தான் சாப்பிடுகிறோம் என்றும் அலட்டிக் கொள்வது நாகரிகம் போலும். இந்த வகை அலட்டல், சூழ்நிலையை ரம்மியப்படுத்தியது என்னவோ நிஜம்.

மிகக் கொஞ்சமாக, நாசூக்குடன் விண்டு சுவைத்தாள் சாயா. 'ஓ' என்றாள். புருவங்கள் மேலே உயர்ந்தன. கண்கள் விரிய, "அருமையான சமையல், கல்யாணி மாமி ரொம்பத்தான் அருமையாகச் சமைக்கிறார்!" என்றாள், பெரும் வியப்பு தொனிக்க.

கண்ணினுள் சிறு துரும்பு சிக்கியதுபோல, அவள் கல்யாணியைப் பாராட்டிப் பேசியப் பேச்சு அவனுக்குத்

துன்பத்தைத் தந்தது. கல்யாணியைப் பற்றி இப்போது என்ன பேச்சு? தவிரவும், கல்யாணியைப் பற்றி சாயா நினைக்கலாமா என்ன? சாயா, கல்யாணியைப் பற்றி பேசுவது என்பது, பிரேம் ஒவ்வொரு கல்லாய் அடுக்கித் தனி ஆளாய் நின்று கட்டிக்கொண்டிருக்கும் ஓர் அந்தரங்கக் கோட்டையின் அஸ்திவாரத்தையேத் தகர்க்கும் காரியமாகி விடும்! அசுவாரஸ்யமாகச் சாப்பிட்டுக்கொண்டிருந்த பிரேமைக் கவனித்தாள் சாயா.

"என்ன பேச்சையேக் காணோம்.?"

"ஏதோ யோசனை..."

"என்ன சார் நீங்க? உங்க மனைவியைப் பாராட்டிப் பேசிக்கிட்டிருக்கேன். கொஞ்சம்கூட சந்தோஷத்தையே காட்ட மாட்டேன்கறீங்களே..."

"சமைக்கறதோட ஒரு பெண்ணின் கடமை பூர்த்தியாயிடுமா என்ன?"

"அப்படியென்றால்?"

"அப்படித்தான்..." என்றவன், "கல்யாணி ரொம்ப நல்லா சமைப்பா. அவ்வளவுதான்..." என்றான் சலிப்பு நிறைந்த குரலில்.

பெண்கள் மிகுந்த சூட்சும அறிவு நிரம்பியவர்கள். அவர்களைப் பேதைகள் என்று எண்ணியும், நம்பியும் தங்களைத் தாங்களே ஏமாற்றிக் கொள்கிறார்கள் ஆண்கள் என்பதே உண்மை. ஆண்களின் ஒவ்வொரு அசைவையும் அவர்கள் மிகுந்த நுணுக்கமாக அவதானிக்கிறார்கள். அவர்களின் ஒவ்வொரு அடியும் எதை நோக்கி வைக்கப்படுகிறது என்பதைத் துல்லியமாக உணர்ந்துகொள்ள பெண்களால் முடியும். வெகுளி என்றும், ஒன்றும் அறியாதவள் என்றும் ஆண்களால் சுட்டிக் கருதப்படும் பெண்கள்கூட, தங்கள் அந்தரங்களுக்குள் ஆண்கள் பிரவேசிக்கும்போது, விழித்துக் கொள்வார்கள்.

அவர்கள் விழித்துக் கொள்வதை ஆண்களால் புரிந்து கொள்ள முடிவதில்லை என்பதே ஆண்களின் சோகம். புரிந்து கொள்ளாமையே, ஞானமாகக் கருதப்பட்டு, ஞானவான்கள் உதிர்க்கிற பெண் மொழியைப்போல, 'கடலாழத்தைக் கண்ட பெரியோரும், பெண்கள் மனதாழ்த்தைக் காண முடியாது' என்பது போன்ற பொன்மொழிகளை சிருஷ்டித்துக்கொண்டு களிப்புற்றார்கள் ஆண்கள்.

பிரேமிடமிருந்து ஒரு நரி நொண்டியடித்துக்கொண்டு அடிமேல் அடி வைத்து வருவதை சாயாவின் நுண் உணர்வு

கண்டுபிடித்து விட்டது. ஒரு விரல் அழுத்தம், ஒரு 'கிளிக்' பிரேமின் முகத்தையும், அகத்தையும் சேர்த்து வாங்கித் தன் கைப் பைக்குள் திணித்துக்கொண்டாள் அவள். மனைவியைப் பற்றி ஒரு பலவீனமான சித்திரத்தை வரைந்து காட்டி, அதன் மூலம், 'ஐயோ பாவம்' என்கிற இரக்கத்தை ஏற்படுத்தி, அதனினும் மேலாகச் சென்று, எதிரில் இருக்கும் பெண்ணிடம் அனுதாபத்தைக் கையேந்திப் பெறுவதும், பெற்ற பின்பு அவள் பார்வையை, தன்னை நோக்கித் திருப்புவதும், திரும்பத் திரும்ப அவளைத் தன் பக்கம் ஈர்த்து, அதைக் கவர்ச்சியாக மாற்றுவதும், சமயம் பார்த்து சவுகரியமாகக் குழி பறிப்பதும், நாற்பது வயது ஆண்களின் குயுக்தி என்பதைச் சாயா புரிந்துக்கொண்டாள்.

மாலை அலுவலகம் விட்டு வெளியே வந்தார்கள் இருவரும்.

"காபி சாப்பிடுவோமா..." என்றான் பிரேம்.

"எனக்கும் காபி வேண்டும்போல்தான் இருக்கிறது"

இருவரும், வழக்கமாகப் போகும் அந்தக் குளிர்சாதனம் இருந்த சிற்றுண்டிச் சாலைக்குள் நுழைந்தார்கள்.

பணியாளர்களின் அறிமுகச் சிரிப்பை வாங்கிக்கொண்டு, இருட்டும் அமைதியும் கொண்ட மூலை இருக்கையில் அமர்ந்தார்கள்.

"என்ன சாப்பிடலாம், ஸ்வீட்?" என வினவினான் பிரேம்.

"இன்னைக்கு என்ன விசேஷம்?" என்றாள் சாயா, சிரிப்புடன்.

சிரித்தால் அவள் கன்னங்களில் குழி விழுந்தது. இரண்டு கோலிக் குண்டுகளை இரண்டு கன்னங்களிலும் வைக்கலாம். வைத்தால் அவை விழாது. அங்கேயே நிற்கும். இந்தக் கற்பனை பிரேமுக்குச் சிரிப்பைத் தந்தது.

"என்ன சிரிப்பு?"

மறைக்காமல், தான் எண்ணியதைச் சொன்னான் பிரேம்.

"சூ! எப்பவும் 'ரொமான்டிக்' வசனம் தானா?" என்று கோபித்துக்கொண்டாள் சாயா. பொய்க் கோபம்தான். பொய் என்று கத்திக்கொண்டே வருகிற கோபம். இன்னும் கொஞ்சம் சீண்டுங்களேன் என்று, சொல்லாமல் சொல்கிற கோபம். ஒரு எல்லைக்குள் இதெல்லாம் சரிதான் என்கிற அனுமதி.

"மாமி இப்பவும் அழகாகத்தான் இருக்காங்க இல்லையா சார்" என்றாள் சாயா.

ஒரு ராட்ச பலூனை பிரேம் ஊதிக்கொண்டிருக்கும்போது சாயா அதில் ஓர் ஊசியை சொருகினாள். பிரேம் சுருங்கிப் போனான். காயத்துக்குச் சாயாவே மருந்து போட வேண்டியிருந்தது.

"இன்னிக்கு என்ன விசேஷம்னு கேட்டேன்..."

"சொல்றேன். முதலில் சாப்பிடுவோம்..."

உண்டு முடித்து, காபியும் குடித்தபோது, பில் வந்தது. சாயா பையைத் திறந்து பணம் கொடுக்கப் போனாள்.

"நான் கொடுக்கிறேன்" என்றான் பிரேம்.

"தினம்தான் நீங்கள் கொடுக்கிறீர்கள். ஒருநாள் நான்தான் கொடுக்கிறேனே"

"சொல்வதைக் கேள், நான் கொடுக்கிறேன்" என்றவாறு பணத்தை வைத்தான் பிரேம்.

"தினம் தினம், நீங்களே பணம் கொடுப்பது அசிங்கமாக இருக்கு. இது ஒருவகை ஆண் ஆதிக்கம் போலும். பெண்களைப் பணம் கொடுக்க அனுமதிக்காதது!"

இருவரும் வெளியே வந்து நடந்தார்கள். ஸ்பென்சர் டவரைக் கடக்கும்போது அவள் கேட்டாள்.

"மாமிக்கு ஏதாவது வாங்கியிருக்கலாமே...?"

சொத்தை வேர்கடலை மென்றதுபோல் இருந்தது பிரேமுக்கு. இது இன்று இரண்டாம் முறை.

"சூ!" என்றான் அலட்சியமாய்.

"இதுக்கு என்ன அர்த்தம்?"

"அவள் தின்பதற்குத்தான் லாயக்கு என்று நீயும் சொல்கிறாய்..."

"இப்படியெல்லாம் மனைவியைப் பற்றிப் பேசாதீர்கள்..."

"நீ சொல்லித்தான், அவள் மனைவி என்பதே என் நினைவுக்கு வருகிறது..."

ஒரு தர்க்காவை அவர்கள் கடந்தார்கள். அங்கஹீனமும், தொழுநோயும் கொண்ட பிச்சைக்காரர்கள் பலர் வரிசையாய் அமர்ந்து கையேந்திக்கொண்டு அழைத்துக்கொண்டிருந்தார்கள். தானும் ஒரு பிச்சைக்காரனைப் போல்தான் என்று, அசந்தர்ப்பமாக பிரேமுக்குத் தோன்றியது. சாயாவுக்கு முன் அவள் காதலை இரந்து கையேந்துகிற பிரேம். அந்நினைவு அவனுக்குள் ஏதோ சட்டென்று ஓர் இறுக்கத்தை ஏற்படுத்தியது. ஆயினும் அதே நேரம் காற்றில் அலைந்து அவன் மேல், வந்து உரசிய சாயாவின் சேலைத்தலைப்பு அவனை கிறங்கச் செய்துவிட்டது. நடைபாதையில் பூ விற்றுக்கொண்டிருந்த ஒரு சிறுமியின் முன் சட்டென்று நின்றான்.

"பூ வாங்கட்டுமா?"

"யாருக்கு?" என்றாள் பட்டென்று சாயா.

"உனக்குத்தான்"

"எனக்கு வேண்டாம்."

"ஏன்?"

"வேண்டாம் என்றால் வேண்டாம். ஏன் மாமிக்கு வாங்கிக்கொண்டு போங்களேன்?"

மூன்றாம் முறையாக அவன் தாக்குண்டதுபோல் நின்றான்.

"அவளுக்கு அது ஒன்றுதான் குறை" என்றான் எரிச்சலோடு.

பஸ் நிறுத்தத்தில், நிழல் குடையில் கீழே அவர்கள் நின்று பஸ்சுக்குக் காத்திருக்கும்போது சாயா சொன்னாள்:

"பிரேம் சார்! சொன்னால் தவறாக நினைக்க மாட்டீர்களே! ஒன்று சொல்கிறேன். மனைவிக்கும் கணவனுக்கும் வரும் விரிசிலுக்குக் காரணத்தை அவர்கள் இருவரைத் தவிர, வேறு எவரும் புரிந்து கொள்ள முடியாது. உங்களுக்குள் ஏதோ பிரச்னை இருக்கிறது. நீங்கள் உட்கார்ந்து யோசித்து, பேசித் தீர்த்துக்கொள்ள வேண்டும். விரிசலை வளர விடாதீர்கள். அது ஆலஞ்செடி மாதிரி வீட்டையே பெயர்த்து விடும்"

பஸ் வந்ததும் சாயா ஏறி நின்றாள். உட்கார இடம் இல்லை அவளுக்கு. நின்றுக்கொண்டே கை அசைத்து விடை பெற்றாள். ஏதோ ஜீவனான ஒன்று அவனிடமிருந்து கழன்று செல்வதைப்போல, துன்பம் கசிய நின்றான் பிரேம்.

பிரேமும் கல்யாணியும் ஓடிக்கொண்டிருக்கிறார்கள். வெகு தூரத்துக்கு முன்னால், அவர்கள் சென்று சேர வேண்டிய லட்சியம் இருக்கிறது. பிரேம் வெகு வேகமாக ஓடிக்கொண்டிருக்கிறான். அவளால் பிரேமுக்கு நிகராக ஓட முடியவில்லை. கனத்த சரீரம் அதோடு அவள் கால்களுக்கு விலங்கு வேறு போடப்பட்டிருக்கிறது. மனைவியின் கால்களுக்கு விலங்கா? திடுக்கிட்டு அவளைப் பார்க்கிறான். விலங்கல்ல. குழந்தைகளின் கைச் சுற்றல்கள். அவனுடைய குழந்தைகளே அவளை ஓட முடியாதவாறு கெட்டியாகப் பிடித்துக்கொண்டிருக்கிறார்கள். ஆகவே அவன் மட்டும் ஓடுகிறான். முன்னேறுகிறான். மனைவி பின் தங்கி விடுகிறாள்...

விழித்துக்கொண்டான். அவனுக்கு இரைத்தது.

தூக்கத்தில் ஓடியவன் விழிப்பு வந்தது மூச்சிரைக்க உட்கார்ந்து கொண்டிருந்தான். கையெட்டும் தூரத்தில் அவன் மனைவி நிச்சலனமாகத் தூங்கிக்கொண்டிருந்தாள். கீழே விரித்த ஜமுக்காளத்தில் பெரியவள் ஷகீலாவும், சின்னவன் சுரேஷும் ஜமுக்காளத்தை விட்டுப் புரண்டு போய்த் தரையில் படுத்துத் தூங்கிக்கொண்டிருந்தார்கள். அவன் வாரிசுகள். அவன் மனைவியை அவனுக்குச் சமமாக ஓடாதபடி விலங்கிட்டவர்கள்.

மீண்டும் கல்யாணியை நோக்கினான் பிரேம்.

பிரேமைப் பார்த்து ஒருக்களித்துப் படுத்திருந்தாள். அண்மைக் காலத்தில் அவளுக்குச் சதை போட்டிருந்தது. வயிறு, ஏழு மாத கர்ப்பிணி மாதிரி சரிந்து விட்டிருந்தது. கண்கள் வீங்கி, கன்னங்கள் உப்பி, தோள்கள் அகன்று எப்படியெல்லாமோ ஆகவிட்டாள் கல்யாணி. இவள் எப்போதும் இப்படி இருந்தாளா? என்றால் இல்லை. கல்யாணம் ஆன புதிதில், 'என்ன' தொட்டால் உடைந்து விடுவாள் போலிருக்கிறதே, என்று எல்லாரும் சொல்லும் படியாக இருந்தவள்தான் அவள். வீடும் சமையல் அறையும், வெளியில் இருந்து உள்ளே வெளிச்சமும் காற்றும் வரமுடியாத புழுக்கம் நிறைந்த அறையும் அடுத்தடுத்து நேர்ந்த இரண்டு பிரசவங்களும் அவளை அவரைப் பந்தலாக்கி விட்டிருந்தது.

கல்யாணி தூங்கிக்கொண்டிருந்தாள். அவன் மனைவி சகலமும் அவனே என்று நம்பி கைப்பிடித்து வந்து விட்ட மனைவி. அவன் அறிவே தன் அறிவாக, அவன் சந்தோஷமே தன் சந்தோஷமாக, அவன் முன்னேற்றமே தன் முன்னேற்றமாக, அவன் மூச்சுக் காற்றில வாழும் மனைவி.

பிரேமுக்கு ஒரு கணம் அவள் மேல் இரக்கம் சுரந்தது. துரதிருஷ்டம் என்னவெனில், மனைவி மேல் ஒரு கணவனுக்கு அன்பு சுரக்க வேண்டுமேயல்லாது இரக்கமே வரக்கூடாது. அன்பு இடையறாதது. இரக்கம் வந்து வந்து போகக்கூடியது. வந்து போன ஒரு கணத்தில் சாயாவின் நினைவு தானாகவே அவனுக்குள் தோன்றியது.

மணியைப் பார்த்தான். மூன்றை நெருங்கிக்கொண்டிருந்தது. சாயா இன்னேரம் என்ன செய்துகொண்டிருப்பாள்? தன் அறையில் சுவாதீனமாக, அச்சமற்று உறங்கிக் கொண்டிருப்பாள். வாய் சற்றே லேசாகத் திறந்தபடி, சீராக மூச்சு விட்டுக்கொண்டு அவள் உறங்கிக்கொண்டு இருப்பாள். 'அவள் கனவு காண்பாளா? காண்பாள் எனில், அவள் கனவில் யார் வருவார்? தன் கனவில் கல்யாணி வந்த மாதிரி, அவள் கனவில் நான் வருவேனா?" என்று தனக்குள் நினைத்தான் பிரேம். நினைவே இனிமையாய் இருந்தது.

மீண்டும் தூங்க முயன்றான். கலைந்த தூக்கம் மீண்டும் வருவதாய் இல்லை. எழுந்தான். குளியல் அறை சென்று மீண்டான். மணி நாலரையாகி விட்டிருந்தது. சட்டையையும் பேண்ட்டையும் அணிந்துகொண்டு ஸ்கூட்டரை எடுத்துக்கொண்டு கிளம்பினான்.

வண்டிக்குப் பல உதைகள் தேவைப்பட்டது. உடன் கிளம்ப மறுத்தது. காலை நேரத்தில் உதைப்பதுகூட சுகமாகத்தான் இருந்தது. ஒரு வழியாக வண்டியைக் கிளப்பி கடற்கரை வந்து சேர்ந்தான். கடற்கரையில் நிறைய பேர் நடை பழகிக்கொண்டிருந்தார்கள். வண்டியை காந்தி பொறுப்பில், அவருக்குப் பின்னால் நிறுத்தி விட்டு நடந்தான்.

காலை நேரத்து கடற்கரை நடை, ஒரு சுகம்! ஈர மணலில் கால் புதையப் புதைய நடப்பது இன்பம். முந்தின நாள் மாலையும் இரவும் உட்கார்ந்து பேசிச் சென்ற நண்பர்களின் உற்சாகம், காதலர்களின் சிருங்காரம், வயோதிகர்களின் விசாரம் எல்லாம் சுண்டல் பொட்டலக் காகிதங்களாகச் சுருண்டு கிடந்தன. எல்லாவற்றையும் மிதித்துக்கொண்டு கடலை நோக்கிச் சென்றான் பிரேம்.

பிரம்மாண்டமான கருநீலப் பாயாய் படுத்துக் கிடந்தது கடல். காலங்காலமாய் இருப்பதால், நரை மாதிரி கடலுக்கும் அலைகள் என நினைத்தான் அவன். மீண்டும் அந்த வெள்ளை

முடி முளைத்து விட்டதா என இனி வீட்டுக்குப் போய்த்தான் பார்க்க வேண்டும். ஓடினால் என்ன என்று தோன்றவே, ஓடத் தொடங்கினான். வயிறு குறைய வேண்டுமே என்கிற கவலை சமீப காலமாக அவனுக்கு ஏற்படத் தொடங்கியிருந்தது. வயதின் புறச் சின்னங்களில் ஒன்றாய், வயிறு அண்மைக் காலமாகச் சற்று மேடிட்டிருந்தது. அதை வயது காரணமாக என்று அவனால் எப்பவும் ஒப்புக்கொள்ள முடிந்ததில்லை. உட்கார்ந்து பணி செய்கிற ஆடவர் அனைவருக்கும் அது ஏற்படும் என்றே மனதை சமாதானப்படுத்திக் கொண்டிருந்தான்.

சாயா ஒரு முறை கிண்டல் செய்தாள்.

"என்ன சார், உடற்பயிற்சியே செய்வதில்லையா நீங்கள்? வயிறு முன்னால் வந்துகொண்டிருக்கிறதே" என்றாள். அவமானமாகத்தான் இருந்தது. உடனே, வயிற்றை எக்கி மூச்சு பிடித்துக்கொண்டு நிற்க வேண்டி வந்தது அவனுக்கு. அன்றே தீர்மானித்து விட்டான். இனி காலை நேரங்களில் கடற்கரையில் ஓடுவதென.

ஓடிக்கொண்டிருந்தான் பிரேம். சற்று தூரத்தில், சுரிதார் அணிந்த இரு பெண்மணிகள் ஓடிக்கொண்டிருந்தார்கள். இளம் பெண்கள். அவர்களில் ஒருத்தி சாயாவின் வடிவில் இருந்தாள். சாயா இல்லை... ஆனால், அவள் இவனைக் காட்டிலும் வெகுதூரம் முன்னேறி விட்டிருந்தாள். மூச்சு இறைக்கவே சற்று நின்றான். மணலில் அமர்ந்தான்.

அது– சாயாவுடன் சேர்ந்து வாழ்வது– என்கிற கனவு, ஆசை, தாபம் நிறைவேறும் என்று அவனுக்குத் தோன்றவில்லை. அப்படி நினைப்பதுகூட ஒருவகையில் அயோக்கியத்தனம்தான். ஆனால், நினைக்காமல் இருக்கத்தான் முடியவில்லை. மீண்டும் மீண்டும் அவனுக்கு அருகில், அவனுக்கு உள்ளே வந்து உட்கார்ந்துகொண்டிருந்தாள் சாயா. திடீரென சாயாவைப் பார்க்க வேண்டும்போல் தோன்றியது அவனுக்கு. ஸ்கூட்டர் நிறுத்தி வைக்கப்பட்டிருந்த இடத்தை நோக்கி ஓடினான்.

திருவல்லிக்கேணியைப் பார்க்கும்போதெல்லாம், தமிழகத் தலைநகரமே ஒரு மாபெரும் நகரசபைக் குப்பைத் தொட்டியாகி வருவதாக அவனுக்குத் தோன்றும். வீதி ஓரம் குப்பை, தெரு முனையில் குப்பை, தெருக்களில் வீடுகள் ஒன்றோடொன்று இடித்துக்கொண்டு, தெத்துப் பல் மாதிரி இருப்பதைப் பார்க்க, 'நசநச'வென்று மக்கள் இடித்துக்கொண்டு நடப்பதை

பிரபஞ்சன் | 61

உணரும்போதெல்லாம் குமட்டிக்கொண்டு வரும். அங்குதான் ஒரு ஒற்றையடிச் சந்தில் சாயா இருந்தாள். செந்தாமரை எங்கு பூத்தால்தான் என்ன என்று சொல்லிக்கொண்டான். உவமை தந்த கிளர்ச்சியில், சாயா வீட்டுப் படியில் மோதி வண்டியை நிறுத்தினான். சாயாவின் அம்மாதான் வரவேற்றாள். சாயாவின் அம்மா, சாயாபோல் இல்லை. சாயா அப்பாவைக்கொண்டு பிறந்திருப்பதாக அடிக்கடி சாயா சொல்வாள்.

"வாங்க தம்பி! பாருங்க, இந்தப் பொண்ணு இன்னும் தூங்கிட்டு இருக்கு" என்று சொன்னவள் சேர்த்துச் சொன்னாள், "இன்னிக்கு லீவு நாள்தானேன்னு தூங்கிறா போல இருக்கு"

அம்மா, மகளை எழுப்பப் போனாள். அன்றைக்கு ஞாயிறு என்பதே அப்போதுதான் அவன் நினைவுக்கு வந்தது. தான் நேரம் காலம் கடந்து விட்டோம் என்று நினைத்துக்கொண்டான் பிரேம். சுவரில் மாட்டியிருந்த படங்களைப் பார்த்தான். சாயாவின் குடும்பப் போட்டோ. உறுப்பினர்களின் தனித்தனிப் போட்டோக்கள். 'போட்டோ என்று வந்தால் எல்லாரும் விறைத்துக் கொள்வார்கள் போலும்' என்று தோன்றியது. அவனுக்கு சிரிக்க முடியாமல் சிரித்துக்கொண்டு, கேமராவையே முறைத்துக்கொண்டு நின்றிருந்தார்கள் அத்தனை பேரும். புகைப்படங்களைப் பார்ப்பது போன்ற சுவாரஸ்யம் வேறு என்ன இருக்க முடியும்? ஏதோ ஒரு கல்யாணத்தின்போது எடுக்கப்பட்ட போட்டோவில் குருக்கள் தாலியை எடுத்து நீட்டிக்கொண்டே, கழுத்தை மணமக்களுக்கு இடையே விட்டு போட்டோவுக்கு போஸ் கொடுத்துக்கொண்டிருந்தார்.

சாயா வந்தாள். தூக்கக் கலக்கம் இன்னும் போய் விடவில்லை அவளிடமிருந்து. அங்கி போன்ற இரவாடை அணிந்துகொண்டிருந்தாள். கொஞ்சமும் கள்ளமின்றி முகமுழுக்கச் சிரித்து, "வாங்க சார்... சாரி சார், நீங்க வரும்போது தூங்கிட்டிருந்தேன் பாருங்க. முதல்லே சொல்லியிருந்தா, நான் தயாரா இருந்திருப்பேன்" என்றாள், வருத்தமும் மகிழ்ச்சியும் கலந்த குரலில்.

மனிதர்கள் எல்லாரும் கற்பனை செய்வதில் கம்பர்கள் என்பது அப்போது நிரூபணமானது.

இங்கே திருவல்லிக்கேணியில் ஒரு நண்பர் காலேஜ் சீட் விசயமா சொல்லியிருந்தார். பிரின்சிபாலிடம் சொல்லி ஏற்பாடு

பண்ணிவிட்டேன். அதைச் சொல்ல இங்கு வந்தேன். இவ்வளவு தூரம் வந்து விட்டு சாயாவைப் பார்க்காமல் போனால் எப்படி என்று வந்து விட்டேன்" என்றான் பிரேம்.

"பரவாயில்லை, உங்க அன்புக்கு மிக்க நன்றி" என்றாள், நாடக பாவத்தோடு சாயா.

காலமும் சூழலும் குலோப் ஜாமூன் மாதிரி இளகியிருப்பதாக பிரேம் நினைத்துச் சந்தோஷப்பட்டான்.

"என்னோடு நீங்கள் காபி சாப்பிடுகிறீர்கள்" என்றாள் சாயா.

"அது, என்னோட பாக்கியம்!"

அவள் சிரித்தாள். அழகான ஆரோக்கியமான சிரிப்பு. நீளக் கயிறுகொண்டு எதிராளியைக் கட்டிப் போடுகிற சிரிப்பு. அந்தப் பூவிலங்கை சுகமா ஏற்றுக்கொண்டு காபியை அருந்தினான் பிரேம்.

"எனக்கு பத்து நிமிசம் தருகிறீர்கள். நான் அதற்குள் குளித்து விட்டு வந்து விடுவேன். நாம் இருவரும் சேர்ந்து காலை உணவு அருந்துகிறோம். என்ன சரிதானா?"

"நான் உத்தரவுக்கு எப்போதும் கட்டுப்பட்டவன், சாயாவின் உத்தரவுக்கு மட்டும்" என்றான்.

அதற்கும் அவன் எதிர்பார்த்தது கிடைத்தது. மதுரமேயான ஒரு புன்சிரிப்பு. கண்கள் அதிகமாகச் சிரிக்க, உதடு புன்முறுவல் பூக்கிற உயர் சிரிப்பு. வாங்கிப் பத்திரப்படுத்திக்கொண்டான். காலைப் பேப்பரையும், ஆங்கிலப் பத்திரிகை ஒன்றையும் கொண்டு வந்து அவன் முன்னால் வைத்துப் போனாள் சாயா. முந்தின நாளின் மல்லிகை கசங்கிய ஒரு வகை மணத்தை வாரி இறைத்தது. சாயாவின் தலையிலிருந்து பழைய பூச்சரம் உள்ளுக்கிழுத்த மூச்சை வெளியே விடாமல் இயன்றவரைக் கட்டுப்படுத்திக்கொண்டான் பிரேம்.

அந்த வீடு வரவேற்பறையில் போடப்பட்டிருந்த நாற்காலி, வட்ட வடிவ டீபாய்கள், கதவுக்கும் ஜன்னலுக்கும் போட்ட வெளிர் நீல நிற திரைத் துணிகள், எல்லாவற்றையும் கங்காரு அல்லது மனிதக் குரங்கு அல்லது அஞ்சு தலை நாகப்பாம்பு இவற்றைப் பார்க்கிற உற்சாகத்துடன் பார்த்துக்கொண்டிருந்தான் பிரேம். அவைகள் சாயாவுடன் வாழ்கிற பொருள்களாயிற்றே!

குளித்து உடை மாற்றி வந்தாள் சாயா. மஞ்சளில் வெள்ளைக் கோடுகள் போட்ட சேலையும் அதே வண்ணத்தில் ரவிக்கையும் அணிந்து வந்து அவன் அருகில் அமர்ந்தாள் சாயா.

ஒரு பெரிய சாமந்திப்பூ வந்து முன்னால் வந்து அமர்ந்ததுபோல உணர்ந்தான் பிரேம்.

"மாமி குழந்தைகள் எல்லாம் நல்லா இருக்காங்களா?" என்றாள் சாயா. தனது சாமந்திப்பூக் கற்பனை அந்தரத்தில் தூக்கு மாட்டிக்கொண்டார்போல உணர்ந்தான் அவன்.

"நான் புறப்படவா?" என்றவாறு எழுந்தான்.

"இருங்கள், உங்களை அவ்வளவு சீக்கிரம் விட்டு விடுவேனா? இன்றைக்கு விடுமுறைதானே? அப்படி என்ன அவசரம்? உங்களிடம் நான் பேச வேண்டியிருக்கிறது. உண்மையில், உங்களை இன்று வீட்டுக்கு அழைக்கத்தான் நினைத்திருந்தேன். நல்லவேளை, நீங்களே வந்து விட்டீர்கள்" என்றாள் யோசனையோடு. சிரிப்பு குதூகலமும் அவளிடமிருந்து சுத்தமாக மறைந்து விட்டது. அவள் அழைப்பும் தோரணையும் அவனை ஆணி அடித்து அமரச் செய்து விட்டன.

காலை உணவாக ரொட்டியும் முட்டையும் உண்டார்கள்.

"சொல், என்னவோ சொல்ல வேண்டும் என்றாயே!"

"அதற்கு முன்னால் நீங்கள் அன்று எனக்கு இனிப்பும் காரமும் வாங்கி டிரீட் கொடுத்தீர்களே, அதன் காரணம் சொல்லவில்லையே"

பிரேம் சிரித்தான்.

"இதுகூடத் தெரியாமல் இருக்கிறாயே. அன்று நீ வேலையில் சேர்ந்து ஓர் ஆண்டு முடிந்து, இரண்டாம் ஆண்டு தொடங்கிய நாள்!"

சாயா உவகையில் பூரித்துப் போனாள். மனிதன் தன் சக மனிதர் மேல் செலுத்தும் அக்கறையின் வெளிப்பாடாக மட்டும் பிரேமின் அக்கறையைப் புரிந்துகொண்டாள். அவள் கண்கள் கலங்கின.

"ரொம்ப நன்றி பிரேம் சார்!" என்றாள் நாத் தழுதழுக்க.

"அதை விடு. என்னவோ சொல்ல வேண்டும் என்றாயே?"

தலைகுனிந்து யோசித்தவாறு இருந்த சாயா சொன்னாள். திரும்பிப் பார்த்து அம்மா அருகில் இல்லாமையை ஊர்ஜிதப் படுத்திக்கொண்டாள். குரலைத் தாழ்த்திக்கொண்டு சொன்னாள்.

“சார்... எனக்கு ஒரு நண்பர் இருக்கார். பெயர் ஜான். இன்னைக்கு இங்கு வருவதாக இருக்கார். மதியம் சினிமாவுக்குப் போவதாக ஏற்பாடு. நீங்களும் எங்களுடன் வரலாம். நீங்கள் என் உண்மையான நண்பர். ஜானுடன் பேசுங்கள். எனக்குக் குழப்பமாக இருக்கிறது. நான் இது விசயமாக முடிவெடுப்பதில், நீங்கள் உதவ வேண்டும். அதற்கான தகுதி என் நண்பர்களில் உங்களுக்குத்தான் உண்டு.”

“முடிவெடுப்பது என்றால் நீ அவரைக் காதலிக்கிறாயா?”

எந்தவிதத் தயக்கமும் இல்லாமல் “ஆம்” என்றாள்.

“ரொம்ப சந்தோஷம் அவர் வரட்டும். பேசிவிட்டுப் போகிறேன்...” வெகு நீண்ட நாட்களுக்குப் பின் சாயாவின் கருவிழிகளைப் பார்த்துப் பேசினான் பிரேம்.

மந்தகாசமுடன் தலை கவிழ்ந்து அமர்ந்திருந்த சாயாவைப் பார்த்து பிரேம் சொன்னான்.

“திருவிழாவில் அம்மாவைத் தவற விட்ட குழந்தை மீண்டும் அவளைக் கண்டு பிடித்ததுபோல சந்தோஷமாக இருக்கிறது”

ஒரு நிமிஷம் யோசித்த சாயா சொன்னாள்:

“நான் அல்லவா, அப்படி நினைக்க வேண்டும்.”

பிரேம் முதன் முறையாக வெட்கப்பட்டான்.

ஜான் வந்ததும் அவரிடம் பேசி, அவர் அவளுக்குத் தகுதியானவர்தான் என்பதை அவளுக்குச் சொல்லி, அவர்களுடன் சினிமா பார்த்து, மாலை அவர்களுடன் ஓட்டலில் உண்டு, கடற்கரைக்குச் சென்று, சாயாவை அவள் வீட்டில் சேர்த்து, அங்கிருந்த ஸ்கூட்டரை பல உதைகளுக்குப் பிறகு ஸ்டார்ட் செய்து வீடு வந்து சேர்ந்தான். நேரம் பதினொன்றைத் தொட்டு விட்டிருந்தது.

வேலைக்கார அம்மாள் கதவைத் திறந்து விட, படியேறி மாடிக்குச் சென்றான். கட்டிலில் சுருண்டு படுத்திருந்தாள் கல்யாணி. சிகை ஃபேன் காற்றில் பறந்து முகத்தை மூடியிருந்தது. அவள் அருகில் அமர்ந்து அவள் கேசத்தைச் சரி செய்தான். கீழே குழந்தைகள் இரண்டும் அசந்து தூங்கிக்கொண்டிருந்தன. ஆக மூன்று குழந்தைகள் உறங்குவது மாதிரி இருந்தது. கல்யாணிகூட ஒரு குழந்தையாகத்தான் அவனுக்குப் பட்டது. அதே நேரத்தில்

அவனால், வெறுத்து ஒதுக்கப்பட்ட குழந்தை தானும் தன்னுடைய வாழ்வும், இன்பமும், துன்பமும் இனி இவனோடுதான் என்று பல ஆண்டுகளுக்கு முன்னர் அவனிடம் வந்து சேர்ந்த அவன் மனைவி. கல்யாணி புரண்டு படுத்தாள். திடுக்கிட்டு விழித்தாள். தன் அருகில் அவன் அமர்ந்திருப்பது கண்டு சரட்டென்று எழுந்து அமர்ந்தாள்.

"எப்போ வந்தீங்க? கொஞ்சம் கண் அசந்துட்டேன் சாப்பிட்டீங்களா, இல்லையா?"

"ஆச்சு. நீ சாப்பிட்டியா?"

ஆச்சர்யத்துடன், "இல்லை" என்று தலையசைத்தாள்.

"வா... சாப்பிடு."

"பரவாயில்லைங்க."

"சேச்சே, சாப்பிடாமல் படுக்கறது நல்லதில்லை. எதுக்குப் பட்டினி இருக்கணும்...?"

அவன், அவள் கையைப் பற்றி எழுப்பினான்.

1992

குமாரசாமியின் பகல் பொழுது

குமாரசாமி அலுவலகத்தை விட்டு வெளியே வந்து தெருவில் நின்றார். அவர் ஆச்சரியப்பட்டுப் போகும் படியாக இருந்தது அந்தப் பகல் பதினொரு மணிப் பொழுது! தெருவில் அரக்கப் பரக்க அடித்துக்கொண்டு ஓடும் மனிதர்களைக் காணோம். எல்லோரும் அலுவலகக் கூண்டுக்குள் போய் முடங்கிக்கொண்டார்கள் போலும். அதிர்ஷ்டவசமாக வானம் மந்தாரமிட்டுக் கிடந்தது. மாலை நேரங்களிலும் அதிகாலை நேரங்களிலும் மட்டும் கிடைக்கும் தண்ணீர்க் காற்று, அப்போது வந்து அவரைக் குளிப்பாட்டிற்று. உலகம் ரொம்ப புதுசாய் இருந்தது குமாரசாமிக்கு. அப்போதுதான் பிறந்த ஒரு குழந்தையைப்போல!

அடைக்கலசாமி நேற்று இறந்து விட்டாராம். சுமார் முப்பது வருஷங்களாகக் குமாரசாமிக்குப் பக்கத்தில் உட்கார்ந்து வேலை பார்த்த அடைக்கலசாமி, அவர் மறைவுக்கு அனுதாபம் தெரிவித்து விடுமுறை விட்டிருக்கிறார்கள். அடைக்கலசாமி என்பது, அவர் அணிந்திருந்த கண்களைப் பூதாகாரமாக்கிக் காட்டும் கண்ணாடி, ஒடிசல் தேகம், கீழ்ப்புறம் கிழித்து பிசிறி தெரியும் வேஷ்டி, வேண்டுதல் வேண்டாம் அற்ற நிர்குண பரப்பிரும்ம நிலை... இத்யாதிதான். இருவரும் சேர்ந்து ஆரியபவனில் எண்ணற்ற முறை காபி சாப்பிட்டிருக்கிறார்கள். செத்துப் போனவர்க்குச் சர்க்கரை இல்லாத காபிதான் பிடிக்கும். பல வருஷங்களுக்கு முன் குடும்ப சகிதம் குமாரசாமியின் வீட்டுக்கு அடைக்கலசாமி வந்திருந்தார். சினேகிதருக்குக் கோழி அடித்துச்

சாப்பாடு போட்டார் குமாரசாமி. அந்த அடைக்கலசாமி செத்துப் போய்விட்டார். குடும்பத்துக்கு மூத்த மகனாகப் பிறந்தவர். ஆறு சகோதரிகள் மூன்று சகோதரர்கள். அத்தனை பேரையும் படிக்க வைத்துக் கல்யாணம் பண்ணி வைத்து, பிரசவ செலவு ஏற்று, நல்லது கெட்டதுகளில் கலந்துகொண்டு வாழ்க்கையின் கடைசி சொட்டையும், சகோதர சகோதரிக்களுக்காகச் செலவு பண்ணி, தான் வாழ ஆரம்பிக்கும் முன் செத்துப் போனார். பிறந்தவர் சாவது இயற்கை. ஆனால் வாழ்ந்தவர் சாவதுதானே நியாயம். வாழாதவர் சாவது என்ன நியாயம்? அடைக்கலசாமி செத்தது ஒரு தவறு. காலதேவனின் கணக்கு எங்கோ பிழைப்பட்டுப் போய் விட்டது.

சக ஊழியர்கள் மிக உற்சாகமாக கிடைத்த வாகனங்களில் ஏறி, செத்துப் போன அடைக்கலசாமியைப் பார்க்கப் புறப்பட்டுப் போய் விட்டார்கள். குமாரசாமியால் இருந்த இடத்தை விட்டு நகர முடியவில்லை. அன்றையப் பொழுது அவ்வளவு பிரகாசமாய், கழுவினத் தட்டு மாதிரி பளிச்சென்று இருந்தது. இந்தப் பதினொரு மணிப் பொழுதின் உலகத்தை அவர் பார்த்து பலகாலமாயிருந்தது. அவர் நினைவில் அந்தப் பொழுது தங்கியிருக்கவில்லை. அந்த வேளைகளில் அவர் அலுவலகத்தில் ஏதாவது கோப்பைப் பார்த்துக்கொண்டு அமர்ந்திருப்பார். அலுவலகம் ஏ. சி. பண்ணப்பட்ட ஒன்று. அதனால் வெளி உலக சீதோஷணங்கள், தட்பவெப்ப மாறுதல், உலக இயக்கம், அதன் சந்தடிகள், வாகனாதிகளின் கர்ணகடூர சத்தங்கள் எதுவொன்றும் எட்ட நியாயமில்லை. காலை பத்து மணி தொடங்கி மாலை ஐந்து மணி வரை, அவர் தனித் தொட்டியில் போடப்பட்ட மீன்குஞ்சு.

அவருக்கு நினைவில் நிற்கிற பொழுதுகள் பரபரப்பான காலையும், மந்தமான மாலையும், உறக்க மயமான இரவுகளும். விடியலிலேயே எழுந்து விடுகிற குமாரசாமி, உடனே காலைக் கடன்களை முடித்துக் குளித்தும் விடுவார். இல்லையெனில் ஆறு போர்ஷன்களும், ஆறு போர்ஷன்களிலும் மொத்தமாக ஜீவிக்கிற இருபத்து ஏழு பேர்களுக்கும் சேர்த்து, இருக்கிற ஒற்றை கக்கூசுக்கு முன் கையில் பிளாஸ்டிக் வாளியோடு நிற்க வேண்டி வந்துவிடும். அதிலும், ராமாயி அம்மாள் உள்ளே நுழைந்தால் அரைமணி கழித்தே வெளியே வருவாள். வயசானால், அத்தனை நேரம் வேண்டியிருக்கும் போலும். அதைக்கூட சகித்துக் கொள்ளலாம். அவள் புகைத்து வெளியேற்றியிருக்கிற சுருட்டுப்

புகை அந்தச் சின்னஞ்சிறு, ஜன்னல் அற்ற அறைக்குள்ளேயே சுற்றி வருவதால் உள்ளே இருக்கிற ஆறு ஏழு நிமிஷங்களும், அந்தப் புகையை அவரும் சுவாசிக்க வேண்டியிருப்பதுதான் சகிக்க ஒண்ணாதது. அப்புறம் ஷவரம், அது ஓர் அனிச்சைச் செயல். விரும்பினாலும் வெறுத்தாலும் மயிர் காதோரம் ஆரம்பித்து முளைத்து விடுகிறது. கொஞ்ச நாள் அதை வளர்க்கவும் செய்தார். பார்ப்பவர்கள் "என்ன திருப்பதிக்கா?" என்றார்கள். அதுக்குப் பதில் சொல்லலாம். வெகு பேர், "என்ன வீட்டில் எத்தனையாவது மாசம்?" என்றார்கள், வெட்கம் பிடுங்கித் தின்றது அவரை. ஐம்பத்திநாலு வயசில் இந்தக் கிரகசாரம் வேறா? நல்ல பிளேடுகள் இரண்டு ரூபாய் வரை விற்றன. தினம் செய்துகொண்டால், வாரம் முழுக்க ஒற்றை பிளேடைக்கொண்டே ஷவரம் ஆகிவிடும். அதுவும் கடைசி மூன்று நாட்களுக்கு சின்ன முதலாளி மாதிரி கடிக்கும். கண்களில் நீர் தளும்ப ஷவரம் முடித்து, கிணற்றிலிருந்து சேந்தி விட்டுக்கொண்டு குளியல். கிணற்றில் தண்ணீர், மழைக் காலங்களில் போலீஸ்காரனிடம் இருக்கும் இழி குணங்களைப் போல் நிரம்பி வழியும். கோடைக்காலங்களில், நல்லவர்களிடம் தங்கியிருக்கும் பணங்காசைப்போல அருகிப் போய் விடும். குளித்துத் தலை ஈரம் காயு முன்பே, மாமி பரிமாற வைத்திருக்கும் ஆவி பறக்கும் சோற்றை ருசி தெரியாமல் அள்ளிப் போட்டுக்கொண்டு, சட்டையை மாட்டிக்கொண்டு பஸ் நிறுத்தத்துக்கு வருவார். அங்கு இவருக்கும் முன்னால் ஒரு மாபெரும் கும்பல் பஸ்ஸுக்கு காத்து நின்றிருக்கும்.

அந்தக் கும்பல் சந்தேகமில்லாமல், அவரைப்போல மனுஷபுத்திரர்தான். எனினும் அந்தச் சந்தர்ப்பத்தில் அவர்கள் அவரின் சுகத்தை, சௌகரியத்தைக் கெடுக்க வந்த ராட்சஸர்களாகப் படுவர். ஆ! இந்தப் பட்டணத்துக்கு வந்து மனுஷர்களை வெறுக்கும் படியாச்சே! என்று அவர் சமயங்களில் வருந்துவதுண்டு. பஸ் பயணம் என்கிற நரகம் நோக்கிய பயணம் அத்தன்மையதாய் விளங்கியதே! அந்தக் கும்பலில் அவதாரப் புருஷர்கள் இருக்கக் கூடும். மகாத்மாக்கள் இருக்கக் கூடும். சிபிச் சக்கரவர்த்திகள், கௌதம புத்தர், ஏகலைவர், ரிஷ்ய சிருங்கர், அனுசுயாக்கள், நளாயினிகள், கோப்பெருந்தேவிகள், இருக்கலாம்தான். இல்லை என்று கூற முடியாது. எனினும் பஸ்ஸில் ஏறுகையில் அவர்கள் அத்தனை பேரும் ஒன்று திரண்டு நான்கு கால்களை உடையவர்களாகவே பரிணாமம் எய்துவார்கள். இதழ் நீங்கி வெளிப்பட்ட கோரைப் பற்களை

உடைய மிருகங்கள், ரத்தப் பசிகொண்ட மிருகங்கள் பேருந்து வந்து நின்றதும், ஒருவர் மட்டுமே நுழையத் தக்க அதன் வாயிலில், ஐம்பத்தேழு பேரும் ஏற முயற்சித்து, பத்து பேர் மட்டுமே நிற்கத்தக்கதாக வருகிற வாகனத்தில், அத்தனைப் பேரும் பிறர் கால்களில் நிற்கப் பிரயாசைப் பட்டு, ஒருத்தர் உடம்பை ஒருத்தர் மேல் இழைத்துப்பூசி, படரவிட்டு, துர்க்கந்தங்களை வியாபகம் செய்து, கால பதியென்னும் கடிகாரத்தின் பெரிய முள்ளைப் பின்னோக்கி இழுக்கும் மார்க்கண்டேய முயற்சிகளில் லயித்துப் போகும் விவஸ்தை கெட்ட விவகாரத்தில் குமாரசாமிக்கு என்றுமே சம்மதம் இருந்ததில்லைதான். இருந்தும் என்ன? அவர் அந்த யுத்த களத்தில் எப்படியோ இழுத்து விடப்படுகிறார். அவர் கண்கள் கட்டப்பட்டு அவர் கைகளில் ஒரு பட்டாக்கத்தி அளிக்கப்படுகிறது. அவர் அதை நாலா பக்கமும் வீசி ஹதம் செய்ய வேண்டும்.

காலைகள் இந்த விதமாகக் கழிந்தன. குமாரசாமிக்கு அடடா! இந்தப் பதினோரு மணி உலகம் இந்த மாதிரியா இருக்கும்? அபூர்வமாக இருக்கிறதே! இது எப்படி அவர் கண்களுக்குத் தட்டுப்படாமல் போயிற்று.?

மாலைகள் என்பன, வயசாளிகள் உட்கார்ந்திருக்கிற நகரசபைப் பூங்கா மாதிரி. நகரசபைப் பூங்காக்கள் பெரும்பாலும் பூஞ்சைக் காடுகள். 'சக்தி உள்ளதுகள் பிழைக்கும்' என்கிற தத்துவத்தை மெய்ப்பிப்பான் வேண்டியே படைக்கப்பட்டதான செடிகள், புல் பூண்டுகள் நிறைந்திருக்கும். குறித்த காலத்தில் நீர் ஊற்றப்பட எந்த ஏற்பாடும் இல்லாத காரணத்தால், செடிகள் வதங்கி, மெலிந்து, சிறுத்து வாடி, சத்துணவுக்கூடத்துக் குழந்தைகள் மாதிரி பரிதாபகரமாக இருக்கும். மாலைக் காலத்துக்கு வந்து விட்ட முதியவர்கள் அல்லது பழம் பெரும் பிரஜைகள், அங்குள்ள காரை பூசிய பெஞ்சுகளில் அமர்ந்து, தங்களின் செரிக்கப்படாத நினைவு மிச்சங்களைத் தோண்டிக்கொண்டு வந்து அசை போட்டுக்கொண்டிருக்கும் காட்சி, மயான பூமியின் வரவேற்பு அறையில் அவர்கள் அமர்ந்திருப்பது போன்ற பிரமையை ஏற்படுத்தும்.

மாலைக் காலங்கள் என்பன அவர் வீடு திரும்பும் காலங்கள். ஆபீசை விட்டுப் பொடி நடையாக நடந்து, பஸ் நிறுத்தத்தைச் சேர்வதற்கு அரை மணி நேரம் ஆகும். இடைப்பட்ட பாதை, மஞ்சள் பூத்த வெயிலில் பார்க் பெஞ்சின் முதியவர்களைப்போலக் களைப்புடன் காயும். பெட்டிக் கடைகளில் மாலைப்

பத்திரிகைகளின் விளம்பர அறிக்கைகள் படு சுவாரஸ்யங்களைத் தாங்கிக்கொண்டு தொங்கும். அரசியல், சினிமா, மற்றும் பொது வாழ்வுப் பிரமுகர்களின் பேச்சு அல்லது நடவடிக்கைகள் அதில் வெளிப்பட இருக்கும். ஒருவர் அவருடைய எதிரியை நோக்கி நீ தமிழனுக்குப் பிறந்தவனா? என்று கேட்டிருப்பார். சட்ட சபைகளில் வேஷ்டி விலகுதல், துண்டு உருவகம் போன்ற யுத்தங்கள் நடைபெற்றிருக்கும். ஒரு வகையான ஆபாசப் பத்திரிகை படித்த விறுவிறுப்பு உடம்பில் ஏறும். தமிழர்களுக்கு இந்த ரகமான விறுவிறுப்பை ஏற்றுவதுதான் இந்தப் பத்திரிகைகளின் நோக்கமாக இருந்தது எனில், பத்திரிகைகளே மக்களை ஜெயித்தன எனலாம்.

செய்திகள், விட்ட இடத்திலிருந்து தொடர்ந்து சிந்தித்தபடி குமாரசாமி நடப்பார். பள்ளிவாசலுக்கு முன்னால் இருக்கும் டீ கடையில் சர்க்கரை இல்லாமல் ஸ்டிராங் டீ வாங்கிக் குடிப்பார். ஆபீஸ் களைப்பு, முதுகுவலி, பிருஷ்ட எரிச்சல் ஆகியவை ஒரு வகையாகச் சமனப் பட்டாற்போலத் தோன்றும். அதற்குள் கடைகளில் விளக்குகள் எரிய ஆரம்பிக்கும். பிரகாசமான, கண்களைக் கூசவைக்கும் வெளிச்சங்களில் வியாபாரம் தொடரும். எத்தனைத் துணிக்கடைகள்? எத்தனை ஷாப்புச் சாமான் கடைகள்? எத்தனை ஓட்டல்கள்? எத்தனை எத்தனை அரசாங்க, தனியார் அலுவலகங்கள்? மனுஷத் தேவைகள் மிகப் பலவாக விரிந்து விட்டன. ‘உண்பது நாழி உடுப்பது ரெண்டு முழம்’ என்கிற அம்மாஞ்சித்தனங்கள் காலாவதி ஆகிவிட்டன. நகப்பூச்சுகள்கூடப் பத்து வர்ணங்களில். நெற்றிப் பொட்டு பலப்பல வர்ணங்களில் அக்குள் மயிர் நீக்க, இருபதுக்கும் மேற்பட்ட கம்பெனிகள் உயிரை விட்டுக்கொண்டு லோஷன் தயாரிக்கின்றன. ஆண்களையும் பெண்களையும் அழகர்களாக்க என்றே அழகு நிலையங்கள் நகரங்களில் பெருத்திருக்கின்றன. காலை தொடங்கி நள்ளிரவு வரை பெண்களை அடுப்படிக்குள் முடக்கிப் போட்ட வேலைத் தொடர்களைச் சௌகர்யப்படுத்த, சீக்கிரம் முடிக்க எத்தனை இயந்திரங்கள் இருந்தும், இன்னும் வறுவல், பொரியல், அப்பளம், வடை என்று அதே பழைய சோற்றுப் பட்டியல்...

பொழுது. லேசான போதைகொண்டாற்போல, மெல்லிசான கிறக்கம்கொண்டிருக்கும். மனிதர்களின் வயிறுகள், சற்றே புடைத்து எச்சம் வெளிப்படுத்த ஆயத்தம் கொண்டிருக்கும். மாலை நேரம் வந்து இருட்டத் தொடங்குகையில் மனித மனம் பறவைகளின் மனோபாவம் கொண்டு, விரைந்து கூடு சேரும் எண்ணத்தைக்கொண்டு விடுகிறது. வீடுகளில், இன்பத்திலும்,

துன்பத்திலும் விட்டு நீங்காதபடி இருப்பதாக உறுதி செய்து, வாழ வந்திருக்கிற மனைவிகள் இருப்பார்கள். அவர்கள் மூலம் சமூகச் சங்கிலியின் கண்ணி அறுபடாது இருக்கும் பொருட்டு, பெற்றெடுத்தப் பிள்ளைகள் இருப்பார்கள். ஆகவே மாலைக் காலம் என்பது ஆண்களும், பெண்களும் வீடு திரும்பும் காலம். குமாரசாமி பஸ் நிறுத்தம் வந்து நிற்பார். அங்கிருந்து பஸ் பிடித்து வீடு போய்ச் சேர வேண்டும். சாயங்கால நேரங்களில் வீடு திரும்பும் அலுவலர்களின் முகங்கள் அவசியம் அவதானிக்கத் தக்கவை. எண்ணெய் வழிவதால் முகம் லேசாய் 'இருண்டு' பளபளப்புற்றிருக்கும். குமாரசாமியை உள்ளிட்ட பயணிகள், தவத்தில் ஈடுபட்டிருக்கும் முனிபுங்கவர்களாகி விடுவார்கள். பிரும்மத்தைக் கண்டடைதலே இவர்கள் லட்சியம் என்பதுபோல, பயணிகளின் லட்சியம் தங்கள் பயணத்துக்கானப் பேருந்தைக் கண்டு அடைதலாகும். கடந்த எட்டு மணி நேரங்களில் அவர்கள் முகத்தில் எழுதி ஒட்டியிருந்த அவர்களது உத்தியோகங்களின் பெயரை அழித்து 'குமாரசாமியாகவும்' ஜான் பிரிட்டோவாகவும், நசீர் அகமதாகவும், தம்மைக் கண்டு கொள்ளப் போகும் தவிப்பும் துலாம்பரமாகத் தென்பட அவர்கள் நிற்பார்கள்.

நேற்று இதே நேரம், குமாரசாமி இதே பஸ் நிறுத்தத்தில் நின்றிருந்தார். அடைக்கலசாமி அவரைக் கண்டு அவர் பக்கத்தில் வந்து நின்றார். எத்தனை மணிக்கு அவருக்கு மாரடைப்பு ஏற்பட்டது? ராத்திரி பதினொன்றரை மணிக்காம். ஆட்டோ பிடித்து அவரை ஆஸ்பத்திரிக்கு ஏற்றிச் சென்றிருக்கிறார்கள். வழியிலேயே அவர் ஆவி பிரிந்து விட்டது. அவர் இறந்த நேரத்தைச் சுமார் பனிரெண்டு என்று கணக்கிடலாமா? இடலாம். அப்படியெனில், தான் பனிரெண்டு மணிக்கு இறக்கப் போவதை அறியாத அடைக்கலசாமி, அந்த நேரத்துக்கு சுமார் ஆறுமணி நேரத்துக்கு முன்னால் குமாரசாமியைக் கண்டு, அவர் பக்கத்தில் வந்து நின்றார்.

குமாரசாமி யோசித்துப் பார்த்தார். அந்த மாலையில் அவர் முகத்தில் மரணம் ஒன்றும் எழுதியிருக்கவில்லை. வேலை பார்த்தக் களைப்பு இருந்தது. தெளிவோடும் சமயங்களில் நகைச்சுவை தெறிக்கவும்தான் அவர் பேசினார். "பெரிய தங்கை லட்சுமி வந்திருக்கா குமாரசாமி. இது அவளுக்கு மூணாவது பிள்ளை. மூணாவது பிள்ளைப் பிரசவத்துக்கும் அண்ணன் வீட்டுக்கு வந்து, அண்ணனுக்குத் தொந்தரவு தருவதாவதுன்னுதான் அவளே நினைச்சிருக்கா. நம்ம வீட்டில் என்ன சொன்னாங்கன்னா,

கண்ணு உன் அம்மா உயிரோடு இருந்து நீ பிள்ளையாண்டு வந்திருந்தா, இந்த மாதிரி நினைப்பு வருமா? என்ன இப்படி அசலா நினைக்கற படி ஆச்சான்னு கேட்டிருக்காங்க. லட்சுமி கண்ணாலே ஜலம் விட்டிருக்கா. நல்ல பொண்ணு. மாமியார் ஒரு லங்கடி. பேச்சு பாவனையெல்லாம் சதையைப் பிச்சுத் தின்கிறா மாதிரி இருக்கும். அவள்தான் பெண்ணை மூன்றாம் பிரசவத்துக்கும் இங்கே அனுப்பி வைத்திருக்கிறாள். அவள்தான் யார்? நம் குழந்தை அல்லவா, இருக்கட்டும். செலவோட செலவு. கடைசித் தம்பிக்கு வேலை கிடைச்சுக் கல்யாணம் பண்ணி வச்சுட்டேன்னா, அப்புறம் எனக்கென்ன கவலை? நான் ராஜாதான், "

குமாரசாமி, அடைக்கலசாமியின் கால் செருப்பைக் காண நேர்ந்தது. சாதாரண ரப்பர் செருப்புதான். கட்டை விரல் மோதிரம் மேல்வார் அனைத்திலும் ஒட்டு போட்டு தைத்திருந்தார். இன்னும் மேலே தைக்க முடியாத அளவுக்கு அது பிய்ந்து போய் இருந்ததை, அவர் அறிந்தார். போட்டிருந்த கதர்ச் சட்டையில் பல இடங்களில் மீன் முட்கள் மாதிரி தையல் போட்டிருந்தது.

அடைக்கலசாமி சொன்னார்: "செருப்பு மாற்றக்கூடாதான்னா கேக்கறீங்க? பேஷா மாற்றலாமே. என்ன சங்கதின்னா, வருஷம் ரெண்டாயிடுச்சி, எனக்கும் அதுக்கும் உறவு ஏற்பட்டு. ஒருத்தரை விட்டு ஒருத்தர் பிரிய மனசு வரமாட்டேங்குது." இப்படியாகப் பேசிக்கொண்டிருந்தவர், மறக்காமல் லட்சுமிக்கு ஸ்வீட் வாங்கிக்கொண்டு வீட்டுக்குப் போக வேண்டும் என்றார். லட்சுமிக்கு ஸ்வீட் பிடிக்கும். "வாருமே, ஒரு டீ குடிக்கலாம்" என்று வேறு சொன்னார். 'ஐயோ பாவி மனுஷன் கடைசி முறையாகக் கூப்பிட்டிருக்கிறார். போகாமல் இருந்துவிட்டோமே' என்று மனம் நொந்தார் குமாரசாமி.

*

ஓர் ஆட்டோ அவர் அருகில் இடித்துக்கொண்டு நிற்கிறாற் போல் நின்றது.

"வரியா சார்?!" என்றார் ஓட்டுநர்.

குமாரசாமி மறுத்தார். பகல் பொழுது இவ்வளவு ஆச்சரியங்களுடன், அழகுகளுடன் திராட்சைக் குலை மாதிரி அவர் முன் தொங்கிக்கொண்டிருக்க அனுபவியாது, வண்டிக்குள் ஏறிச் செல்ல அவருக்குச் சம்மதிமில்லை.

காலைகளைப்போலவே மாலைகளிலும், பஸ்ஸில் நெருக்கியடித்துக் கொண்டுதான் மக்கள் பயணம் செய்கிறார்கள். ஆனால் இப்போது அவர்களின் மனமும் உடம்பும் வேறு மாதிரியான பிரச்னைகளைச் சந்தித்துக்கொண்டிருக்கும். காலைகளில் இருந்த மனிதப் பகை தணிந்து, சோர்வு மிகுந்திருக்கும். டிராபிக் போலீஸ்காரனிடம் இருந்து தப்பித்து ஓடுகிற லாரிக்காரர்களின் மன நிலையை அவர்கள் பெற்றிருப்பார்கள்.

குமாரசாமி தன் பேட்டையை ஆறே முக்காலுக்கு அடைவார். ஏழு மணி ஆனாலும் ஆச்சரியமில்லை. அங்கிருந்து நடை. முதலில் மார்க்கெட் சந்து திருப்பம். அந்த இடம் திறந்தவெளி சிறுநீர் கழிப்பிடம். பெரும்பாலான மார்க்கெட் வியாபாரிகளும், வாடிக்கையாளர்களும் அங்குதான் கழிக்க வேண்டி வரும். மூக்கையும், மூச்சுக் குழாய்களையும் எரிச்சல் அடைய வைக்கும் நாற்றம் 'பொதுக்'கென்று அங்கிருந்து எழும். பலருக்கு வாந்தியும்கூட வரும். குப்பைகளின் குவியல்களில் இருந்து பந்தாய்ச் சுருட்டிக்கொண்டு எழும் அவிந்த நாற்றம் இன்னொரு பயங்கரம். அங்கு கும்பல்களாகப் பன்றிகள் வாசம் செய்யும். பன்றிக் குட்டிகள் பார்க்க, வெகு தமாஷானவை. அவற்றின் குறுகுறுப்பும் குழந்தைமையும் பார்க்க அழகியன. பன்றிகளைக் கடந்தால், நாய்கள், நாய்கள் வெகு சுதந்திரமாக அங்கு ஜீவித்திருந்தன. கடைத்தெருவில் வரிசைக் கிரமமாக மூன்று இறைச்சிக் கடைகள் இருந்தன.

சற்று உள்தள்ளின சந்தில் மாட்டிறைச்சிக் கடையும் இருந்தது. எந்த நாயையும் எந்த வீட்டாரும் வளர்க்கவில்லை. அவைகள் தானே இரை தேடித் தின்று வளர்ந்தன. மீந்து போன சாதத்தை யாரேனும் ஒரு வீட்டார் தெருவில் கொட்டுகையில், எங்கிருந்தோ ஏழு எட்டு நாய்கள் பிரசன்னமாகி, தம் பங்குக்குப் பெரும் களேபரத்தைச் செய்யும். நாய்களின் நடமாட்டம் தெருவோர்க்கு உபயோகமாவும் இருந்தது. புது மனுஷர்களோ அல்லது திருடர்களோ அவைகளின் கண்களுக்குத் தப்ப முடியாது. குமாரசாமியை நாய்கள் அறியும். குண்டும் குழியுமான அந்த ரோட்டில் எதுபள்ளம், எது நாய் என்று அறிவதில் இரவு நேரங்களில் பெருஞ் சிரமம் அவருக்கு ஏற்படவே செய்யும். சர்வ ஜாக்கிரதையாக அடியெடுத்து வைத்து நடக்க வேண்டியிருக்கும். பள்ளம் என்று நினைத்து நாயின் வயிற்றில் காலை வைத்து விடக் கூடும். நாய்கள் கவ்வாமல் விடாது. இந்தப் பரீட்சை, மீன்துறை அலுவலகம் வரையில்தான். அதை ஒட்டிய மீன் ஸ்டாலில்

வெளிச்சம் இருக்கும். கப்பென்று மீன் வாசம் ஆளைத் தூக்கும். வெட்டி அடுக்கப்பட்ட வஞ்சரம் வௌவால் மீன்களில் ஈக்கள் நிதானமாகப் பறந்தபடி மொய்க்கும். ஞாயிற்றுக்கிழமைகளில்தான் குமாரசாமி மீன் எடுப்பார். ஒரு ஞாயிறில் மீன்; ஒரு ஞாயிறில் கோழி; பதினைந்து நாட்களுக்கு ஒரு முறைதான் புலால். இது ஒன்றும் அவர் விரதமல்ல. அது அவருடைய வருமானம் விதித்திருந்த கட்டளை. வருமானம், நாக்கையும் கட்டுப்படுத்தும் அதிகாரம் கொண்டது.

மீன் கடை கடந்ததும் பட்டாணிக்கடை வரும். கடலை வறுபடும் சுகமான வாசனை அவரை எட்டும். சில வாசனைகள் சில இடங்களில் முகவரியாகவே இருந்தது. ஆச்சரியம்தான். பட்டாணிக் கடைக்குப் பக்கத்தில்தான் அவர் நித்தமும் காய்கறி வாங்கும் கடையிருந்தது. பச்சைக் காய்கறிகளை மேலும் பச்சையாக்கும் பொருட்டு விசேஷமான விளக்கு போட்டிருக்கும் கடை. குமாரசாமி சற்று நேரம் யோசித்தபடி இருப்பார். முந்தின நாள் வாங்கிச் சென்ற காய்கறி என்னவாக இருக்கும் என்பது அவர் யோசனையாக இருக்கும். முந்தின நாள் காய்கறி என்பது, இன்று காலை உணவில் அகப்பட்ட காய்கறிகள், அதைத்தான் என்னவென்று நெற்றியை அழுந்தத் தேய்த்தவாறு யோசித்தபடி நிற்பார் அவர். சில சமயங்களில் ஞாபகம் வரும். பல சமயங்களில் வராது. இன்று சமையலில் கத்தரிக்காய் என்றால் நாளைச் சமையலில் வெண்டைக்காய். காய்கறிகள்கூட நாலோ ஐந்தோதான் புழக்கத்தில் இருந்தது. ஒன்று மாற்றி ஒன்று, ஏதோ ஒன்று.

எதை வாங்கிக்கொண்டுப் போய் போட்டாலும் வாய் பேசாது சமைத்துப் போடும் மனைவியாக யசோதை அவருக்கு வாய்த்திருந்தாள். யசோதையை நினைக்குங்கால் அவருக்குள் பச்சாதாபம் பொங்கும். திருமணமானப் புதிதில் மாங்கொழுந்து நிறத்தில் உற்சாகம் பொங்க வளைய வந்த பெண்ணாகத்தான் அவள் இருந்தாள். அவளைக் கைப்பிடித்து காற்றும் வெளிச்சமும் சம்சயப்பட்டுக்கொண்டு நுழையும் திருவல்லிக்கேணி ஒண்டிக் குடித்தன வீட்டில் குடி வைத்ததுதான் அவர் செய்த பிசகாக இருக்க வேண்டும். அத்துடன் அவளுக்கு மூன்று பிள்ளைகள் பிறந்தன. ஏனோ அவள் வாய்ப்பேச்சையே மறந்துக்கொண்டு வந்தாள். அவளைப் பார்க்கும் போதெல்லாம் குமாரசாமி குற்ற மனப்பான்மையில் குமைவார். ஒரு பெண்ணை, மனைவியாக்கி, தாயுமாக்கி, அப்படி ஆக்குவதன் மூலமாகச் சீரழிக்க முடியுமென்பது தனக்கு நேர்ந்தது குறித்து அவருக்கு மிகுந்த

வருத்தம் இருந்தது. அவள் வாய்த்திறந்து அவரிடம் எதுவும் கேட்டது இல்லை. சண்டை போட்டதும் இல்லை. முகத்தைத் தூக்கி வைத்துக்கொண்டு பேசாமலிருந்ததும் இல்லை. ஒரு வாரம் பத்து நாட்கள் அம்மா வீட்டுக்குப் போய் வந்ததும் இல்லை. அப்படியெல்லாம் யசோதா இருந்திருந்தால் அவருக்கு அந்த அம்மாளிடம் சௌஜன்யம் இருந்திருக்க வாய்ப்புண்டு. அப்படி இல்லாமையினாலேயே அவருக்கும் அவளுக்கும் இடையே மௌனம் சூழ்ந்துகொண்டது. உடைக்க முடியாத கற்பாறைப் போன்ற மௌனம்.

குமாரசாமி காய்கறி வியாபாரத்தை முடித்துக்கொண்டு தனக்கென்று அவர் வைத்திருக்கும் ஒரே சொகுசுப் பழக்கமான இரவு சாப்பாட்டுக்குப் பிறகு அவர் சாப்பிட இரண்டு வாழைப்பழங்களை வாங்கிக்கொண்டு, அந்த உபயோகத்துக்கெனவே வைத்திருக்கும் துணிப்பையில் அவைகளை இட்டுக்கொண்டு அவர் நடப்பார். சுமார் அரை மைல் இருட்டு பூசி மெழுகியிருக்கும் தெருவில் அவர் நடப்பார். குமாரசாமி மாலைகளைக் கடப்பது இப்படித்தான். அந்த வழிப்பயணத்தில் சந்தோஷத்தின் வெளிப்பாடாக மனசுக்குள் அழுந்திக் கிடக்கும் பழைய பாடல்கள் பீறிட்டுக்கொண்டு எழும். பெரும்பாலும், ‘நமக்கினி பயமேது’ என்று தொடங்குகிற சின்னப்பாவின் பாடலை முனகியபடி நடப்பார். கல்யாணி ராகத்தின் ஆலாபனை அவருக்குத் தெரியாது. ஆனால் அவருக்கு இருக்கும் மனோபாவப்படி அந்த ராகம் வடிவெடுக்கும்.

இரண்டு குடித்தனங்கள் இருந்த அந்த வீட்டின் பிற்பகுதியில் அவர் குடியிருந்தார். முற்பகுதிதான் அவருக்குப் பிடித்திருந்தது. அங்கிருந்து வானம் தெரிந்தது. மரங்களின் விரிந்த தலைகள் தெரிந்தன. அடுத்த வீட்டுக் குழந்தை மாதிரிக் காற்றும், வெளிச்சமும் சுதந்திரமாக உள்ளே நுழைந்தன. நண்பர்கள் வந்தால் உட்கார்த்தி வைத்துப் பேசக் கொஞ்சம் பெரிய ஹால் இருந்தது. ஆனால் இவை அனைத்துக்குமாக வாடகை ஐநூறு என்றார்கள். பிற்பகுதிக்கு வாடகை, முன்னூறுதான். கோயில் கர்ப்பக்கிருஹம் மாதிரி எந்நேரமும் இருண்ட அறை. வாழைக்காய்களை வாங்கிப் போட்டால் ஓரிரவுக்குள் பழுத்துப் போகும் வகையாய், எந்நேரமும் சூடான காற்றுப் புழங்கும் அடுப்பறை. குமாரசாமிக்கு முற்பகுதியில் குடியிருக்க விருப்பம். ஆனால் பிற்பகுதியில் குடியிருப்பு.

"அம்மா... அப்பா வறாங்க" என்பாள் நீலா. பெரிய பெண். எஸ்.எஸ்.எல்.சி.க்கு மேல் படிப்பு ஏறவில்லை என்று, வீட்டோடு இருப்பவள். டைப் கற்றுக்கொண்டு, மூன்றாவது வீட்டிலிருந்து பழைய தொடர்கதை பைண்டு வால்யூம்களை வாங்கிக்கொண்டு காலம் கழிப்பவள். இரண்டாவது பெண் கோமளா, அம்மாவுக்கு ரொம்பவும் இசைந்தவள். இளம்பிள்ளை வாதத்தால் கால் சற்றே கோணலாகிப் போனவள். மூன்றாமவள் சாந்தி. நாலாம் வகுப்பு வாசிப்பவள். அப்பா வேலை விட்டு வரும்போது தூங்கி விட்டிருப்பாள். காலை புறப்படும்போது அவளும் பள்ளிக்குப் புறப்பட்டுக்கொண்டிருப்பாள். ஆகவே பேச நேரம் இருக்காது.

யசோதையிடம் பையைக் கொடுப்பார். குமாரசாமிக்கும் அவளுக்குமான சம்சார பந்தம் அந்தப் பையோடு முற்றுப் பெற்றுவிட்டதாகவே தோன்றும். பனியனையும் ஜட்டியையும் எடுத்துக்கொண்டு குளியல் அறைக்குச் செல்வார். குளித்து மீள அரைமணி ஆகும். தட்டில் சாதம் பரிமாறி இருக்கும். தடுக்கில் அமர்ந்து சாப்பிடுவார். குழந்தைகள் இழுத்துப் போர்த்துக்கொண்டு உறக்கத்தில் இருப்பார்கள். உண்டு வாசலுக்கு, வீட்டின் முற்பகுதிக்கு வருவார். இரும்புக் கதவைச் சத்தமில்லாமல் திறந்துகொண்டு வீதிக்கு வந்து கைலியை மடித்துக் கட்டிக்கொண்டு, தெரு முனை வரை ஒரு நடை நடந்து வருவார். மணியும் அதற்குள் ஏறக்குறைய பத்தை நெருங்கிக்கொண்டிருக்கும். படுக்கையில் வந்து விழுவார் என்றால் கனவுகள் அற்ற தூக்கத்தில் ஆழ்ந்துவிடுவார்.

குமாரசாமி பஸ் நிறுத்தத்தில் நின்றுகொண்டிருந்தார்.

இறந்து போன அடைக்கலசாமியின் சடலத்தைப் பார்த்து கடைசி மரியாதை செலுத்த வேண்டும் என்று எதிர்பார்க்கப்படுபவர் அவர். இதர அலுவலர்கள் அங்கனம் அந்நேரம் தங்கள் இறுதி மரியாதைகளைச் செலுத்திக்கொண்டிருப்பார்கள். அசைவில்லாமல் படுத்துக் கிடக்கும், ஒரு காட்சிப்பொருளைப்போல இந்நேரம் ஆக்கப்பட்டு இருக்கும் அடைக்கலசாமியைப் போய்ப் பார்க்கத்தான் வேண்டுமா என்று தமக்குள் ஒருமுறை கேட்டுக்கொண்டார் குமாரசாமி. குடும்பம், சகோதர சகோதரிகள், அவர்களின் உயர்வு என்று சதா இயங்கிக்கொண்டிருந்த ஒரு மனிதன், இயக்கத்தை நிறுத்தி விட்டபின், வீழ்ந்துபட்ட பின், அவனுடைய இயக்கமற்ற உடலைப் பார்வைக்கு வைப்பது அடைக்கலசாமிக்குச் செய்கிற அவமானம் என்றுகூட அவருக்குத் தோன்றவாரம்பித்தது. அவர்

அடைக்கலசாமியின் சவ ஊர்வலத்துக்குச் செல்வதில்லை என்று முடிவு செய்தார். ஆகவே வேறு எங்கு போவது?

அவருக்கு நடக்க வேண்டும் போலிருந்தது. விட்டேத்தியாக, நோக்கமில்லாத ஊர் சுற்றியைப்போல நடந்து சுற்ற வேண்டும்போல இருந்தது. நடப்பதற்காகவே நடக்கிற ஊர்ச்சுற்றி, கண்களை கேமராவாக்கி, மனுஷர்களைப் பிடித்து மனசுக்குள் போட்டுக் கொள்கிற ஊர் சுற்றி, அந்த நினைப்பே அவருக்குள் இளமையைக் கசிய வைத்தது. இருபது முப்பது ஆண்டுகள் அவரிடமிருந்து ஆவியாகக் கரைந்து அவரை இளைஞனாக்கி விடுகிறது. அவர் நடக்கத் தொடங்கினார். எக்ஸ்பிரஸ் ஆபீஸ் நேர் எதிரே சூடாக வாழைக்காய் பஜ்ஜி தின்றுக்கொண்டு நிற்கின்ற சல்வார் கமீஸ் அணிந்து, தலைமுடியை அலட்சியமாகப் பறக்கவிட்டபடி சுதந்திரத்தின் சீமந்த புத்திரிகளாகக் காட்சியளிக்கிற இரண்டு பெண்களை அவர் கண்டார். அந்தக் காட்சியை அவர் மிகவும் ரசித்தார். இந்தப் பெண்கள் நின்ற இடத்தில் தன் பெண்களை வைத்துப் பார்த்தார். வருத்தமாக இருந்தது. பெரியவள் படிப்பு வரவில்லை என்கிறாளே! படிப்புகூட சிலரிடம்தான் வரும் போலும். சின்னச் சம்பளக்கார வீட்டுப் பிள்ளைகளுக்குப் படிப்பு வராதா, வரக்கூடாதா என்ன?

திடுமென செண்பக ராஜலட்சுமியைப் பற்றிக்கொண்டு மனக்குரங்கு எம்பிக் குதித்தது. அது அந்தக் காலம். செண்பகா உருக்காத நெய் மாதிரி, ஊரில் எஸ். எஸ். எல். சி. எழுதி முடித்த கையோடு, ஏதோ ஒரு சின்ன கம்பெனியில் ஏதோ ஒரு வேலையில் சேர்ந்திருந்த காலம். கிராமத்து நாட்டுப்புற அம்மா கட்டுகிற புடவையைச் சுற்றிக்கொண்டு ஆபீஸ் போய் வந்த காலம். கோணல் வகிடும், புருவ மத்தியில் துண்டு நெருப்பு மாதிரிக் குங்குமமும் வைத்துக்கொண்டு, அவள் வருவாள். மகிழ மரத்தடி பஸ் நிறுத்தத்தில்தான் அவள் பஸ் ஏறுவது வழக்கம். வயசான மரம் அது. பாரியான உடம்பும், மிகவும் விசாலமான, வானத்தைத் தழுவிகிற மாதிரி கைகளை விரித்துக்கொண்டு அது நிற்கிற பாங்கும், ஒரு ஈர்ப்பைக் குமாரசாமிக்கு ஏற்படுத்தியிருந்தது. தாழங்குடையை சின்னது செய்த மாதிரி அதன் பூக்கள் நிழல்குடையின் மேலும், தரையிலும் சிந்திக்கிடப்பது மனசை வருடச் செய்கிற காரியம்தான். இயன்றவரை பூக்களை மிதிக்காமல் செண்பகா நடந்து நிற்பதைப் பல சமயங்களில் குமாரசாமி பார்த்திருப்பார். அழுக்குப்படாத வெள்ளை நிறத்துப் பாதங்கள், செருப்புக்கு மேல் இருந்தாலும் பூமியில் படாது, பூமிக்கு மேல்

நிற்பதாக அவர் நினைத்துக்கொண்டார். நிறுத்தத்தின் மேற்கு மூலையில், தந்திக் கம்பத்துக்கு அருகில், அவள் நிற்பாள். நாளாவட்டத்தில் அவளுக்குச் சில அடிகள் தள்ளி, அவள் அருகாக நிற்க வேண்டுமென்று அவருக்கு ஏனோ தோன்றியது.

அவர் நிற்கிற இடத்திலிருந்து அவளைப் பக்கவாட்டத்தில் முழுமையாகப் பார்க்க முடிந்தது அவரால். காற்றடித்துக் கலைகிற, காலைக் குளியல் ஈரம் போகாத கழுத்துப்புற ஒற்றை முடி, பல பிரதிமைகளை அவரிடம் ஏற்படுத்தியது உண்மை. காற்றில் அசையும் நாற்றுக்கள்; கோட்டை மேல் பறக்கிற கொடி; கறுப்பு வானத்தில் நீந்தும் வெள்ளை மேகம்; காய வைத்து, காற்றில் படபடக்கிற கறுப்பு நிறத் துவாலை எனப் பல பிரதிமைகள்; அல்லது பிரமைகள்.

அந்தக் காலங்களில் இவ்வளவு ஜனங்கள் இல்லை. அல்லது இவ்வளவு பேர் வேலைக்குப் போவதில்லை. கூட்டம் நெருக்கியடிப்பதில்லை. ஆகவே, மேயப்போன பசுவை எதிர்ப்பார்க்கிற சாவகாசத்தில் பஸ்ஸை எதிர்பார்த்து அவள் நிற்பாள். கண்கள் கிழக்குத் திசையையே பார்த்துக்கொண்டிருக்கும். அவர் நிற்கும் இடத்திலிருந்து அவள் கண்கள், துலாம்பாரமாகத் தெரியும். வெள்ளைக் கைக்குட்டையில் கறுப்பு ரோஜாப் படம் போட்ட மாதிரியான அவள் விழிகள் அசைவற்று கிழக்குத் திசையையே நோக்கியபடி இருக்கும். அவரும் அவளும் ஏறிச் செல்ல வேண்டிய பஸ் ஒன்றுதான் என்று கூறுவதற்கு இல்லை. ஆறாம் எண் பஸ்ஸில் அவர் சென்றால், அவருடைய அலுவலக வாசலிலேயே போய் இறங்கலாம். ஆனால், அவள் செல்வதோ ஐந்தாம் எண் பஸ். அதில் போனால், அவர் சுமார் இரண்டு பர்லாங்கு தூரம் நடந்து போய் அலுவலகம் சேர வேண்டி வரும். அந்தத் தூரம் ஒரு பொருட்டே அல்ல அவருக்கு. அவர் தினம் தினம் இரண்டு பர்லாங்கு தூரம் நடந்தே அலுலவகம் போனார். பச்சை வாழி அம்மன் பஸ் நிறுத்தத்தில் செண்பகா இறங்கி நடந்து தன் அலுவலகம் செல்வாள். அதுவரை அவரும் அவள் பின்தான் நடந்து செல்வார். பல நாட்களுக்குப் பிறகு ஒரு நாள் அலுவலகத்துக்குள் நுழைந்த செண்பகா, அவரைத் திரும்பிப் பார்த்தாற்போல அவருக்குத் தோன்றியது. மனப்பிராந்தி என்று சொல்வார்களே அதுவாக இருக்குமோ என்றுகூட அவருக்குத் தோன்றியது. அன்று அவர் நீண்ட நேரம் மொட்டை மாடியில் தூக்கம் பிடிக்காமல் படுத்துக் கிடந்தார். நிலாவும் அவர்கூட உறக்கம் பிடிக்காமல் துணை நின்றது.

அந்தக் காலம்தான் எவ்வளவு ரம்மியமானது? அவர் சமயங்களில் அந்த நினைவுகளில் அமிழ்ந்து போவார். அந்தக் காலங்களில் அவர் கதர் சட்டையும், கதரிலேயே பேன்ட்டும் அணிவார். கதர் சீக்கிரத்தில் அழுக்கடையக் கூடியது. ஆகவே தினம் தினம் துவைத்துப் போடும் வேலை அவருக்கு நேரும். அவ்வேலையில் அவருக்குத் திருப்தியும் சந்தோஷமுமே ஏற்பட்டது. தினம் தினம் சவரம், மாசத்துக்கு இருமுறை மயிர் வெட்டல் என்ற ஓர் ஒழுங்கு அவருக்கு நேரிட்டது.

ஒரு தீபாவளியை ஒட்டிய நேரம், அவர்கள் ஏறிச் சென்ற பஸ் நடு வழியில் டயர் வெடித்து நின்றது. பஸ்ஸை விட்டு இறங்கி ஓர் ஓரமாகச் சற்றுத் தவிப்போடு நின்றாள் செண்பகா. ஆட்டோக்கள் அதிகம் பரவாத காலம் அது. அவர் ஒரு குதிரை வண்டியை ஏற்பாடு செய்துகொண்டு வந்தார்.

"நீங்களும் வரலாமே, உங்கள் ஆபீசில் இறங்கிக் கொள்ளலாமே..." என்று அவளைப் பார்த்துச் சொன்னார். நாலைந்து வார்த்தைகள் தாம், அதற்குள் அவருக்கு வியர்த்துப் போய்விட்டது.

அவள் மறுக்காமல், "ரொம்ப நன்றி" என்றபடி குதிரை வண்டியின் முன் பகுதியில் அமர்ந்துகொண்டாள். குதிரை, குதிரையைப் போல்தான் இருந்தது. விரைவில் சுருங்கி, இளைத்து, கால்கள் இடித்துக்கொண்டு கழுதையாகும் நிலையில் இருந்தது. அதை ஓட்டிய வண்டிக்காரனேகூட உயிரைச் சுமந்து கொண்டிருப்பவனாகவே தோன்றினான். காய்ந்து புல்லின் மணம் வண்டிக்குள் நிரம்பி சுகமான வாசம் தந்துகொண்டிருந்தது. செண்பகா வெளியில் பார்வையைச் செலுத்தியபடி இருந்தாள். அவள் தலையில் அணிந்திருந்த மல்லிகைச் சரத்தினது வாசம் மட்டும் அவரை அணுகிக் கொண்டிருந்தது. குதிரை வண்டி, அசைந்து ஆடி மெதுவாக ஊர்ந்து கொண்டிருந்தது. அது இன்னும் மெதுவாகப் போகாதா என்று ஏங்கினார் குமாரசாமி. செண்பகாவின் அலுவலகம் நெருங்கிக் கொண்டிருப்பது அவருக்கு வேதனையாக இருந்தது. ஏதோ மாயம் நிகழ்ந்து, அவள் அலுவலகம் பத்து மைலுக்கு அப்பால் மாறிப் போய் விடாதா என்றுகூட அவருக்குத் தோன்றியது. குமாரசாமி வண்டிக்காரரைப் பார்த்து, "குதிரை சொந்தமா?" என்றார். ஏதாவது பேச வேண்டுமே... இத்தகு பரவசங்களில் லயிப்பவர்கள் அழுத்தமாகப் பேசுவது இயற்கைதான். ஆனால், சம்பந்தப்பட்ட இருவருக்கும் அவை

ஆயிரம் அர்த்தம் தொனிக்கிற வார்த்தைகளாக இருக்கும் போலும், குமாரசாமியின் அந்தக் கேள்வியை 'சீரியசாக' எடுத்துக் கொண்ட வண்டிக்காரர் சொன்னார்:

"என்ன கேட்டீங்க. சொந்தமான்னா? வயித்துப் புள்ளையே சொந்தமாகாதப்போ மிருகங்க சொந்தமாயிடுமா, சாமி? வாடகை வண்டிதான்."

தத்துவபரமான அவர் வார்த்தைகள் அந்தச் சூழலுக்குப் பொருந்தாதவையாக இருந்தன. குமாரசாமியால் வார்த்தையை வளர்க்க முடியவில்லை.

"உங்க ஆஃபீசு எத்தனை மணிக்கு?"

அவர், அவளைத்தான் கேட்டார். கேள்வி தம்மைப் பார்த்துக் கேட்பது என்பதை அவள் புரிந்து கொள்ள பல நிமிஷங்கள் ஆயின. திரும்பி, "பத்து மணிக்குத்தான்" என்றாள். அவர் ஆபீசும் அந்த நேரம்தான் தொடங்கிற்று. அதில் ஆச்சரியம் கொள்ளவோ, விமர்சனம் செய்யவோ ஒன்றுமில்லை. மேடு பள்ளங்களில் வண்டி ஏறி இறங்கும்போது தலை வண்டிப் பலகையில் இடித்தது. ஏனோ அவருக்கு அது வலிக்கவில்லை. சூரியன் முன் பக்கத்தில் தீவிரமாகக் காய்ந்தது. அவருக்கு அது சங்கடமாக இருந்தது.

"கொஞ்சம் பின்னால் நகர்ந்து அமருங்களேன். வெயில் காய்கிறதே" என்றார் வாஞ்சையுடன். அவள் திரும்பி, பல் தெரியாமல் சிரித்தாள்.

மஞ்சள் பூசியிருந்தாள். தலையிலிருந்து மணப்பொருள்களின் வாசம் மிதந்தது. "பரவாயில்லை" என்றாள். அவள் அலுவலகம் வந்தே விட்டது. அவள் இறங்கச் சௌகர்யமாக அவர் இறங்கி நின்றுகொண்டார்.

அவள் உள்ளங்கையில் அடங்கியிருந்த சின்ன பர்சை எடுத்து, "வண்டிச் சத்தம் எவ்வளவு!" என்றாள்.

"பரவாயில்லை, நான் கொடுத்து விடுகிறேன். நீங்கள் போகலாம்" அவள் சென்று மறைந்துவுடன், வண்டி ஏறியவர்க்குப் பரிசு மாதிரி ஒன்று காத்திருந்தது.

செண்பகா தலையில் சூடியிருந்த சரத்திலிருந்து ஒற்றை மல்லிகை மலர் அவள் அமர்ந்த இடத்தில் விழுந்திருந்தது. அந்த மலரை எடுத்து முகர்ந்தார். நூறு வெவ்வேறு பூக்களின் வாசனை அதில் இருப்பதாக அவருக்குப் பட்டது. அந்த மலரைப் பத்திரப்படுத்திக்கொண்டார். அன்று இரவும்கூட

அவர் உறக்கம் பிடிக்காமல் விழித்துக்கொண்டிருந்தார். நிலவும் அவருடன் விழித்திருந்தது. வாடிய அந்த ஒற்றை மல்லிகை மலரை, உள்ளங்கையில் ஏந்திக்கொண்டு அவர் கற்பனை உலகங்களில் சஞ்சாரம் செய்துகொண்டிருந்தார்.

அடுத்த நாள் முதல், அவர்கள் அறிமுகம் கொண்டவர்களாய் புன்னகை செய்யவும், 'தலை அசைக்கவும்' தொடங்கினார்கள். சில சில வார்த்தைகளைப் பகிர்ந்துகொண்டார்கள்.

"என்ன, பஸ் இன்னும் வரக் காணோம்.?"

"அட, என்ன வெய்யில் இப்படிக் காய்கிறது?"

"வரவர இந்த ஊர்கூட பட்டணம் மாதிரி புழுதி படியத் தொடங்குகிறதே"

"இந்தத் தடத்தில் கூடுதலாக இன்னும் இரண்டு பஸ் விடலாம்"

"உங்கள் வாட்ச் நின்று போய் இருக்கா என்ன?"

"நேற்று உங்களுடன் வந்தவர் உங்கள் அண்ணனா?"

"இந்தப் பத்திரிகைதான் நீங்கள் வாசிக்கிறதா?"

"நல்ல புத்தகம், அருமையா எழுதியிருக்கிறார். படித்துப் பாருங்களேன்"

"இன்னிக்கு காலமே, ரொம்ப சீக்கிரம் வந்து விட்டேன்."

"மழைத் தூறல் உங்கள் மேல் படுகிறதே, ஒதுங்கி நில்லுங்கள்."

இப்படியாக, ஒரு வழிப்பாதை மாதிரி ஒருவரே மற்றவரைப் பார்த்துப் பேச, மற்றவர்கள் வாங்கிக் கொள்ளவுமாகச் சில நாட்கள் சென்றன. ஒரு மதியப் பொழுதில் மழை கடுமையாகி மாலை ஐந்துக்கும், ஐந்தரைக்கும் மேலும் பொழியவே, குமாரசாமி கடைக்கு நனைந்துகொண்டே போய் ஒரு புதுக்குடை வாங்கி செண்பகாவின் அலுவலகம் சென்றார். வராண்டாவிலேயே, நின்றிருந்த செண்பகா ஆச்சரியம்கொண்டிருக்க வேண்டும். காற்றும் மழையும் கலந்து இடி மாதிரி இறங்கிக்கொண்டிருந்தன.

"நீங்கள் எப்படிப் போவீர்கள்?" என்று கரிசனத்தோடு கேட்டாள் செண்பகா.

"எனக்கொன்றும் அவசரம் இல்லை. இருட்டிய பிறகுகூட போகலாம். உங்களுக்குச் சிரமமாகி விடுமே" என்றார் குமாரசாமி. அவள் நெகிழ்ந்து போயிருக்க வேண்டும். அடுத்த சில நாட்களில், சிறு சிறு சம்பாஷணைகளை அவர்கள் நடத்தினார்கள்.

"எப்போதும் வெள்ளைதான் உடுத்துவீர்களா?"

"ஏன்? நன்றாக இல்லையா?"

"உங்களுக்குப் பொருத்தமாக இருக்கிறது. நிறத்துக்கும் குணத்துக்கும் சம்பந்தம் இருப்பதாகச் சொல்வார்கள்."

மற்றும் ஒரு நாளில்

"இன்று ஏன் பூ வைத்துக் கொள்ளவில்லை?"

(சிரிப்புடன்) "அவசரத்தில் ஓடி வந்து விட்டேன்."

"உங்களுக்கு பூ, அதிகப்படியான ஆபரணம்."

மற்றும் ஒரு நாளில்,

"நேற்று வரவில்லையே..."

"அத்தை வந்திருந்தாள்!"

"உடம்புக்கு ஏதோ என்று பயந்து போய்விட்டேன். அலுவலகத்துக்கு வரலாமா என்று யோசித்தேன். நீங்கள் தவறாக நினைப்பீர்களோ என்று"

"இதில் தப்பாக நினைக்க என்ன இருக்கிறது? டைப்பிஸ்ட் செண்பகா ராஜலட்சுமி என்றால் சொல்வார்கள்."

மற்றும் ஒரு நாளில்:

"நிறைய படிக்க ஆசைப்பட்டேன். முடியல்லே."

"ஏன்.?"

"ரெண்டு தங்கைகள். அவர்களும் படிக்க வேணுமே. சம்பாதிக்கணும்னு அப்பா சொல்லிட்டார்."

"பிரைவேட்டாகப் படிக்கலாமே"

"யோசிக்கணும்."

"யோசிக்க ஒண்ணுமில்லை. நான் ஏற்பாடு பண்றேன்"

மற்றும் ஒரு நாளில்:

"விடுமுறை நாட்களிலே என்ன பண்ணுவீங்க? எப்படி பொழுது போகுது?"

"அம்மா அப்பளம் பண்ணி வீடுகளுக்குப் போடுறாங்க. அவங்களுக்கு உதவியாக இருப்பேன்."

அவள் அப்பாவுக்கு உடல் நிலை கெட்டது. செண்பகா இரண்டு நாள் அலுவலகம் வரவில்லை. அவர் அலுவலகம் சென்று விசாரித்தார். அவள் அப்பா ஆஸ்பத்திரியில் இருந்த செய்தியை அவர் அறிந்தார். இடத்தை விசாரித்து அறிந்துகொண்டு,

அவர் அங்கு போய்ச் சேர்ந்த வேளையில், அவர் படுக்கையைச் சுற்றி செண்பகாவும், அவள் சகோதரிகளும், அழுதுக்கொண்டு நின்றிருந்தார்கள். அம்மா என்று தோன்றுபவள் அப்பாவின் தலை மாட்டில் உட்கார்ந்து அழுதுகொண்டிருந்தாள். அப்பா ஸ்மரணை அற்ற ஸ்திதியில் இருந்தார். அவர் முகம் மட்டும் தெரிய இருந்தது. நெருப்பை அவிழ்த்தது மாதிரி முகம். கரிந்து போயிருந்தது. அவரைப் பார்த்துச் செண்பகா அதிகம் அழுதாள். அன்று மாலையிலேயே அப்பா காலமானார்.

குமாரசாமி அலுவலகத்தில், ஐநூறு ரூபாய் கடன் வாங்கினார். 1968ஆம் ஆண்டில் ஐநூறு ரூபாய் பெருந்தொகை என்பதில் இரண்டாம் கருத்து இருக்க முடியாது. "குடும்பத்தில் ஆண்பிள்ளை இல்லையே என்கிற குறையை நீக்கி விட்டாய்" என்று செண்பகாவின் அம்மாவே, குமாரசாமியிடம் சொன்னாள். அந்த ஐநூறு ரூபாய்ப் பணத்தில் செண்பகாவின் அப்பா தன் இறுதிப் பயணத்தை மிக கௌரவமாக மேற்கொண்டார்.

குமாரசாமி, அண்ணா மேம்பாலத்தை அடைந்து, அர்த்தம் இல்லாத குதிரை வீரன் சிலையின் கீழ் நின்றார். புற்கள் ஓரளவு செழித்திருந்தன. கவனிப்பார் இருந்தால் இந்த இடத்தை மிக அழகாக ஆக்கியிருக்க முடியும். சற்றுத் தள்ளி பெரியார், உடைசல் வண்டிகளுக்குப் பக்கத்தில் காவல்காரரைப்போல அனாதவராய் நின்றார். அந்த இடமும் அழகான பூங்காவாக இருக்கலாம். 'வேண்டியது அக்கறை...'

செண்பகாவுக்கு அடுத்த ஆறாம் மாதம் திருமணம் நடந்தது. மிகவும் மகிழ்ச்சியோடு அவள் அவருக்குக் கல்யாணப் பத்திரிகை கொடுத்தாள்.

"நீங்கள் அவசியம் கல்யாணத்துக்கு வரவேணும். அம்மா உங்களை எதிர்பார்க்கிறாங்க" என்றாள் செண்பகா. மணமகன் தூரத்து அத்தை மகன் என்றாள் அவள். மிராசுதாராம் அவர். மகிழ மரத்தின் அடியில் அவர்கள் நின்றுகொண்டிருந்தார்கள். மலர்கள் நிழற்குடையின் மேலும் மண்ணிலும் சிந்திக் கிடந்தன. காலை முதிர்கிற நேரம். ஆபீசுக்கான பஸ் இன்னும் வரவில்லை. கல்யாண ஜவுளி எடுக்க, மாப்பிள்ளை வீட்டார் காஞ்சிபுரத்துக்கே போகிறார்களாம். நாளை லீவ் போட்டுவிட்டு அவளும் போகப் போகிறாளாம். அவள் மிக மகிழ்ச்சியில் இருந்ததைக் கவனித்தார் குமாரசாமி. பஸ் வந்தது. அவள் ஓடிப் போய் ஏறினாள்.

"நீங்க வரலையா?" என்றாள் செண்பகா ஓடிக்கொண்டே.

"நீங்க போங்க, நான் ஒரு நண்பரை எதிர்பார்க்கிறேன் என்று விட்டு அவர் அங்கேயே நின்றார். எத்தனை நாழி என்று அறியாது மதியம் வரை அங்கேயே நின்றார். அவரை அறியாது அவர் கண்களில் நீர் கசிந்தது. துடைத்துக்கொண்டார். தொண்டை வறண்டிருந்தது. அருகில் இருந்த ஒரு பெட்டிக்கடைக்குச் சென்று சோடா குடித்தார். சில்லறை கொடுக்க பர்சை எடுத்தார். ரூபாயைக் கொடுத்து மீதி சில்லறையை வாங்கிப் பர்சில் போடும்போது அந்த ஒற்றை மல்லிகையைக் கண்டார். சருகாகி மடித்து ஆனால் வெகு பத்திரமாய் ஓர் அறைக்குள் இருந்தது. அத்துடன் பழைய பஸ் டிக்கட்டுகளும் கிடந்தன. அவைகளை எடுத்துக் கீழே போட்டார். காலாவதியான டிக்கட்டுக்களை பைத்தியங்கள்தான் வைத்திருக்கும்.

குமாரசாமிக்கு உரக்கச் சிரிக்க வேண்டும் போல் இருந்தது. என்றைக்கோ நடந்து போன ஓர் அற்ப விஷயத்தைக் குறித்து இவ்வளவு யோசிக்க வேண்டுமா? ஆனாலும் அவை அனிச்சை செயல்களாகவே அல்லவா நிகழ்கிறது? கோடை காலத்தில் குளத்திலிருந்து எழும் ஆவி மாதிரி இந்த எண்ணங்கள் செண்பகாவுக்குப் பிறகு, அவர் வேறு யாருடனும் ஏமாற வாய்ப்பில்லாமல் போனது குறித்து அவர் எப்போதும் மகிழ்ச்சியடைவார். தான் ஏமாந்து போய் விடவில்லை என்றும், செண்பகாவேகூட ஏமாற்றுக்காரி அல்ல என்றும், சூழ்நிலையே ஒரு மனிதரை இப்படியெல்லாம் பாத்திரமேற்கச் செய்து, வசனம் பேச வைத்து விடுகிறது என்றும் அவர் பல சமயங்களில் நம்பினார்.

மதியத்தை நெருங்கிக்கொண்டிருக்கும், வெயிலற்ற அந்தக் காலைப் பொழுது ஒரு செடி வளர்வது மாதிரி வளர்ந்துகொண்டிருந்தது. தரையில் விழுந்த மீன் தண்ணீருக்குள் வந்த மாதிரி அவர் அந்தப் பொழுதை அனுபவித்தார். செண்பகாவுக்குத் திருமணமான கொஞ்ச காலத்துக்கு உள்ளேயே அவருக்கும் கல்யாணம் ஆயிற்று. யசோதை மனைவியாக வந்தாள். குழந்தைகள் வந்தார்கள். உடம்புச் சதை வந்தது. காதோரம் நரை வந்தது. வாயுத் தொல்லை வந்தது. எல்லா விஷயத்துக்கும் தத்துவபரமான சிந்தனைகள் வந்துவிட்டன.

ராதாகிருஷ்ணன் வீதி வழியாகக் கடற்கரை நோக்கி நடையைத் திருப்பினார். கிழக்குத் திசை வழி அவர் நடந்தார்.

உலக நாடுகள் எதையும் அமைதியாக வாழ விடுவதில்லை என்று உறுதிபூண்டு வாழும் அமெரிக்க நாட்டு அலுவலகம் கடந்து, நடைபாதை வழியாகவே நடந்தார். நாம் காலத்துக்குக் கட்டுப்பட்ட மனிதர் அல்ல என்றும், நாம் எங்கும் செல்ல அல்லது செல்லாமல் இருக்க, சுதந்திரப்பட்டவர் என்றும் ஒரு நினைவு அவருக்குத் திடுமென தோன்றவும், தாம் மிகுந்த பலம்கொண்டு விட்டவர், தாமே ஒரு சர்வாதிகாரி அல்லது தாமே அனைத்தும் தானாகிவிட்ட சந்நியாசி என்றும் பாவிக்கத் தொடங்கினார். இந்த நினைவு கொடுத்த புத்துணர்ச்சி அவரை நிமிர்ந்து நிற்கச் செய்தது. அவரை இளமைப் பருவம் எய்தச் செய்தது. அவரது காலடியில் சிந்திக் கிடந்த காம்பவுண்டுச் சுவருக்கு உள்ளிருந்த மஞ்சள் அரளி மரத்தின் பூக்கள் அவருக்குப் பூக்களாகத் தோன்றாமல் நட்சத்திரங்களும் உலகங்களும் இணைந்த பிரபஞ்சமாகவே தோன்றியது. அவர் உலகத்தின் தலைவர்! அவரே பிரஜாபதி!!

அட! ஒரு பகல் நேரப் பொழுது இப்படி ஆனந்தமயமாகவா இருக்கும்? இதை அறியாமல் எத்தனை காலங்களை அவர் வீணடித்து விட்டார். அவர் வானவில்லை பிடித்து விட எண்ணி மாடிப்படி ஏறிய அறிவிலி, தொடுவானத்தைத் தொட்டு விட நினைத்துப் பரிசல் ஓட்டிய மூடர். அதெல்லாம் பழைய கதை.

விவேகானந்தர் இல்லத்தை ஒட்டி, அவர் ஓய்வு நேரப் புரூஃப் திருத்தும் வேலை செய்யும் தமிழ்க்கடல் பதிப்பகம் இருந்தது. அதன் உரிமையாளர் கோபாலனைப் பார்க்க வேண்டும் என அந்தக் கணம் தோன்றியது. நினைவை உடனே செயல்படுத்த ஆரம்பித்தார். குமாரசாமியை அந்த நேரத்தில் அவர் பார்க்கவும் மிகுந்த ஆச்சரியப்பட்டார்.

"என்ன ஓய், என்ன இந்த நேரத்தில்! எப்போதும் ராத்திரிகளில் தானே வருவீர். இன்றைக்கு ஆபீஸ் இல்லையா?" என்றார் கோபாலன்.

குமாரசாமிக்குக்கூட கோபாலன் முகத்தைப் பகலில் பார்ப்பது விந்தையாகவே இருந்தது. கோபாலனை கறுப்பு நிறத்தவர் என்று அவர் இது காறும் நினைத்திருந்தார். ஆனால் அப்படி இருக்கவில்லை அவர். செம்பழுப்பு நிறத்தில் அவர் இருந்தார். மடிப்புக் குலையாத சட்டையும், தலைமுடியுமாக அவர் இருந்தார். இது ரொம்ப விசேஷமான காட்சியாகக் குமாரசாமிக்கு இருந்தது. மனுஷர்களைக்கூட காலம் அல்லாத காலத்தில் அல்லவா

அவர் பார்த்து வந்திருக்கிறார். கடைப்பையன் டீ வாங்கி வந்து அவர்களுக்குத் தந்தான். அந்தப் பதிப்பகத்தையும், சுவரை மறைத்து அடுக்கி வைக்கப்பட்டிருந்த புத்தகங்களையும் முதன் முறை பார்ப்பவரைப்போல அவர் பார்த்தார். பெரும்பான்மையானப் புத்தகங்களை அவர் புரூஃப் பார்த்திருக்கிறார். அந்த நீள நீளமான பேப்பர்களில் அவர் சீர்திருத்திய அச்சுப் பிரதிகள்தாம் புத்தகங்களாக உருவெடுத்துள்ளன.

"என்ன குமாரசாமி. இன்னைக்கு ஆபீசு போகவில்லையா?"

"என்னோட வேலை பார்த்த அடைக்கலாசாமின்னு ஒருத்தர் திடீர்னு காலமாயிட்டார். அதனாலே, ஆபீசு விடுமுறை."

"அடடா..."

புத்தகம் வாங்க ஒன்றிரண்டு பேர் வந்தார்கள். அவர்களை வேடிக்கை பார்த்துக்கொண்டு அமர்ந்திருந்தார் அவர். ஒருத்தர் "ஜே. கிருஷ்ணமூர்த்தி இருக்கிறதா? என்றார். இரண்டாமவர் மாமிசச் சமையல் புத்தகம் வாங்க வந்திருந்தார். எல்லாமே தேவையாகத்தான் இருக்கிறது. தத்துவம், ஆன்மிகம், இலக்கியம், அரசியல், ஊறுகாய், கோழிப் புலவு, எல்லாம்! அவ்வளவையும் தின்றுதான் மனுஷன் ஜீவிதம். அவ்வளவும் சேர்ந்ததுதான் வாழ்க்கை. அது அம்மன் கோயில் பிடாரி. உடுக்கை, கற்பூரம், சாராயம், ஆட்டு இரத்தம், சுருட்டு, முருங்கைக் கீரை, எல்லாம் பார்க்கப் படு தமாஷ், குமாரசாமி சிரித்தார்.

"என்ன திடீரென்று?" என்றார் கோபாலன்.

"மன்னிக்கணும். ஒன்றுமில்லை."

"ஒன்றுமில்லாததற்கு என்ன சிரிப்பு?"

"ஒன்றுமில்லை என்று கண்ட பிறகு, சிரிப்பு."

கோபாலனும் சேர்ந்துகொண்டார். இருவரும் மாறி மாறி ஒருத்தரைப் பார்த்து ஒருத்தர் சிரித்துக்கொண்டே இருந்தார்கள். ஆஃபீசில் கிளார்க் வேலையில் புதிதாகச் சேர்ந்திருந்த இளம் பெண், மருண்டு போய் அவர்களைப் பார்த்தார். அப்புறம் கோபாலன் சொன்னார்.

"நான் உமக்குக் கொஞ்சம் பணம் தரவேண்டும். இப்போதைக்கு இருநூறு தர்றேன் குமாரசாமி. வேலை அதிகமாகிட்டிருக்கு. நீர் வீட்டில் இருந்துகொண்டே புரூப் பார்த்துக் கொடுமே. உம்ம ஆஃபீசில் என்ன சம்பளம் பெரிசா கிழிக்கப் போறான்கள். அதற்கு மேலே நான் தர்றேன்."

கோபாலன் கொடுத்தப் பணத்தை வாங்கிப் பர்சில் வைத்துக்கொண்டார்.

"உம்ம பெரிய பொண்ணுக்கு டி. வி. கே.யில் சொல்லச் சொன்னீரே அது கிடைச்சுடும்போல இருக்கு. அடுத்த வாரத்தில் அவள் வேலைக்குப் போயிடுவாள். அதுக்கு நான் ஆச்சு. தொடக்கத்திலே ஆயிரம் சம்பளம் வரும்"

"எல்லாம் உங்க பெரிய மனசு."

"இரும்யா. செட்டியார் மெஸ்லேந்து பிரியாணி வாங்கிவரச் சொல்றேன். சாப்பிட்டுட்டுப் போவீரா."

இருந்து சாப்பிட்டுவிட்டுக் கிளம்பினார் குமாரசாமி.

ஒரு பிடுங்கி உத்தியோகம் குமாரசாமிக்கு. வெள்ளைக்காரன் காலத்திலிருந்து அந்த கம்பெனி புகழ் பெற்று வந்திருக்கிறது. அதன் ஸ்தாபகர் வெகு ஆசார சீலராயும், வெள்ளைக்காரன் காலா காலத்துகும் ஆட்சி செய்ய வேண்டும் என்ற கருத்துடையவராகவும் இருந்தார். அதனாலேயே அவர் கம்பெனியும், அவரும் மேன்மையுற்றார்கள். அந்தக் காலத்தில் பட்டைக்கிராம்பு, வால்மிளகு முதலான பல பொருள்களை அவர்கள் மேனாட்டுக்கு அனுப்பிக்கொண்டிருந்தார்கள். ஸ்தாபகர் 'இறைவனடியை'ச் சேர்ந்த பிறகு, அவர் மகன், லண்டனில் படித்தவன், அவர் நாற்காலியில் வந்தமர்ந்தான். கற்பாறைகளைப் பிளந்து பாலீஸ் போட்டு மேல் நாடுகளுக்கு அனுப்பிக்கொண்டிருந்தான். இந்தியப் பெண்களைத் தவிர எல்லாவற்றையும் மேல் நாட்டுக்கு அனுப்பி பணம் பார்த்தான். இத்தொழிலுக்கு மேல் நாட்டுக்குப் போய் படிக்க என்ன இருக்கிறது என்று குமாரசாமிக்கு விளங்கத்தான் இல்லை. புதிய தலைமுறை அப்பாவைத் தாண்டியது உண்மை. ஸ்தாபகருக்காவது வெள்ளைக்காரன் தெய்வமாக இருந்தான். மகனுக்கோ, ஆள்பவர்கள் மற்றும் எதிர்கட்சிக்காரர்கள் அனைவரும் வழிபடும் கடவுளாக இருந்தார்கள். அடையாற்றுக்கு அருகில் அவனுக்குச் சொந்தமான ஒரு பெரிய வீடு, வியாபார விஷயங்களுக்காக என்றே அவன் வைத்திருந்தான். அங்குதான் அரசியல் தலைவர்கள், ஏதோ ஒரு வகையில் சமூகப் பணியாற்றும் ஸ்திரிகள் ஆகியோரை அவன் சந்தித்தான். அவன் செய்கிற தகிடு தத்தங்களுக்கும் அவர் பொறுப்பேற்க முடியாது. அவருக்கு மாசம் பிறந்தால் ஒழுங்காகச் சம்பளம் வந்து விடுகிறது. அழுக்குப் பஞ்சுகளைக்கூட அவன் விற்கிறான். ஆனால் அவருக்குத் தரும் சம்பள நோட்டுக்களில் அழுக்கில்லைதான். என்றாலும் இந்தப் பகல் பொழுது இவ்வளவு அழகாகவா இருந்துத் தொலைக்கும்?

காலையில் அலுவலகத்துக்குள் நுழைந்துக்கொண்டால் செயற்கைக் குளிர்ப்பதன அறையின் சில்லிப்புத் தாக்க, இயற்கைப் பகல் வெட்ப தட்பசீதோஷ்ணங்களை அறியாது அவருக்கு வரும் கோப்புக்களில் அவர் கவனம் புதைக்கப்பட்டு விடுகிறது. ஆஃபீசை சுற்றிய மரங்களில் பறவைகள் இருந்தன. கண்ணாடிக் கதவுகளால் மூடப்பட்ட அலுவலகம் ஆனதால் அவைகளின் சத்தங்கள் கேட்பதில்லை. தயிர்க்காரியின் குரல் அனுமதிக்கப்படுவதில்லை. மனுஷ வாழ்க்கையே கல்லறைக்குள் புதையுண்டதுபோல அல்லவா ஆகிவிடுகிறது.

கோப்புக்குள் மாட்டுச்சாணத்தை நினைவுப் படுத்தும் காகிதக் குப்பைகளால் ஆன கோப்புகள் முகம் தெரியாத யாரோ ஒருத்தருக்கு ஆணோ பெண்ணோ, யாருக்கோ வாயு பிரிவதற்காக, பெருங்காயம் சேகரித்தக் கோப்பாக அது இருக்கும். முதலாளி, யாருக்கோ பகிங்கிரமாகவோ, ரகசியமாகவோ கொடுத்த கறுப்புப் பணத்தை வெள்ளையாக்கும் கோப்பாக அது இருகும். முப்பத்து மூன்று வருஷங்கள் ஸ்தாபனத்துக்கு உழைத்து, டி. பி. நோயினால் அவஸ்தைப்படும் பாண்டுரங்கத்துக்கும் பண உதவி செய்யலாமா வேண்டாமா? சட்டத்தில் இடம் உண்டா என்று கேட்டு வருகின்ற நன்றிக் கெட்டத்தனமான கோப்பாக இருக்கலாம். ஏதாவது ஓர் இழவு கோப்பு. சம்பந்தம் இல்லாத முட்டாள்தனமான, மனுஷத்தனம் அற்ற கோப்பு. அதுக்காகப் பொன்மயமான உலகத்தை என்னத்துக்கு இழப்பது.

அடைக்கலசாமி செத்துப் போனார். அவர் நாற்காலியில் யார் உட்கார்வார்கள்? அதற்கென்றே ஒருவன் பிறந்து வந்திருப்பான். அவன் வந்து அந்த இடத்தைப் பூர்த்தி செய்வான். பல வருஷங்கள் அந்தக் கோப்புக்களைப் புரட்டுவான். மதியம் ஆறிப் போன சோற்றைத் தின்று விட்டு, சிறுநீர் கழித்து விட்டு வந்து உட்கார்ந்து கோப்பைப் பார்த்து, பின் அவனும் செத்துப் போவான். அப்புறம் அந்த இடத்தில் மற்றும் ஒருவன் குமாரசாமியும் ஒரு நாள் செத்துப் போவார். மாரடைப்பு? பேதி? புற்று நோய். பாத்ரூமில் வழுக்கி விழுந்து கால் உடைப்பு? ஏதோ ஒரு வழி மரணம் வரும். நோட்டீஸ் போர்டில் நாலு வரிச் செய்தியாக தொங்கும்.

'ஒரு வருத்தத்துக்கு உரிய செய்தி, நம் அலுவலகத்தில் கடந்த இருபத்தெட்டு ஆண்டுகள் பணி புரிந்த உதவிக் கண்காணிப்பாளர் திரு குமாரசாமி நேற்று இரவு படுக்கையில் உறங்கியபடியே மாரடைப்பால் காலமானார். அன்னாரின் மறைவுக்காக, இன்று

அலுவலகம் விடுமுறை விடப்படுகிறது. திரு. குமாரசாமியின் ஆத்மா சாந்தியடைய அனைவரும் பிரார்த்திப்போம். – இப்படிக்கு மணிபால் சாத்தே கும்பெனி நிர்வாகம்!'

ஊழியர்கள் சந்தோஷமாய் ஆட்டோ, பஸ் பிடித்து அவரது உடலைப் பார்க்க வருவார்கள். கும்பெனி பெயர் எழுதிய மலர் வளையம் கொண்டு வருவார்கள். (என்ன அநியாயம், அடைக்கலசாமிக்கு வாங்கறச்சே மலர் வளையத்தோட விலை பதினைந்து ரூபாய், குமாரசாமிக்கு வாங்கப் போனா இருபது ரூபாவா) அப்புறம் சிலர் வீட்டுக்குப் போய் அரிதாய்க் கிடைத்த விடுமுறையை உறங்கிக் கழிப்பார்கள். சிலர் சினிமாவுக்குப் போவார்கள். அதனால் என்ன? குமாரசாமி செத்துப் போனால் சூரியன் உதிக்காதா? மனுஷர்களுக்குப் பசிக்கக்கூடாதா? இயற்கை உபத்திரவங்கள் இருக்காதா?

வழக்கத்துக்கு மாறாக, மூன்று மணிக்கே வீட்டுக்கு வந்த கணவனை அதிசயமாகப் பார்த்தாள் யசோதை. அவருக்கும் அவள் அதிசயமாகத் தோன்றினாள். தலைவாரிக்கொண்டிருந்தாள் போலும். ஒரு கையில் சீப்பு இருந்தது. ஒரு பக்கத்து கூந்தல் வாரப் பட்டு, மறுபக்கம் விரித்துப் போடப்பட்டுக் கிடந்தது. ஸ்நானம் செய்திருந்தாள்போலும். சந்தனசோப்பின் வாசனை, படர்ந்துகொண்டிருந்தது.

"என்ன இவ்வளவு சீக்கிரம்."

"அடைக்கலசாமி செத்துப் போய்ட்டார்."

அவள் யோசித்துவிட்டுச் சொன்னாள்.

"யார்? நம்ம வீட்டுக்குக்கூட வந்திருக்கிறாரே கிறிஸ்துவர்?"

"அவர்தான்."

"நாளைக்கு ஆஃபீஸ் இருக்கா?"

அவர் கைலியை முடிந்துகொண்டே சொன்னார்.

"அவங்களுக்கு இருக்கும்."

"அவங்களுக்குன்னா?"

"எனக்கில்லை."

"அப்படின்னா?"

"நான் இனிமே ஆஃபீஸ் போகப் போறதில்லை."

அவர் பாத்ரூம் போய்விட்டு வந்து அவளைப் பார்த்துச் சொன்னார்.

"ஏன்னு அப்புறம் சொல்றேன். இந்தா?" என்றபடி இருநூறு ரூபாய் பணத்தை, அவளிடம் சேர்த்தார். அறைக்குச் சென்று மேசைக்கு முன் அமர்ந்து, கும்பெனிக்கு ராஜினாமா கடிதம் எழுதி முடித்தார். எல்லையில்லாத அமைதி அவரைச் சூழ்ந்தது.

1991

வர்க்கம்

வாசுதேவன், பூங்காவுக்குள் நுழைந்தவுடனேயே, அவர் பார்வையில் காலியாக இருந்த பெஞ்சுதான் முதலில் பட்டது. காலி பெஞ்சைப் பார்க்கையில்தான் மனசு எவ்வளவு அற்பத்தனமாக சந்தோஷம் கொள்கிறது? எதற்குச் சந்தோஷப்படுவது, எதற்குத் துக்கப்படுவது என்று தெரிந்து கொள்ளாத விவஸ்தை கெட்ட மனசு. பஸ், ரெயில்களில் ஜன்னல் ஓர இருக்கை, சினிமாவில் அடுத்தவன் கை உரசாத ஓர நாற்காலி, ஓட்டலுக்குப் போனால் கிழிசல் இல்லாத நுனி இலை போன்ற அற்பங்களுக்கு அலை பாய்கிறது மனசு.

ராஜ சிம்மாசனம்போல, நன்கு சாய்ந்து சௌகர்யமாக அமர்ந்து கொள்ள ஏதுவாக இருந்தது அந்த பெஞ்சு. சிமென்டால் ஆனது. நிழலில் இருந்ததால், குளிர்ச்சி வேறு பிரும்மானந்தமாக இருந்தது. 'கிருஷ்ணா... முகுந்தா' என்று முனகியபடி சம்மணம் போட்டு அமர்ந்துகொண்டார். பின்னால், அவருக்குக் குடை பிடிப்பதுபோல மஞ்சள் கொன்றை மரம் கவிந்துகொண்டிருந்து. காற்று, ஐஸ்கிரீம் சாப்பிட்ட குழந்தை முத்தம் கொடுத்ததுபோல சில்லென்றிருந்தது. தெரு, இரண்டு சாரியிலும் கொன்றை மரங்களாக வளர்ந்து தெருவில் வெயிலே விழாமல் அடித்துக்கொண்டிருந்தது.

நிழலும், காற்றும் வாசுதேவனின் பிரக்ஞையை மழுங்கடித்தாற் போல் இருந்தது. இதைத்தான் 'அஜம்' என்றார்கள் போலும். ஆட்டைப் போன்ற அசமந்தத் தனம். ஆடு, என்ன அப்படி அசமந்தமாகவா இருக்கிறது. மனுஷயர்கள் மட்டும் அப்படி என்ன புத்திமான்கள்? தூரத்தில் தெரு எல்லையில்,

கவர்னர் மாளிகைக்கு எதிராகப் பதினோரு மணி வெயில் பளீரிட்டுக்கொண்டிருந்தது. அவர் பார்த்துக்கொண்டிருக்கும் போதே, அந்த வெள்ளை வெயில், சுருள் காகிதம் போல் திரண்டது. சிந்திக் கிடக்கும் கறுப்பு மை போன்றிருந்த தார் ரோட்டை அது ஒற்றி எடுப்பதுபோல அவருக்குப்பட்டது. வெயிலையே உற்றுப் பார்த்துக்கொண்டிருந்தமையால் அவர் கண்கள் மயங்கின. காலையில் சாப்பிட்ட மோர் சாதம் காரணமாகவோ அவரது கண்களின் இமைகள் கனத்து உறக்கத்தின் முதல் படியை அவர் தொட்டு, இரண்டாம் படியைத் தாவிக்கொண்டிருந்த அற்புதக் கணத்தில், அவர் உறக்கம் கலைந்தது. கலைக்கப்பட்டது.

மனுஷர்களைத் தேடி வந்து துன்பம் செய்யவென்றே சில பிரகிருதிகள் இருக்கத்தானே செய்கிறார்கள். வாசுதேவன் எதிரே கைத்தடியை மண்ணில் ஊன்றிக்கொண்டு, அவனைப் பூதக் கண்களால் உற்றுப் பார்த்தபடி ராமாச்சார் நின்றுகொண்டிருந்தார். சுக்கை வெயிலில் போட்டு வதக்கிய தேகம், வம்புக்கு அலைகிற துருதுருத்த வெற்றிலை வாய். முண்டகம் செய்த உச்சி மண்டையில் நாலைந்து மயிர் குடுமியாகப் பறந்துகொண்டிருந்தது. மஞ்சள் காரிசுத் துண்டால் மார்பை மறைத்திருந்தார். அவரது கரிய உடம்பின் நிறத்திலும் கரியதாய் இருந்தது அவர் அணிந்திருந்த பூணூல்.

"என்னடா வாசுதேவா?... எப்படி இங்கே?" என்று வயதுக்குச் சற்றும் பொருந்தாத இடிக்குரலில் கேட்டார், ராமாச்சார்.

இந்தச் சனியன் இங்கே எப்படி என்று நினைத்தபடி, மேல் மரியாதை நிமித்தம், சம்மணம் இட்டிருந்த காலைத் தொங்கவிட்டபடி, "சும்மாத்தான் மாமா, சித்தே சிரமபரிகாரம் பண்ணிக்கலாம்னு..." என்றார் வாசுதேவன்.

"இன்னும் ஆலையைத் திறக்கலையாடா? சோத்துக்கு என்ன பண்றேள் எல்லாரும்?"

"இன்னும் திறக்கலை மாமா. சாப்பாட்டுக்குச் சிரமம்தான். அங்கையும் இங்கையும் புரட்டி, அண்டாவையும் குண்டானையும் அடகு வச்சு, ஒப்பேத்திண்டிருக்கேன்."

ராமாச்சார் தலையை இடது கையால் தடவிக்கொண்டார். அவரது மோதிர விரலிலும், சுண்டு விரலிலும் போட்டிருந்த சிவப்பு வைர மோதிரங்கள், வாசுதேவனுக்குக் கண்ணில் தென்பட, திடுமென அவருக்கு எரிச்சல் மூண்டது.

"என்ன பிழைப்போ போ, பிராமணனா பொறந்துட்டு ஆலை வேலையும், கூலி வேலையும் செஞ்சுண்டு வயித்தைக் கழுவிக்கணும்னு உன் தலையிலே எழுத்து. அதுவும் இல்லாமே, லங்கணம் போட்டிண்டு இருக்கியோன்னோ..."

வாசுதேவனுக்கு சுருசுருவென்று எரிச்சல் ஏறியது. அது குரலில் தென் படாதபடிக்குச் சகஜமாகச் சொன்னார்.

"பெரியவா, நீங்களே தர்ப்பையைத் தூக்கி எறிஞ்சுட்டு, கறுப்புக் கோட்டைப் போட்டுண்டு, வக்கீல்னு நீட்டி முழக்கிண்டு கோர்ட் கோர்ட்டா ஏறி, வியாஜ்ஜியம் பேசறேன்னு பொய்யைச் சொல்லிண்டு, கள்ளன், திருடன், கேப்மாரிப் பயல்களோட காசை வாங்கிச் சீவிச்சுண்டு தானே மாமா பெரிய மனுஷாள் ஆனேள்? அப்புறம் நான் மட்டும் ஏன் ஆலையிலேயே பஞ்சு புடுங்கற உத்தியோகம் பண்ணப்படாது? இவ்வளவு பேசறேளே... உங்க பிள்ளை என்ன பண்றார்? 'பாட்டா'விலே, வர்றவன் போறவன் காலைப் புடிச்சு செருப்பை மாட்டிண்டுதானே ஜீவனம் பண்றார். பேன்ட்டும், சர்ட்டும் போட்டுண்டா அது சக்கிலியன் வேலை இல்லேன்னு ஆயிடுமா? இதே சக்கிலியனை நாமதானே நாலு அடி தள்ளி நில்லுடான்னு சொன்னோம். இப்போ நாலு காசு கிடைக்குதுன்னு தெரிஞ்சப்போ, நாமதானே செருப்பை மாட்டி விடப் போறோம். பிராமணன் என்ன பிராமணன். நமக்கு என்ன கொம்பா முளைச்சிருக்கு?"

ராமாச்சார், வாசுதேவனை உற்றுப் பார்த்தார். தன் கைத்தடியை இரு கைகளாலும் இறுக்கிப் பிடித்துக்கொண்டார். சமாதானம் பேசுகிறார்போல அவர் சொன்னார். "ஏதோ சொல்லணும்னு தோனித்து, சொன்னேன். சொந்தக்காரா, உன் பொண்ஜாதி அலமேலு என்னோட ஒண்ணுவிட்ட தங்கை பொண்ணு. அந்த அபிமானத்துல கேட்டேன்..."

வாசுதேவனுக்குப் பேச்சை மாற்ற வேண்டும் என்று தோன்றியது.

"இந்த வேகாத வெய்யில்லே, இங்க எங்க மாமா வந்தேள்?"

"அதோ அந்த மூல பெஞ்ச்சுலதான் என்ன மாதிரி ரிடையர்டு கிழங்கள் உக்காந்துண்டு வம்பளக்கிறது. நேரம் போகணுமோல்லியோ, வயசாயிடுச்சுன்னாலே சனியன், தூக்கம் வரமாட்டேங்கறது. ஒரே தூக்கம்தான் வரணும். இனி பெருமாள் மனசு வக்க மாட்டேங்கறாரே, வரட்டா... அலமேலு எப்படி இருக்கா?"

"நன்னா இருக்கா மாமா"

"குழந்தைகளைக் கூட்டிண்டு ஒரு நா ஆத்துப் பக்கமா வரப்படாதா?"

"வர்றேன் மாமா."

ராமாச்சார் தரையைக் காலால் தேய்த்தபடி நடந்து போனார். வாசுதேவனுக்கு மனசுக்கு நிம்மதியாய் இருந்தது. கிழம், இனி தன் பேச்சுக்கு வராது என்ற நினைப்பே அவருக்குச் சந்தோஷமாக இருந்தது.

வாசுதேவனின் மனம் சாந்தப்பட்டிருந்தது. நிதானமாக அவரால் யோசிக்க முடிந்தது. ராமாச்சார் சொன்னது பொய்யில்லையே. அவர் உண்மைதான் சொன்னார். வாசுதேவன் வேலை செய்துகொண்டிருந்த பஞ்சாலையை அடைத்துத்தான் போட்டிருந்தார்கள். போனஸ் தகராறு என்று விவகாரம் ஆரம்பித்தது. தொழிலாளர்கள் உள்ளிருப்பு வேலை நிறுத்தம் செய்தார்கள். அப்புறம் உண்ணாவிரதம் இருந்தார்கள். ஆலை சொந்தக்காரன் மில்லை அடைத்தான். தொழிலாளர் கோர்ட்டுக்கு விவகாரம் சென்றது. கோர்ட் சொன்னத் தீர்ப்பை முதலாளி ஏற்கவில்லை. அவன் இன்னும் பெரிய கோர்ட்டுக்குச் சென்றான். அரசாங்கம் தலையிட்டது. அரசு தீர்ப்பைத் தொழிற்சங்கங்கள் ஏற்க மறுத்தன. பேச்சுவார்த்தை நடந்துகொண்டே இருந்தது.

பேச்சு... பேச்சு... இடையறாத பேச்சு நடந்துகொண்டேயிருந்தது. ஆள் ஆளுக்குப் பேசிக்கொண்டேயிருந்தார்கள். வாசுதேவன் உட்கார்ந்திருக்கும் இடத்திலிருந்து கவர்னர் மாளிகை தெரிந்தது. அம்பாசிடர் கார்களும், மாருதி வேன்களும் உள்ளே போயும், திரும்பியவாறும் இருந்தன. அதிகாரிகள் என்கிற மேலோர்கள் கவர்னரிடம் பேசவும் பேசுவதைக் கேட்கவும் போய் வந்துகொண்டிருந்தனர். திடுமென ராமாச்சாரியிடம் இது பற்றிக் கேட்க வேண்டும் என்று அவருக்குத் தோன்றியது. "பிராமணனை உள்ளிட்ட எல்லா வர்ணத்தவரையும் அடங்கிய, சுமார் மூவாயிரம் குடும்பங்களை வாழ வைப்பதற்காகப் பேசிக்கொண்டிருக்கிற இந்த அதிகாரிகள் என்ன ஜாதி மாமா? இவர்கள் பிராமணர்களை விட உசத்தி என்று வைத்துக் கொள்வீரா? என்று கேட்க வேண்டும். ராமாச்சாரின் முகம் அஷ்டகோணலாவதைக் கற்பனையாகவே கண்டு சந்தோஷம் அடைந்தார் வாசுதேவன்.

பிரபஞ்சன் | 95

கவர்னர் மாளிகையிலிருந்து சிவப்பு விளக்கு இருக்கும் கார் ஒன்று வெளிப்பட்டது. பெரிய அதிகாரியாக இருக்க வேண்டும் என்று நினைத்துக்கொண்டார். இந்த ஊரில் சோட்டா அதிகாரிகள்கூட சிவப்பு விளக்கு உள்ள காரைப் பயன்படுத்துகிறான்கள். உள்ளே இருப்பவன் எவனாக இருந்தால் என்ன? ஆலைத் தொழிலாளர்களைப் பற்றித்தான் பேசிவிட்டு வருவான்களாக இருக்கும். ஊரில் இப்போது பெரிய பிரச்சினை இதுவாகத்தான், இருந்தது.

வாசுதேவன் மனம் சாம்பியது.

கஷ்டம், இன்ன ரூபத்தில்தான் வரும் என்று சொல்ல முடிகிறதா என்ன? தட்டுத் தடுமாறிக்கொண்டு நடந்துகொண்டிருந்த குடும்பம் அது. அவர், அவர் மனைவி அலமேலு, பெரியவனும் +2 படிப்பவனும் ஆன நாணா. சின்னவள் எட்டாவது படித்துக்கொண்டிருக்கும் ஹரிணி, எண்பது வயது கடந்த கண் பார்வை சுத்தமாகப் போய், படுத்த படுக்கையாகக் கிடக்கும் அவர் அம்மா என்று அவருக்குக் குடும்பம் இருந்தது. பிடிப்பு எல்லாம் போக அவர் கையில் மாசம் ஆயிரத்து அறுநூறு வந்து விழுந்துகொண்டிருந்தது. கடந்த பல மாதங்களாக அந்தச் சம்பள வரவு நின்றுதான் போயிருந்தது. தொடக்கத்தில் சினேகிதர்கள், அப்புறம் தெரிந்தவர்கள் எல்லோரிடமும் அவர்கள் இரக்கத்தையும், பரிதாபத்தையும் பயன்படுத்திக்கொண்டு கடன் வாங்கினார். “இதோ, அடுத்த மாடம் ஆலை திறக்கப் போகிறார்கள்” என்று அவர்களிடம் அவர் சொன்னார். அவர்களும் நம்பினார்கள். அப்புறம் அந்தப் பொய்யையே திரும்பத் திரும்பச் சொல்வதில் அவருக்கே சலிப்புண்டாகி விட்டது. நண்பர்களின் மனைவிமார்கள், புருஷர்கள் வீட்டுக்குள் இருக்கும் போதே அவரிடம் இல்லை என்றார்கள். சிலர், வசமாகச் சிக்கிக் கொள்ள நேர்ந்த போதோ, நாலாம் தர ‘தண்ணி காப்பி’ கொடுத்து அவரை உபசரித்தார்கள். அலமேலு வீடு அப்படி ஒன்றும் ஐவேஜி உள்ளதல்ல. ஏதோ அவர்களால் முடிந்த மட்டுக்கு அவர்கள் கொடுத்து உதவினார்கள். ஒரு கட்டத்துக்குப் பிறகு அதுவும் நின்றது. இது போன்ற சந்தர்ப்பத்துக்கென்றே பெண்கள் நகை அணிந்து கொண்டிருக்கிறார்கள். அலமேலுவிடம் அப்படி ஒன்றும் பெரிதாக நகை இருந்ததில்லை. அரைப் பவுனில் கம்மல், கால் பவுனில் மூக்குத்தி, தாலியில் ஒட்டிக்கொண்டிருந்த அரைக்கால் பவுன் எல்லாம் எத்தனை நாள் தாக்குப் பிடிக்கும்.

காலட்சேபம், ரொம்ப ஆச்சர்யமான விஷயமாக இருந்தது வரவர.

வாசுதேவனைப் பற்றி மட்டுமல்ல, அவர் தோப்பனார் வரததேசிகனைப் பற்றிக்கூட ராமாச்சாருக்கு மரியாதை இல்லாமல்தான் இருந்தது. இத்தனைக்கும் வரத தேசிகன், சமஸ்கிருதத்திலும், ஆங்கிலத்திலும் பெரும் புலமை பெற்றிருக்கும் கம்பெனியின் தொடக்கக் கால ஊழியர்களில் அவரும் ஒருவர். அக்கம்பெனியில் அவர் சேரும்போது அவர் வயது பதினாறு. நெற்றி முழுக்க அடைத்துக்கொண்டு பாதம் சாத்திக்கொண்டு தம்முன் நின்ற இளைஞன் வரத தேசிகனைக் கண்ட முதலாளி சுந்தரம் ஐயங்காருக்கு, ஆட்சேபம் எதுவும் இருக்க முடியாதுதான். கம்பெனியில் சேர்த்துக்கொண்டார். வரததேசிகனுக்கு அக்கம்பெனி ஜீவனோபாயம்தான். ஆத்ம லாபத்துக்கு அவர் சாஸ்திர ஆராய்ச்சியில் ஈடுபட்டிருந்தார். நாலாயிரத்தைப் பிழையறச் சிறப்பாகப் பதிப்பித்தார். தேசிகனுக்கு ஆண்டாளில் அபாரமான பிரீதி இருந்தது. ஆண்டாளை இங்கிலீசிலும் ஆக்கினார். சுந்தரம் ஐயங்காரே, தேசிகனை ஒரு நாள் அழைத்து "தேசிகன், உன்னை என் கம்பெனியில் வச்சுக்கறது எனக்குத்தான் பெருமை. ரொம்ப உசத்தியான காரியம் பண்ணிண்டு இருக்கே. லோக ஷேமார்த்தம், இப்படி சில பேர் இருந்தாத்தான் மழை பெய்யும். அந்த வேலைகளுக்குக் குந்தகம் இல்லாமல், ஆபீஸ் வரதானா வரலாம். இல்லேன்னாலும் ஒண்ணும் பாதகமில்லை. சம்பளம் மாசம் முதல் தேதி ஆத்துக்கு வந்துடும். உன் கைங்கர்யத்துக்குப் பணம் எவ்வளவு வேண்டுமானாலும் கேஷியரிடம் வாங்கிகோ..." என்றார். முதலாளியின் இந்த உத்தாரத்தை ஒருநாளும் தேசிகன் பயன்படுத்திக் கொள்ளவில்லை. விடுமுறை நாட்கள் தவிர, மற்ற நாட்களில் முதல் நபராக ஆபீசுக்கு வந்து கடைசி நபராக வீடு திரும்பினார் அவர்.

தேசிகனுக்கு, பகவான் ஒரு பிள்ளையும், நாலு பெண்களையும் தந்தார். பெண்களை நல்ல இடமாகப் பார்த்து கல்யாணம் பண்ணி வைத்தார். பிள்ளை வாசுதேவனைக் குறித்துத்தான் அவருக்கு நிரம்ப வியாகூலம். அவனுக்கு வேதத்திலோ, பள்ளிப் படிப்பிலோ ஆர்வம் இல்லாமல் இருந்தது. கடற்கரைச் சறுக்கு மரத்தில் விளையாடி, பீரங்கிப் பள்ளத்தில் குதித்துத் தாண்டி, தென்னந் தோப்புக்களில் சுற்றித் திரிந்து, வீணே காலத்தைக் கழித்தான். பத்தாம் வகுப்பு வரும்போது பிள்ளைக்கு வயது இருபதுக்கும்

மேலே ஆகிவிட்டிருந்தது. குரல் கனத்து கருகருவென்று மீசைக் கருத்து பெரிய ஆண் பிள்ளையாக வேஷ்டி கட்டிக்கொண்டு வாட்ட சாட்டமாக இருந்தான் அவன். அவனை என்ன பண்ணுவது என்று யோசிக்கத் தொடங்கினார் அவர். ஒரு நாள் அவனைக் கூப்பிட்டுச் சொன்னார். "வாசுதேவா எதையாவது படித்து கற்று, வாழ்க்கைக்கான ஜீவனோபாயத்தைத் தேடிக் கொள்ள வேணுமேடா குழந்தை, எனக்குப் பிறகு நீ என்ன பண்ணுவாய்? அதுவே எனக்குப் பெரிய விசாரமாச்சு. வேதம் படிக்க முடியலைன்னா பரவாயில்லை, ஆண்டாளையாவது வரப்பண்ணு."

அப்பா அடித்துச் சொல்லியிருந்தால், வாசுதேவன் ஒரு கால், ஆண்டாளை வாசுதேவன் வெறுத்து விட்டிருப்பார். அப்பாவின் கனிவு அவரைத் தொட்டது. பூஜை அறையும் அப்பாவின் படிப்பறையுமாக இருந்த அறை அலமாரியிலிருந்து, அப்பா ஆண்டாள் பாசுரங்கள் அடங்கின புத்தகத்தை எடுத்து வாசுதேவனிடம் கொடுத்தார். "இது சாதாரண புத்தகம் இல்லை. பொக்கிஷம். ஆண்டாளைப் படித்தவர்க்கு வேறு எதுவும் வேண்டாமாயிடும் குழந்தை."

அப்பா, அதை அவர் கையில் அளித்து விட்டு, ஒரு கணம் கண்மூடி நின்றுவிட்டுச் சொன்னார்:

"தொழுது முப்போதும் உன்னடி வணங்கித்
தூமலர் தூய்த் தொழுதேத்துகின்றேன்.
பழுதின்றிப் பார்க்கடல் வண்ணனுக்கே.
பணிசெய்து வாழப் பெறாவிடில் நான்
அழுதழுது அலமந்து அம்மா வழங்க,
ஆற்றவும் அது உனக்கு உறைக்கும் கண்டாய்"

புரிந்தும் புரியாமலும் அந்தச் சிறு புத்தகத்தை வாசுதேவன் அப்பாவிடம் இருந்து பெற்றுக்கொண்டார். அவ்வப்போது வாசிக்கவும் தொடங்கினார். இந்தச் சமயத்தில்தான் பீட்டர் அல்ஃபோன்ஸ் அப்பாவிடம் மாணவராக வந்து சேர்ந்தார். கிறிஸ்தவரான அவருக்கு, நாலாயிரத்தில் பெரும்பாதி நெட்டுருவாகியிருந்தது. வைஷ்ணவம் பற்றிய ஆராய்ச்சியில் அவர் ஈடுபட்டிருப்பதாகவும், அவரைப் பற்றி உலகில் பல பாகத்தவர்களும் அறிந்திருந்தார்கள் என்று சாப்பிடும் வேளையில் அப்பா, அம்மாவிடம் சொல்லிக்கொண்டிருந்ததை வாசுதேவன் கேட்டான். அவனுக்கு ஆச்சர்யமாக இருந்தது.

அந்த மனிதருக்கு என்னத்துக்கு இந்த வீண் வேலை என்றுதான் நினைக்கத் தோன்றியது. ஞாயிற்றுக் கிழமை காலை வேலைகளில் சுருக்கமாக உடுத்திக்கொண்டு சர்ச்சுக்கு ஆனந்தமாகப் போகக் கடமைப்பட்டவருக்கு, மண்டையை உடைக்கும் இந்தப் பாட்டுக்கள் எதற்கு என்றுகூட பட்டது. ஆனால், பீட்டர் அப்படியானவராகத் தோன்றவில்லை. உண்மையான சிரத்தையோடு அவர் வந்து போய்க்கொண்டிருந்தார். அப்பாவின் படிப்பறையைக் கடந்து போக நேரும் போதெல்லாம், அவர்கள் சம்பாஷனை வாசுதேவனுக்குக் கேட்கும். ‘உற்றார்களை செய்வேனும் யானே என்னும் உற்றார்களை அழிப்பேனும் யானே’ எனும் பாடலையோ அல்லது ஆறாயிரப் படியையோ விவாதித்துக்கொண்டிருப்பார்கள். அதுகூடப் பிரச்சினை அல்ல. பிரச்சினை எப்போது எழுந்ததெனில் பீட்டர் அல்போன்ஸ் சில சமயங்களில் வீட்டில் சாப்பிட நேர்ந்தபோதுதான். காலை பதினோரு மணிக்கு வரும் பீட்டர், சமயங்களில் மதியம் பலகாரம் அப்பாவுடன் சாப்பிட அமர்ந்தார். “சுவாமி – நீங்கள் டிபனை முடியுங்கள். நான் காலாற நடந்து போயக் வருகிறேன்” என்று பீட்டர் நாகரிகமாகச் சொன்னாலும், அப்பா அதை அனுமதிக்கவில்லை. “சாப்பிடுகிற வேளையில் இரண்டு கவளம் இருந்தால், ஒன்றை நானும் பகிர்ந்து கொள்வோம்” என்று அப்பா சொல்லிவிட்டார். இரவுகளில் இது நேர்ந்தது. இரண்டு ரசிகமணிகள் உட்கார்ந்து பேசத் தொடங்கினால் நேரமும் நாளும், ஏது? நடுக்கூடத்தில் இலை போட்டு, அவர்கள் இருவரையும் அமரவைத்து அம்மா பரிமாறினாள். சாப்பிடும்போது அவர்கள் ஆழ்வார்கள் விஷயமாகத்தான் பேசினார்கள் என்பதை வாசுதேவன் கேட்க நேர்ந்தது. ஒருமுறை பீட்டர் அல்ஃபோன்ஸ் அப்பாவிடம் சொல்லிக்கொண்டிருந்தார்.

“சுவாமி... இங்கிலீஷிலும் ஃபிரஞ்சிலும் நிறைய கவிஞர்களை, உலகம் பூராவும் இருந்து எழுதினவர்களை நான் படித்திருக்கிறேன். மகாகவிகள்தாம் அவர்கள் என்றாலும், நம் ஆண்டாள் மாதிரி, அந்தக் காலத்துப் பண்பாட்டை உத்தேசித்தால் அவளுக்குச் சமானமாக நிற்பவர்களை நான் இன்னும் காணவில்லை.”

அப்பா அதைக் கேட்டு, “வாஸ்தவம்தான், அல்போன்சு! சத்தியத்தை, அவள் தனக்கு நிஜமாக இருந்து எழுதின பாசுரமாயிற்றே அதுகள்! அதனால்தான், ரெண்டு கலைக்காரர்களுக்கும் அவள் பொதுவாக இருக்கிறாள்” என்றார். ஒருமுறை, அருகாக அமர்ந்து அப்பாவும், அல்ஃபோன்சும் சாப்பிட்டுக்கொண்டிருக்கையில்,

இதே ராமாச்சார், கையில் விசிறியோடு உள்ளே நுழைந்தார். "அடி அலமேலு... என்ன வெக்கை போ... ஐப்பசி மாசத்திலும் இப்படியிருக்குமோ?" என்றவாறு வந்தவர், அவர்கள் இருவரும் அருகருகாக அமர்ந்து உண்பதைப் பார்த்ததும் மின் கம்பியைத் தொட்டதுபோல அதிர்ச்சியடைந்தார். சடக்கென்று திரும்பி, பேயை நிஜத்தில் பார்த்தவரைப்போல, இரண்டு தாவாகத் தாவித் தெருவை அடைந்தார். கொதி ஏறிய நீர் தளபுளக்காமல் இருக்குமா? தெருத் தெருவாகவும், வீடு வீடாகவும் சென்று பேசத் தொடங்கினார் ராமாச்சார்.

"என்ன அநியாயம் பாருங்கோ... கலிகாலம்னா... மாடு திங்கற கிறிஸ்துவனைப் பக்கத்தில் வச்சுண்டு அவனுக்குச் சமதையா உக்காந்துண்டு சாப்பிடறாரே இந்த தேசிகன். என் இந்த இரு கண்ணாலேயே பார்த்தேனே சுவாமிகளே. இந்த பிராமணன் அந்த அனாசாரம் பிடிச்சவனுக்கு ஊட்டி விடறதும், அவன் ஆம்படையா அசடாட்டம் ஈன்னு இளிச்சுண்டு விழுந்து விழுந்து உபசாரம் பண்ணறதும், கண்ணறாவி போங்கோ. இது என்ன அக்ரகாரமா, இல்லே பறத்தெருவா? மழை பெய்யல்லே, மழை பெய்யல்லேன்னு ராசாங்கத்தார் தலையாலே முட்டிக்கிறாளே, மழை பெய்யுமாங்காணும்... மசுருதான் பெய்யும்" அலமந்து போனார் ராமாச்சார். மாமிகள் மூலமாக அம்மாவுக்குச் சேதி வந்து, அம்மா அப்பாவிடம் இது பற்றி பிரஸ்தாபித்தார். "அப்படியா" என்று விட்டு அப்பா சொன்னார்.

"அல்போன்ஸ் மாடு திங்கறவராமா? ராமாச்சார் மாதிரி மனுஷர்கள், மனுஷர்களையே அடித்துத் தின்கிறார்களே, இதுக்கு அது உசத்தி. அல்ஃபோன்ஸ் மாதிரி புத்திமான் ஈனசாதிக்காரன்னா, இங்கிருக்கிற பிராமணர்கள்லாம் சண்டாளர்கள் தாம் வேறென்ன?"

சம்மணம் போட்ட கால் மரத்தாற் போலிருக்கவே, வாசுதேவன் எழுந்து, சித்தே காலாற நடக்கலாம் என்று நடக்கத் தொடங்கினார். இரு பக்கங்களிலும் இருந்த மஞ்சள் கொன்றை மரங்களினால் மறைக்கப்பட்ட வெயில், 'பணக்கார உறவுக்காரன் வீட்டுக்குள் நுழைகிற ஏழையைப்போல, தயங்கித் தயங்கியே வீதிக்கு வருவதாய் இருந்தது.' மழைக்காலத்து மாலை வானம் மாதிரி விழித்துக்கொண்டு, வெயிலில் உறைந்த வெற்றிலை எச்சல் மாதிரி, கட்டித் தட்டிப் போய், முகப்பருக் கன்னம் மாதிரி சமானம் இழந்து, எருமை மாட்டுக்குச் சொறி வந்தாற்போல,

கருமையே கருமைக்குள் வெளுத்து, புகை ஏறிய வெள்ளைச் சுவர் மாதிரி விகாரப்பட்டுக் கிடந்தது.

வாசுதேவன் ஆயி மண்டபத்தைக் கடந்து, வணிகர் அவைப் பக்கமாக நடக்கத் தொடங்கினார். இரு பக்கமும் இருந்த சிமென்ட் பெஞ்சுகளும் நிரம்பி வழிந்தன. சைக்கிளில் வந்தவர்களும், பிற வாகனங்களில் வந்தவர்களும், கால் நடையாக வந்தவர்களும், அழுக்கு வேஷ்டிகள், காஷாய வேஷ்டிகள், பையில் காசில்லாத பேன்ட்டுகள், சில்லறைகள் குலுங்குகிற சர்ட்டுகள், வம்பளக்க என்றே வந்த வாய்கள், வம்புகளிலிருந்து தப்பிக்க வந்த வாய்கள், என்று விதவிதமான மனிதர்கள் அங்குக் குழுமி இருந்தார்கள். அன்று ஞாயிற்றுக்கிழமையும் இல்லை திங்கள் கிழமை. சனி, ஞாயிறு என்று இரண்டு விடுமுறை நாட்களுக்குப் பிறகு வந்த வேலை நாள். மதியம் பனிரெண்டு மணி ஆனாலும் பூங்கா நிறைந்து வழிகிறது. சிவப்பு விளக்கு எரியும் காரில் உயர் அலுவலர்கள், கோப்புகளோடு கவர்னர் மாளிகைக்குப் போய்க்கொண்டும் வந்துகொண்டும் இருக்கிறார்கள். பேச்சு... பேச்சு... உருப்படியற்ற விருதாப் போச்சு. மக்கள் பணத்தில் ஹாயாக குளிர்சாதன அறைக்குள் அமர்ந்துகொண்டு வெட்டிப் பேச்சு. வெட்டிப் பேச்சையே எழுத்தில் பதித்து வைத்து வெட்டிக் கோப்புகள்.

வியர்த்தம்.

வணிகர் அவைக்கு முன்பாக சிலை நாட்டப்பட்டிருந்தது. நடந்து கொண்டிருந்த வாசுதேவன் ஒரு கணம் நிற்கிறார். இது என்ன புது சிலை என்பதாகக் கவனித்தார். தலைவரின் சிலையாக இருக்குமோ என்று ஒரு கணம் தடுமாறினார். இல்லை. அது தலைவரின் சிலை அல்ல. சாமி விக்ரகம் மாதிரி இருந்தது. எப்போது வந்தது என்பதாக அதன் அருகில் சென்றார். அது சில வருஷங்களாகவே அங்குதான் இருந்தது. வாகூர், அதனை ஒட்டிய பிரதேசங்களில் வீடு கட்டவோ, கிணறு வெட்டவோ பள்ளம் தோண்டுகையில் நிறைய சிலைகள் கிடைத்தன. ஒரு காலத்தில் கோயிலுக்குள் வழிபாட்டுக்குரியவையாக இருந்தன சிலைகள். கோயில் மக்களாலோ, பிறசமயத்தாராலோ அழிகையில், மண்ணுக்குள் புதைகின்றன. அப்படித் தோண்டிக் கிடைத்தவற்றில், சில சிலைகளைக் காட்சிப் பொருள்களாகப் பூங்காவுக்குள் வைத்திருந்தார்கள்.

ஆச்சரியத்தால் ஈர்க்கப்பட்டவராகச் சிலையின் அருகில் சென்றார் வாசுதேவன். விஷ்ணுவின் சிலை அது. நின்ற திருக்கோலம். அயனும் சிவனும் தேடிக் கண்டடையாத பாதம், என்பதனைக் குறிக்க விக்ரகத்தின் காலடியில் அன்னமும், நெருப்பும் சிறு புள்ளிகளாகச் சித்தரிக்கப்பட்டிருந்தன. முத்தும் மணியும் வயிரமும், பொன்னும் சேர்த்த மோதிரங்களை அணிந்த, அவைகளையும் மிஞ்சும் ஒளிபடைத்த அழகிய நகங்கள் வெளித் தோன்றும் பாதங்கள்; வெள்ளித் தண்டைகள் அணிந்திருந்த கணைக்கால்கள்; முழந்தாளிட்டு நெய்யிலும், வெண்ணெய்யிலும் அலைந்ததால், காய்ப்பேறிய முழந்தாள்; பேய்ச்சி முறை சுவைத்துக் கொன்று, இரணியன் மார்பைக் கீண்ட தொடை; உடுக்கை நாணும் இடை; ஓடும் நதியேபோலப் படுத்துக் கிடந்த சமன் வயிறும், அதன் மத்தியின் உந்திச் சுழி, நதியின் நீர்ச்சுழல் போன்று இருக்க, பெரிய அளவுப் புத்தகத்தின் விரித்த இரு பக்கங்களைப்போல அகல மார்பும், பலமும் வீரமும் திரண்டாற்போல உருவெடுத்த இரு தோள்களும், தும்பிகைகள் போலும் தாழ்ந்த தூக்கிய சங்கமும் சக்கரமும் ஏந்திய கைகளும், மலர்ந்த தாமரையும் அல்லியும் விரல் முளைத்து மடங்கியது போன்ற உள்ளங்கைகளும் புறங்கைகளும் அண்ட கோளங்களை அடக்கி விழுங்கிய கண்டமும் கற்பூரம் நாறுமோ கமலப் பூ நாறுமோ என்றனு கோதை வியந்த குமிண் சிரிப்பு வாயும், அறத்தினோர்க்கு ஈரமும், அல்லாதவருக்கு எரி நெருப்பும் பொழியும் கண்களும், நறுக்கின ஓலை மாதிரி நெற்றியும், ஜகஜோதியாய் ஒளி உமிழும் கிரீடமும் கொண்டு நின்ற அந்தத் திருவுருவைப் பெரியாழ்வாரைப்போல அனுபவித்துக்கொண்டு நின்றார் வாசுதேவன். அப்பா இருந்தால் எப்படியெல்லாம் இந்தப் பெருமாளை அனு சந்தித்திருப்பார் என்று நினைத்துக்கொண்டார்.

பெருமாள் திருமேனி மேல் யாரோ ஒரு நபர், அவர் தோளின் மேல் அழுக்குத் துண்டைப் போட்டிருந்தார். கரித்துணி போலும் அது. அருவருப்பால், ஒரு குச்சியைத் தேடி எடுத்து அதை அப்புறம் தள்ளிப் போட்டார் என்ன அழகான வேலைப்பாடு இந்தப் பெருமாள்? கண்ணும், மூக்கும், முகவாயும் எவ்வளவு திருத்தம். ரொம்ப உசத்தியான கலைஞன் ஒருத்தனின் கைவேலை அது என்பது நிச்சயம்.

என்ன சுழிப்பு இது? அவன் மனுஷாளை உருவாக்குகிறதும், மனுஷாள் அவனை உருவாக்குகிறதும் சுற்றிச் சுழன்றுகொண்டு வரும் இந்தச் சிருஷ்டி வட்டத்தை நினைத்து வியந்தார் அவர்.

காக்கையின் எச்சம் விக்ரகத்தின் உச்சந்தலையில் இருந்து வழிந்து கன்னத்தில் கோடு இழுத்து, அதுவும் காய்ந்து விட்டிருந்தது.

அலமேலு கொணர்ந்து தந்த பாலில்லாத டீயைக் குடித்து முடித்தார், வாசுதேவன். ஆரம்பத்தில் ரொம்பச் சிரமமாகத்தான் இருந்தது அவருக்கு. நுரைத்துப் பொங்கும் வறுத்து அறைத்த காபிப் பொடியில் திக்காகப் பாலைவிட்டு, அடி நாக்கில் கசக்க காபிக் குடித்தவர்தான் அவர். வாசு வீட்டுக் காபி நண்பர்கள், உறவினர்கள் வட்டத்தில் பிரக்யாதி பெற்றிருந்ததும் உண்மைதான். வாசுதேவனின் ஆலைத் தொழிலாளி நண்பர்கள் எத்தனை பேர், அந்த காபிக்கென்றே அவர் வீட்டுக்கு வந்து அரட்டை அடித்துக் காபி குடித்துச் சென்றிருக்கிறார்கள். அதெல்லாம் அந்தக் காலம். அதாவது ஆலை நடந்துகொண்டிருந்த காலம். மாசா மாசம் சம்பளம் வந்துகொண்டிருந்த காலம்.

மொட்டை மாடி ஒண்டுக் குடித்தனம் அவருடையது. மாடியின் கடைசிப் போர்ஷன். ஆகவே, இதர குடித்தனக்காரர்கள் யாரும் அவரண்டை வந்து தொந்தரவு கொடுக்கச் சாத்தியமில்லை. அது அவருக்கு மிகுந்த ஆறுதல் தந்த விஷயம். மாடிக் கைப்பிடிச் சுவரில் முதுகைச் சார்த்திக்கொண்டு உட்கார்ந்திருப்பது அவருக்கு மிகவும் பிடித்த விஷயம். சற்று தூரத்தில் அவர் மகள் அமர்ந்து பரீட்சைக்குப் படித்துக்கொண்டிருந்தாள்.

தெரு மின்சார விளக்கு எரியத் தொடங்கியிருந்த சில நிமிஷங்களில், காளிமுத்து வந்து சேர்ந்தார். காளிமுத்து, ஆலையில் அவருடன் வேலை செய்யும் சகா.

"வாய்யா" என்று அவரை வரவேற்றார் வாசுதேவன்.

பக்கவாடு பிய்ந்த பாயை எடுத்து வந்துபோட்டாள் அலமேலு. காளிமுத்து அதைப் பிரித்து அமர்ந்துகொண்டார்.

"என்ன ஆச்சு?"

"பேச்சுவார்த்தை நடந்துக்கிட்டுதான் இருக்கு. சட்ட சபைக்குள்ளேயே சீஃப் செக்ரடரியும், தொழிற் சங்கக்காரர்களும் பேசிக்கொண்டிருக்காங்க. அநேகமா, ஆலைத் திறக்கிற வரைக்கும் அடுத்த மாசத்திலேந்து அரைச் சம்பளம் கொடுக்கலாம்னு முடிவு பண்ணியிருக்காங்களாம்."

வாசுதேவனுக்கு இத்தகவலைக் கேட்டு மிகவும் சந்தோஷமாக இருந்தது. படித்துக்கொண்டிருந்த பெண், படிப்பதை நிறுத்தி

அவர்களைப் பார்த்தாள். வாசலில் நின்றுகொண்டு காளிமுத்துவின் பேச்சைக் கேட்டுக்கொண்டிருந்த அலமேலு, இரண்டடி முன்னே வந்து, "அடுத்த மாசம்னா? ஒரு மாசம் முடிஞ்சதும், சம்பளம் போடுவாங்களாமா?" என்று அவனிடம் கேட்டாள்.

காளிமுத்து, அவளிடம், "ஆமாண்ணி..." என்றான். அலமேலு மனசுக்குள், அரைச் சம்பளம் வருகிற அந்த நாளைக் கணக்குப் பண்ணத் தொடங்கினாள்.

"இது என்ன பொட்டலம்?" என்று வாசுதேவன் கொண்டு வந்திருந்த பொட்டலத்தைப் பார்த்துக் கேட்டார்.

"கோதுமை, இன்னைக்கு சட்டமன்றம் போயிருந்தேனா, பக்கத்துல, வா டீ குடிக்கலாம்னு நம்ம கணேசன் கூப்பிட்டான். கடையில் வச்சு, நம்ம சகலை கோவிந்தனைப் பார்த்தேன். இன்னும் ஆலை திறக்கலையா, ரொம்பக் கஷ்டமா இருக்குமேன்ட்டு, வா வீட்டாண்டை கோதுமை தர்றேன்னாரு. உடனே சைக்கிள்ளே சுத்துக்கேணிக்குப் போயி வாங்கியாந்தேன். நம்ம வீட்டுக்குப் பாதி போக, உனக்கும் கொஞ்சம் கொண்டாந்தேன்." காளிமுத்து அலமேலுவிடம் "இந்தாங்க அண்ணி" என்று அப்பொட்டலத்தைத் தந்தான். அலமேலு மறுபேச்சு பேசாமல் அந்தப் பொட்டலத்தை வாங்கிக்கொண்டாள்.

"வாயேன்... வெளியே போய் வரலாம்" என்று அழைத்தான் காளிமுத்து.

அவர்கள் இருவரும் தெருமுனையில் இருந்த டீ கடைக்கு வந்தார்கள்.

"ரெண்டு டீ போடுப்பா, ஒன்னு சர்க்கரை கம்மி, ஐயருக்கு. எனக்கு வழக்கம்போல" என்றான் காளிமுத்து.

"அப்புறம் எப்படி இருக்கே வாசுதேவா?"

"ரொம்பச் சிரமம். இரண்டு வேளைதான் சாப்பிடறது. அதுக்கும் நாலு நாளா பழுது வந்துடுச்சி. இன்னி ராத்திரிக்கு என்ன பண்ணறதுன்னு இருந்தேன். தெய்வம் மாதிரி நீ கோதுமையோட வந்தே."

"அப்புறம் வாசு, நம்ம மாணிக்கம் பெண்ஜாதி தூக்கு மாட்டிக்கிட்டாளாம். எவகிட்டயோ கடன் வாங்கியிருக்கா. நாணயமானவதான். ஆலை சாத்தியாச்சுல்ல. அவதான் என்ன பண்ணுவா? கடன்காரி வீட்டு வாசல்லே வந்து சத்தம் போட்டிருக்கா. அவமானம் தாங்காமே, மாட்டிக்கிட்டா."

“போயிட்டாளா?”

“உம்”

அவர்கள் மௌனமாக டீயைக் குடித்தார்கள். காளிமுத்து டீக்கு சில்லறைக் கொடுத்தான். ரெண்டு ரூபாயை வாசுவிடம் நீட்டினான்.

“உனக்குச் சிரமமாக இருக்குமே”

“அது இருக்கட்டும், பாத்துக்குவோம்.”

காளிமுத்து சைக்கிளில் ஏறிச் சென்றான்.

அலமேலு கோதுமை தோசை வார்த்திருந்தாள். வெங்காயத்தைக் கடித்துக்கொண்டு அவர்கள் சாப்பிட்டார்கள். பூங்காவில் நாம் பார்த்த பெருமாளைப் பார்த்த சங்கதியை, வாசு அலமேலுவிடம் சொன்னார்.

“அடடா. பெருமாள் முகத்தில், காக்கை எச்சம் விட்டிருந்தா, அதைப் பார்த்துட்டு சும்மா வந்திட்டேளா, ஒரு சொம்பு ஜலம் வாங்கி அதை அலம்பி இருக்கப்படதா?”

“சொம்புக்கு எங்கே போறதுடீ? எதிருக்கு வணிகர் அவைன்னு ஒரு ஆபீசு. பக்கத்துல ஒரு சாராயக்கடை, பிராந்திக்கடைதான். அதுக்கும் பக்கத்துல ஒரு போலீஸ்காரன் வீடு. எங்கே போயி ஜலம் கேக்கறது?”

“நாளைக்கு ஆத்திலேந்து ஜலம் எடுத்துப் போயி, அதை அலம்பி விட்டுட்டு வாங்கோ” என்றாள் அலமேலு.

மறுநாள் காலை கோதுமைச் சோறு சாப்பிட்டு வாசுதேவன் வெளியே கிளம்புகையில், ஞாபகமாகச் சொம்பை எடுத்துக் கொடுத்தாள் அலமேலு. அதை எடுத்துக்கொண்டு கிளம்பி, மிஷன் வீதி வழியாக அவர் வந்துகொண்டிருக்கையில், அவரது ஆலைத் தோழர்களில் ஒருவனான சோமு அவரை எதிர்ப்பட்டான்.

“வாசு, எங்கே கிளம்பிட்டே..?” என்றவன் அவர் கையில் இருந்த செம்பைக் கவனித்தான். “இப்படியா பண்ணறது? என்னதான் கஷ்டம் ஏற்பட்டாலும், நம்ம துன்பத்தை வெளியிலே காட்டிக்கலாமா? ஒரு பையில் கொண்டு போ வாசு. எந்தக் கடையிலே அடகு வைக்கப் போறே? இதே ரோட்ல, குசக்கடைத் தெருவுக்குப் பக்கத்திலே ஒரு சேட்டு இருக்கான். ரூபாய்க்கு மூணு வட்டிதான். அவன்கிட்ட போ” என்றுவிட்டு அவன்

கிளம்பினான். போனவன், சடக்கென்று பிரேக் போட்டு நின்று, "நம்ம ஊட்டுப் பொருளு அந்தச் சேட்டுகிட்டதான் ஏராளமா இருக்கு. வேணும்னா எம் பேரைச் சொல்லு" என்றபடி போய்ச் சேர்ந்தான்.

பூங்காவுக்குத்தானே என்று சட்டை இல்லாமல், மேல் துண்டோடு கிளம்பி இருந்தார் வாசுதேவன். வெறும் செம்பைத் தூக்கிப் போறதில் இப்படி ஒரு அர்த்தம் இருப்பது அறிந்து, மேல் துண்டை எடுத்துச் செம்பை மூடிய படியே சமுத்திரக் கரையை அடைந்தார். செம்பை நன்கு அலம்பி, அதன் நிறைய நீரை நிறைத்துக்கொண்டு, பெருமாள் இருந்த இடம் வந்து சேர்ந்தார். மூன்றடி பீடத்தின் மேல், சுமார் மூன்றரை அடி உயரம் இருந்தது அந்த விக்ரகம். நின்ற இடத்திலிருந்து விக்ரகத்தின் சிரசு தமக்கு எட்டாததை அறிந்து, அருகே இருந்த பாறைக்கல் ஒன்றைப் புரட்டிக் கொண்டுவந்து போட்டு, அதன் மேல் ஏறி நின்று நீரை சிரசில் வார்த்து, தம் மேல் துண்டால் அதைத் துடைக்கலானார். உடம்பு முழுக்க அச்சிலையைத் துடைத்துவிட்டுப் பார்த்ததில் சிலை, மேலும் தெளிவாகத் தெரிந்தது. திருமேனியின் முழு அழகும் தெளிவாகத் தெரியும்படி இருந்ததைக் காண்கையில், அவர் பரவசத்தில் ஆழ்ந்தார். புன்னகை பொலியும் படி இருந்த அந்த முகம், அவருக்குள் மிகுந்த கிளர்ச்சியை ஏற்படுத்தியது. கல்லில் எப்படிக் கனிவு தோன்ற முடியும்? அந்தப் பெருமாள் அவரை புன்னகை தோன்ற பார்த்ததோடு மட்டுமின்றி, அடுத்ததாக 'என்ன வாசுதேவா, சௌக்யமா?' என்று கேட்டுவிடுவார் எனும் படி இருந்தது. அரைகண் விழித்த அருட்பார்வை தீர்க்கமாக நிமிர்ந்த மூக்கு. வழுவழுத்த கன்னமும், பலப்பல ஆரம் அணிந்த மார்பும், வாசுதேவன் போகலாம் என்று திரும்புகையில் அவர் அருகில் ஒருவர் நின்றிருந்ததைக் கண்டார். உயர்ந்த துணியில் சட்டையும், பேன்ட்டும், தொப்பியும் அணிந்திருந்தார் அவர். வாசுதேவனைக் கண்டு, "நமஸ்காரம் சுவாமி" என்றார் அவர். வாசு, விழித்துக்கொண்டே "நமஸ்காரம்" என்றார்.

"நான் பார்த்துக்கிட்டேதானே இருந்தேன். நீங்கள் பெருமாளோடு பரவசமாய்ப் பேசிக்கிட்டு நின்னதை, என்னமோ சுலோகம் சொன்ன மாதிரித் தெரிஞ்சுது. சரி, சரி பெரியவர்கள் செய்வதை யாரால் புரிஞ்சுக்க முடியும்? நான் இந்த வழியேதான் பல வருஷகாலமாகப் போறதும், வரதும், இந்த சாமி, கேட்பார் இல்லாமல் அழுக்குப் படிஞ்சு கிடந்ததை நானும் பார்த்தேன். நான் சாமியைத் தொடப்படாது. ஏதாவது ஒரு பெரியவர்

வர மாட்டாரான்னு இருந்தேன். நீங்க வந்துட்டீங்க. அங்க நீங்க ஒண்ணும் சொல்லப்படாது. இந்தாங்க நூறு ரூபாய். இவளோதான் இப்போ என் பாக்கெட்டுல இருக்கு. இதை வச்சுக்கிட்டு, சாயங்காலமா, சுவாக்குப் புஷ்பம் சாத்தி, ஏதாவது பிரசாதம் பண்ணி சாத்தினீங்கன்னா, ரொம்பப் புண்ணியம்...”

“நீங்க?”

“நான் ரொம்பச் சின்னவன். என் பேர் ரங்கசாமி. பிரான்சிலே உத்தியோகம் பார்த்துட்டு ரெத்திரேத் (ரிடையர்மெண்ட்) ஆகியிருக்கேன். சாயங்காலமா வர்றேன் சாமி.”

அவர் கும்பிட்டு விட்டு, போயே போய் விட்டார். வாசுதேவன் தன் உள்ளங்கையைத் திறந்தார். அதிலிருந்த நூறு ரூபாயைத் திரும்பித் திரும்பிப் பார்த்துக்கொண்டு நின்றார்.

“என்னடி பண்ணறது?” திகிலடைந்த வாசுதேவன், அலமேலுவிடம் கேட்டார்.

“ஏன்னா தயங்கறேள்? பிராமணர் தானே நீங்க? உங்களுக்குத் தெரியாதான்னா, உங்ககிட்டே தேஜஸ் இருக்கு. இல்லாமலா தெருவிலே போறவர், நூறு ரூபாயைக் கொண்டாந்து கையிலே திணிச்சுட்டுப் போயிருக்கார்.”

“எனக்கென்னடி சுவாமி காரியம் பண்ணத் தெரியும்? நான் ஒரு ரெண்டும் கெட்டான்.”

“அப்படி சொல்லாதேங்கோ; வரததேசிகாச்சார் பிள்ளை இல்லியா நீங்க! உங்களுக்கு அது வராம போயிடுமா? தவிரவும், மனசுலே கல்மிஷம் இல்லாம எது பண்ணா என்ன? சபரி, எச்சிலை பகவான் வாங்கிக்கலையா? தைரியமா போயி நைவேத்யம் பண்ணிட்டு வாங்கோ...”

போகாமல் இருந்து விடலாம் என்றுகூட அவர் ஒரு கணம் நினைத்தார். ஆனால் திருட்டல்லவா அது. அந்த ரங்கசாமி எங்கேயாவது தன்னைக் கண்டு, “அடேய் திருட்டு அயோக்கிய பேமானி பிராமணா” என்று கழுத்தில் துண்டைப் போட்டால் என்ன பண்ணுவது?

சாயங்காலம் நாலு மணிக்கு ரொம்பத் தயக்கத்துடன் புறப்பட்டார் வாசு. செம்பு, பிரசாதம், தட்டு, ஒரு பை முதலான சாமக்கிரியைகளுமாக, பையன் சைக்கிளை எடுத்துக்கொண்டு புறப்பட்டார். கடைத் தெருவுக்கு வந்து புஷ்பம், மாலை

வாங்கிக்கொண்டு மறக்காமல் ஒரு துடைப்பமும் வாங்கிப் பேப்பரில் சுற்றிக்கொண்டு, பெருமாள் இருக்கும் இடம் வந்து சேர்ந்தார். சைக்கிளைப் பூட்டி சாவியை இடுப்பில் சொருகிக்கொண்டு, செம்பை எடுத்துக்கொண்டு சமுத்திரக்கரைக்குச் சென்றார். தண்ணீர்கொண்டு வந்து, திருமேனியைக் கழுவிச் சுத்தம் செய்தார். சந்தனம்கொண்டு உடம்பைப் பூசினார். கொண்டு வந்திருந்த மண் கட்டியைக் கரைத்து சுவாமிக்குத் திருமண் காப்பு சாத்தினார். அப்பா அவர் காலத்தில் பயன்படுத்தின அரக்கு நிறக்கரை போட்ட துண்டை பகவான் இடுப்பில் சுற்றி மாலை அணிவித்ததும், பெருமாளின் தேஜஸை அவராலேயே நம்ப முடியவில்லை. அடேயப்பா, அழகு அள்ளிக்கொண்டு போயிற்று அவரை. ஆண்டாள்தான் நினைவுக்கு வந்தாள்.

"கற்பூரம் நாறுமோ கமலப்பூ நாறுமோ?
திருப்பவளச் செவ்வாய்தான் தித்தித்திருக்குமோ?
மருப்பொசித்த மாதவன் தன் வாய்ச்சுவையையும் நாற்றமும்,
விருப்புற்றுக் கேட்கிறேன் சொல்லாழி வெண் சங்கே."

என்று தொடர்ச்சியாக, பாசுரங்களை முணுமுணுத்தபடி, இலையை விரித்துப் பிரசாதமாகப் பண்ணிக்கொண்டு வந்த புளியோதரையைக் கொஞ்சம் வைத்தபோது, "சபாஷ்... பிரமாதம்" என்கிற குரல் கேட்டுத் திரும்பினார். ரங்கசாமி நின்றுகொண்டிருந்தார். சற்றுத் தள்ளி அலுவலகம் விட்டுப் போகிறவராகச் சிலர் சைக்கிளில், ஸ்கூட்டரில், இருந்த படியே காலை ஊன்றி வேடிக்கைப் பார்த்துக்கொண்டு இருந்தார்கள். ரிக்ஷாக்காரர்களின் குடும்பத்தைச் சேர்ந்த குழந்தைகள் சில ஆச்சரியத்துடன் பார்த்துக்கொண்டிருந்தன.

"ஆகா, என்ன அற்புதம்! நேற்று வரைக்கும் வெறும் சிலையாக இருந்த ஒன்னை, இன்னைக்குக் கடவுளா கண்ணுக்கு முன் நிறுத்திட்டீங்களே... அதுதான் சொலவடையே இருக்கே. வல்லவனுக்குப் புல்லும் ஆயுதமுன்னு."

"ஏதோ எனக்குத் தெரிஞ்சது."

"தெரியுமே. பெரியவங்க எப்போதும் இப்படித்தான் அடக்கமாகப் பேசுவாங்க..."

வாசு கரண்டியில் கற்பூர ஆரத்தி எடுத்தார். சடாரி இல்லை. துளசி மட்டும் கொணர்ந்திருந்தார். துளசி தீர்த்தம் கொடுத்து, பிரசாதத்தை வாழை இலையில் வைத்து மடித்துத் தந்தார். மிக

மிகச் சந்தோஷத்துடன் அவைகளைப் பெற்றுக்கொண்டார் ரங்கசாமி.

"அப்புறம் செலவு நாற்பது ரூவா, அறுபத்து ஐந்து காசு ஆச்சுது. மிச்சம் இந்தாங்கோ." என்று மடியை அவிழ்த்தார் வாசு.

"அபசாரம், நான் கேட்டேனா... நாளை செலவுக்கு வேணுமில்லீங்களா? வச்சுக்கிடுங்க"

"நாளை செலவுக்கா?"

"பின்னே? நாளைக்குச் சுவாமியைப் பட்டினிப் போடுவீங்களா?"

வாசுவுக்குப் பயமாக இருந்தது.

"சுவாமி வரப்பிராசிதான். நேற்று மனசுக்குள்ளாற வேண்டிக்கிட்டேன், இந்தச் சாமிகிட்டேதான். மாமாங்கமா எனக்கு வயித்து வலி, என்ன ஆச்சர்யம் பாருங்கோ, இன்னிக்குக் காலைலே இருந்து வலி இருந்த இடம் தெரியலை. வேறு என்ன, பட்டாச்சாரியார் விசேஷம். அப்புறம் சாமி, பெருமாளுக்கு என்ன பேர்?"

"பேரா?"

"சாமின்னா பேரு வேணாமா? மனுஷாளுக்கே பேரு இருக்கே?"

சட்டென்று வாசு சொன்னார்.

"பூங்காவனப் பெருமாள்."

"பேஷானப் பெயர். அப்போ உத்தரவு கொடுங்க சாமி"

அவர்கள் சென்ற பின்னர், பிரசாதத்தை எடுத்து, வேடிக்கை பார்த்துக்கொண்டு நின்றிருந்த பையன்களுக்கும், ஒரு நோயாளிக்கும் கொடுத்தார். மிகுந்ததை எடுத்துக்கொண்டு புறப்பட ஆயத்தமானார். சரியாக அந்த நேரம், காளிமுத்து சைக்கிளில் வந்து இறங்கினான்.

"வாசு, வீட்டுக்குப் போயிருந்தேன். அண்ணி, இங்க போயிருக்கிறதா சொன்னாங்க... இந்த ஒண்ணுக்குப் போற இடத்தைக் கோயில் மாதிரியே பண்ணிட்டயே!"

காளிமுத்து, பெருமாளை, அவர் கோலத்தை ஆச்சர்யத்துடன் பார்த்தான். பிறகு சொன்னான். "ஆமா, இதுக்குச் செலவு ஆவுமே. காசுக்கு என்ன பண்ணே?"

வாசு ரங்கசாமி பற்றிச் சொன்னார்.

"அதுவும் சரிதான். நம்மால எவனுக்காவது சந்தோஷம் வருதுன்னா, அதைச் செய்யறது தப்பில்லை. செய்யி, ஆலைத் திறக்கிற வரைக்கும் உனக்கும் ஏதாவது வேலை வேணுமே"

"ரங்கசாமி பணம் என்கிட்டே அறுபது ரூபா இருக்கே, என்ன பண்ணறது காளிமுத்து? சாமி பணமாச்சே!"

"சாமிகிட்டே ஏது பணம்? ரங்கசாமி பணம்தானே அது? பத்து ரூபா அண்ணிக்கிட்டே குடு. அவங்க சாப்பிடணும், குழந்தைங்க பட்டினிக்கு ஆவுமே. மீதிப் பணத்தைச் சிக்கனமா சாமிக்குச் செலவு பண்ணு. வர்றவனுங்க தட்டுல காசி போடுவாங்க. அதை எடுத்து அப்புறமா உன் செலவுக்குச் சாமி செலவுக்கும் வச்சுக்கோ"

"சாமி பணத்தைச் செலவுக்கு எடுத்துக்கலாமா காளிமுத்து?"

"முட்டாத்தனமா பேசாதே. சாமியையே உருவாக்கி இருக்கே, உழைக்கிறே. அதுக்குக் கூலி வேணாமா? இப்ப என்னத்துக்கு மில்லுக்காரனோட சண்டை போட்டுக்கிட்டு, போராடிக்கிட்டு இருக்கோம். அந்த கம்மனாட்டி ஒழுங்கா உழைக்கிறவனுக்குக் கூலி கொடுத்திருந்தா நாம என்னத்துக்கு ஸ்டிரைக் அடிச்சிருக்கப் போறோம்? அவன் என்னத்துக்கு லாக்-அவுட் பண்ணப் போறான்? சாமி, வேற வகையான முதலாளி. அவர் கையில் பணம் இல்லே. ஆனாலும் நீ உழைக்கிறே. தட்டுல விழறதை எடுத்துக்கோ. ரங்கசாமி மாதிரி எவனாவது கொழுத்தவன் பணம் கொடுத்தா வாங்கிக்கோ. அதுல தப்பே இல்லை"

வாசு, பையை எடுத்துக்கொண்டு கிளம்பினார். இருவரும் சைக்கிளில் கடற்கரை வழியாக மெதுவாக வண்டியைச் செலுத்தினார்கள்.

"பேச்சுவார்த்தை என்ன ஆச்சு?"

"இழுத்துக்கிட்டே போவுது. முதலாளி, ஒரு முடிவுக்கும் வரமாட்டேங்கறான். கூடியச் சீக்கிரமே ஒரு பெரிய ஊர்வலம் நடத்தலாம்னு சங்கத்துல முடிவு பண்ணி இருக்கோம். மறந்துட்டேன். இந்த மாசம் சந்தாப் பணம் தரலாமில்லையா! அஞ்சு ரூபா கொடு. இந்த நேரத்துலதான் சங்கத்த நாம் பலப்படுத்தணும்."

வீட்டண்டை வந்தப்புறம் சங்கச் சந்தாவை வாங்கிக்கொண்டு புறப்பட்டான் காளிமுத்து.

அலமேலு, பையன், பெண் என்று மூவரும் மாற்றி மாற்றி அவரிடம் பேசினார்கள்.

"இதுல ஒரு தப்பும் இல்லேன்னா. பக்தியோட பூஜை எல்லாம் பண்றேள். இந்தப் பத்து நாளா நாலு ரூபா, அஞ்சு ரூபான்னு விழுந்துண்டு இருக்கு. மோருஞ்சாதம் எல்லாருக்கும் கிடைச்சுட்டிருக்கு. அதுக்கும் லங்கணம் வந்துடப்படாது. நீங்க என்ன திருடறேளா, பொய் சொல்றேளா பூஜை தானே பண்றேள். பட்டாசாரியா இருக்கிறது பெரிய கௌரவம்னா!"

அது என்னமோ உண்மையாகத்தான் இருந்தது. நேற்று மாலை, பெருமாளுக்கு முன் ஒரு கார் வந்து நின்றது. அதிலிருந்து சிவந்த மேனியும், கருட மூக்கும், வெள்ளை வெளேரென்ற ஆடைகளும் கொண்ட ஒரு மனுஷர் இறங்கி வந்தார். வாசுவை வணங்கினார்,

"சுவாமி, என் பேர் சுந்தரவரதன். அரசாங்கத்துல உத்தியோகம். உங்க சிரத்தையை ஒரு வாரமா கவனிச்சுண்டு வர்றேன். சாஸ்ரோக்தமா பூஜை நடக்கலைன்னாலும், பக்தி இருக்கு அதுபோதும். பக்தியை மிஞ்சின வேதமா? என் குடிசைக்கு எழுந்தருளி, எனக்கு கௌரவத்தை பண்ணணும்..."

சுந்தரவரதன், வாசுவை குடிசைக்குக் காரில் அழைத்துச் சென்றார். சுமார் இருபது முப்பது லட்ச ரூபாய் போட்டுக் கட்டிய அந்தக் குடிசையில் இருந்த பத்தாயிரம் பெறுமான சோபாவில் வாசுவை அமர வைத்து, சுமார் முன்னூறு பெறுமான சால்வை போர்த்தி தாம்பூலத்தில் இருநூறு ரூபாயை வைத்து சுந்தரவரதன் அளித்ததோடு அல்லாமல், குடும்ப சகிதம் அவர் காலில் விழுந்து ஆசியும் பெற்றார். விசாலாட்சி அவ்விஷயத்தை ஞாபகப்படுத்திப் பேசினாள்.

"சுந்தரவரதன் சாமான்யப்பட்ட மனுஷரா? எப்பேர்க்கொத்த மனுஷர், சீப்செக்ரடரின்னா? அப்பேர்க்கொத்த மனுஷர் ஆத்து வாசல் படியை மிதிக்கக்கூட நமக்கு ஐவேஜி இருக்கா? அந்த மனுஷர், உங்க காலில் என்னத்துக்கு விழறார்? பகவானைத் தொட்டு காரியம் பண்றேளேன்னோ, அதுதான்."

அலமேலு சொன்ன எல்லா நியாயங்களை விடவும், அவளும் குழந்தைகளும் மூன்று வேளை மோருஞ்சோறு சாப்பிட முடிந்திருக்கிறதே என்பதே வாசுவுக்கு திருப்தி தந்தது. அவரைத் தேடிகொண்டு அடுத்த நாள் காலையிலேயே, ஒரு நபர் வந்து சேர்ந்தார்.

“வாசுதேவப் பட்டாச்சாரியார் வீடு இதுதானே?” என்றார் அவர். முன் போர்ஷன் மாமி அவரை அழைத்து வந்து இந்த போர்ஷனில் விட்டாள்.

“நான்தான் அது. என்ன விஷயம்?” என்றார்.

“ரங்கசாமியோட மைத்துனன் நான், ரொம்ப நாளா வரணும் வரணும்னுதான், இன்னிக்குத்தான் லபிச்சுது. உங்களைப் பற்றி மாமா ரொம்ப சொன்னார். புரட்டாசி வரது இல்லீங்களா? ஒரு வாரம் பெருமாளுக்கு உற்சவம் பண்ணலாம்னு தோணிச்சு. பெருமாள் ரொம்ப வரப்ரசாதி. அவர் பேரைச் சொல்லற பாட்டு, சதிர்க் கச்சேரிகள் வைக்கலாம்னு அபிப்ராயம்.”

பூங்காவனப் பெருமாள் கடந்த சில மாதங்களில் மிகவும் பிரபல்யம் ஆனார். பக்கத்து ஆசுபத்திரிக்கு வருகிற நோயாளிகள் பெருமாளுக்கு நேர்ந்துகொண்டு ஆச்சர்யமாக நோய் நீங்கியதாகச் சொல்லி படையல் போட்டார்கள். ஆபீசுக்குப் போகிறவர்கள் ஒழுங்காகக் காலை வேளைகளில் வந்து கும்பிட்டுத் துளசி தீர்த்தம் பெற்றுச் சென்றார்கள். எட்டாவது மாசமே பிள்ளை பெற்ற ஒரு கர்ப்பிணியின் கணவர், வேண்டிக்கொண்டு சுவாமிக்குச் சடாரி செய்து கொடுத்தார். ஒரு நாள் மாலை, படித்தவர் மாதிரி காணப்பட்ட ஒருத்தர், இன்னொருத்தரோடு வந்தார். சுவாமியைக் கூர்மையாக அவதானித்து விட்டு அவர் உடன் வந்தவரிடம் சொன்னார். “ரொம்ப சரி, இந்தச் சிலை சுமார் எண்ணூறு வருஷங்களுக்கு முன் செய்ததாய் இருக்கும். அதாவது குலோத்துங்க சோழன் காலம். அந்தக் காலத்தில் இந்தப் பகுதி பூங்காவாக இருந்திருக்க வேண்டும். ஆகவேதான் இந்தப் பெருமாளுக்குப் ‘பூங்காவன நாதர்’ என்ற பெயர் வந்திருக்கிறது. ஏதோ சோழர் காலத்துப் பெரிய கோயிலிலிருந்து இங்கு வந்திருக்கிற இச்சிலையின் அழகைப் பார்த்தால், கம்பர் பூசித்தச் சிலையாகக்கூட இது இருக்க முடியும்.”

காலையில் தூங்கிக்கொண்டிருந்த வாசுவை எழுப்பிச் சேதி சொன்னான் காளிமுத்து.

“கண்ணையன், வாசுவோடு வேலை பார்க்கும் சக தொழிலாளி. ரொம்ப சாது. நாலு பெண் குழந்தைகள், இரண்டு பையன்கள், சீக்காளி அம்மா, அப்புறம் மனைவி, எவரிடமும் வம்பு தும்புக்குப் போகாத மனுஷன். எப்படியோ வாசுவிடம் அவருக்குச் சினேகம். இருவரும்தான் இடைவேளையில் டீ

சாப்பிடப் போவார்கள். வாசு, முதலியார் பேட்டையில் இருந்த அவர் வீட்டுக்குப் பலமுறை போயிருக்கிறார். கண்ணையன் பெண்ஜாதி அவருக்கு டீயோ, காபியோ போட்டுக் கொடுக்கத் தவறுவதில்லை. மூத்த குழந்தைக்கு வயது இருபது இருக்கும். கடைக்குட்டிக்கு ஆறு, வாடகை வீடு, வீட்டைக் காலி பண்ணச் சொல்லி வீட்டுக்காரர் தொந்தரவு. பிச்சுப் பிடுங்கும் வறுமை.

காளிமுத்து சொன்னான்.

"வெள்ளை அடிக்கிற வேலை பண்ணிக்கிட்டு இருந்தார் கண்ணையன், வாரத்துல ஒரு நாள் வேலை கிடைச்சாலே பெரிசு; பஞ்சாயத்துக்கு ஆண்டிங்கிறாப்போலே, புதுசா பிரஷ்ஷை எடுத்தா வேலை வந்துடுமோ? நேற்று சாயங்காலம் வீட்டுக்கு வந்திருக்கார். கடை வீதியிலே எதேச்சையாக பார்த்திருக்கார். ஒரு டீ கடையில் கடைசிப் பொண்ணு செம்பகமும், அடுத்தப் பையன் சீனிவாசனும் சாப்பிட்டுக்கிட்டு இருக்க, ஒருத்தன் கிட்டே கையை நீட்டிப் பிச்சைக் கேட்டுக்கிட்டிருந்ததைப் பார்த்திருக்காரு. தாங்க முடியல்லே... தொழிலாளி இல்லையா, மானஸ்தன் ஆச்சே. வீட்டுக்கு வந்து இரண்டு பழைய நாற்காலிகளையும், ஒரு ரிக்ஷாவில் ஏத்தி, பழைய மரச்சாமான் கடைக்கு எடுத்துப் போயிருக்காரு. வந்த வெலைக்கு வித்து, எதையோ வாங்கிட்டு வந்து, டீ வாங்கிட்டு வந்து, போட்டு கலக்கி, எல்லோருக்கும் கொடுத்திருகாரு. புள்ளைங்க ஆசையா குடிச்சிருக்கு"

நீண்ட மௌனத்துக்குப் பிறகு, வாசு கேட்டார்.

"எல்லோருமே போயிட்டாங்களாமா?"

"கண்ணையனும், அவர் பெண்ஜாதியும் போயிட்டாங்க. குழந்தைகள்ள அஞ்சு போச்சு. பெரிய பொண்ணு இன்னிக்கோ, நாளைக்கோன்னு இருக்காம். இத்தனைக்கும் என்ன நடக்குதுண்ணே தெரியாமே அவரோட அம்மா, சீக்கா படுத்துக் கிடக்கு..."

நெஞ்சை அடைத்துக்கொண்டு வந்தது வாசுவுக்கு. எட்டு மனுஷ உயிர்கள், பேசத் தோன்றாமல் அவர்கள் உட்கார்ந்திருந்தார்கள். நேரமும், காலமும் ஸ்தம்பித்து விட்டாற் போன்று இருந்தது.

"எப்போ அடக்கம்?"

"சாயங்காலம் வச்சுக்கலாம்னு தலைவர் சொல்லியிருக்காரு"

“அடக்கச் செலவெல்லாம்?”

“நாம்தான் ஏத்துக்கணும். ஒருவேளை பட்டினிக் கிடந்து கொடுத்தாகணும்!”

வாசு, அலமேலுவிடம் ஐம்பது ரூபாய் தரச் சொல்லி, அதைக் காளிமுத்துவிடம் தந்தார். காளிமுத்து எழுந்தான்.

“இரு நானும் வர்றேன்”

“சாமி வேலை?”

“கிடக்கு, இதுதான் அதைவிட முக்கியம்.”

அவர்கள் ஆசுபத்திரிக்குப் போய்ச் சேர்க்கையில், ஊசலாடிய பெண் உயிரும் போய்விட்டிருந்தது. பெரிய ஆம்புலன்ஸ் வண்டி ஏற்பாடு செய்து சடலங்களை எடுத்துக்கொண்டு, கட்சி ஆபீசுக்குச் சென்றார்கள் தொழிலாளர்கள்.

வாசு மணியைப் பார்த்தார். ஒன்று முப்பத்தைந்து, தூரத்தில் சுருட்டிக்கொண்டு படுத்திருந்தாள் அலமேலு. சற்று தள்ளி குழந்தைகள் படுத்திருந்தார்கள். தூக்கம் வரவில்லை.

சுமார் முப்பது உயிர்களைக் கொள்ளைகொண்ட பின் நாற்பது ஐம்பது குடும்பங்கள் ஊரைவிட்டுச் சென்ற பின், முன்னூறு நானூறு தொழிலாளர்கள் வேறு வேறு தொழில்களில் தம்மை ஈடுபடுத்திக்கொண்ட பின், ஒரு வழியாக இரண்டு இரண்டரை வருஷங்களுக்குப் பிறகு ஆலையை நாளை திறக்கிறார்கள்.

ஆலைத் தொழிலாளி ஆவதா அல்லது பாட்டாசாரியார் வேலையிலே தொடர்ந்து இருப்பதா என்பதே அவருக்கு முன் இருந்த கேள்வியாக இருந்தது. கோயில் இந்த ஒன்று ஒன்றரை வருஷத்துக்குள் ஸ்திரம் பெற்றுவிட்டது. ஆண்களும், பெண்களுமாக நிறையக் கூட்டம் வந்தது. ஒரு நாளைக்குக் குறைந்தது ஏழு எட்டு வந்தது. விசேஷ நாட்களில் பத்தும், பதினைந்தும் கண்டது. அதெல்லாமல், ரங்கசாமி போன்றவர்கள் அவ்வப்போது நூறு ஆயிரமாகக் கொடுத்தார்கள். பையன் கல்லூரி படிப்புச் செலவை சீஃப் செகரட்டரி ஏற்றுக்கொண்டார். அத்தோடு நீட்டி முழக்கிக்கொண்டு பட்டாச்சாரியார் என்கிற பெயர் வேறு.

அலமேலு, இப்படியே இருந்து விடுங்கள் என்றாள். புளியோதரை, ரொட்டி, வெண்ணெய் ததியோன்னம் என்று பொருமாளுக்குப் பலப்பல செய்து, அவள் அதில் ஈடுபட்டு விட்டாள்.

ஆனாலும் மனசை என்னமோ செய்தது. கண்ணையனும் அவன் குடும்பத்தாரும் அவர் நினைவில் வந்தார்கள். எங்களை விட்டுவிட்டு போகிறீர்கள் என்று அவர்கள் கேட்பார்கள். பசியும் பட்டினியும் பரிதவித்த வேளையில் தனக்குக் கிடைத்த கொஞ்சம் கோதுமையையும் பகிர்ந்துகொண்ட காளிமுத்து நினைவுக்கு வந்தான். யோசித்தபடியே உட்கார்ந்திருந்தார்.

விடிந்தது. குளித்தார். அரவம் கேட்டுக் கண்விழித்த அலமேலுவிடம் "காளிமுத்து வீட்டண்டை போய் வர்றேன்" என்றார்.

"காபி போடட்டுமா? மாவு இருக்கு, ரெண்டு தோசை வார்க்கட்டுமா?"

"வேணாம்"

அவர் நடந்தே காளிமுத்து வீட்டுக்கு வந்து சேர்ந்தார். காளிமுத்து புறப்படத் தயாராக இருந்தான். காளிமுத்து மனைவி வாசுவை அதிக சந்தோஷமாக வரவேற்றாள்.

"என்ன ஐயரே? ஐயரா... ஐயங்காரா... இப்ப என்ன முடிவெடுத்திருக்கே? கோயிலா? ஆலையா?"

"அதான் ரொம்ப யோசனையா இருக்கு"

காளிமுத்து மனைவி காபி கொண்டு வந்து கொடுத்தாள். அதைக் குடித்தபடி சுவரில் இருக்கும் படங்களை வேடிக்கை பார்த்தபடி இருந்தார். கண்ணையனின் இறுதி ஊர்வலம் ஆயிரக்கணக்கான மக்கள் கலந்துகொண்ட ஊர்வலம் ஃபோட்டோவாக அங்கு மாட்டப்பட்டிருந்தது. அந்த ஆயிரக் கணக்கானவர்களில் அவரும் இருந்தவர். அவர் முகம் தனியாகத் தெரியவில்லை. அவர்களில் ஒருவர் அவர். அவர்களுடைய உணர்வில் கலந்தவர் அவர். அவர் சுக துக்கங்களில் பங்கேற்றவர்கள்.

"சாப்பிட்டியா?" என்றான் காளிமுத்து.

"இல்லை"

"நானும் இல்ல. கடையில சாப்பிடுவோம்."

அவர்கள் தெருவுக்கு வந்தார்கள்.

"என்ன முடிவு பண்ணியிருக்கே?"

"குழப்பமா இருக்கு."

"ஒரு குழப்பமும் இதில் இல்லை."

பிரபஞ்சன் | 115

"பெருமாளை, யார் பார்த்துப்பா காளிமுத்து?"

"பெருமாள் உம்ம தயவிலதான் இருக்காரா? உன் வீட்டுச் சோத்தாலதான் ஜீவிக்கிறாரா?"

"அதுக்கில்ல, சும்மா கிடந்த சிலையைச் சாமியாக்கிட்டு."

"அதை கோயிலாக்கறதுக்கு உன்னை மாதிரி ஒருத்தன் வருவான்."

அவர் செக்‌ஷனில் பணியாற்றும் தாமோதரன் கடைக்கு வந்தான். வாசுவைப் பார்த்ததும் ஓடிவந்து அவர் கையைப் பிடித்துக்கொண்டான்.

"எப்படி இருக்கீங்க வாசு.? நான் ஒண்ணரை வருஷமா என் மாமனார் வீட்டிலே இருந்துட்டேன். அடிக்கடி உங்களை நினைச்சுக்குவேன், வாசு. பிள்ளைக்குட்டிக்காரர், என்ன பண்ணறாரோன்னு இருக்கும். சௌக்யம் தானே?" என்றான் தாமோதரன்.

வாசுவுக்குக் கண்களில் நீர் சுரந்து விட்டது.

காளிமுத்துவும், வாசுவும் திரும்பவும் தெருவுக்கு வந்தார்கள். காளிமுத்து, பெட்டிக் கடையில் ஒரு சிகரெட்டை வாங்கிக்கொண்டான். புகையை இழுத்து விட்டவாறே "ம்... என்ன யோசிச்சே?" என்றான்.

"உன்கூட ஆலைக்கே வர்றேன்."

"உன் சாமி..."

"இருக்கட்டும்."

காளிமுத்து முன்னால் போனான். பின்னால், அவனைத் தொடர்ந்தார். திடுமென, அவன் முதுகுப் புறத்தில், பெருமாள் நடந்து போவதாகவும் பெருமாளுக்குப் பின், தான் போவதாகவும் தோன்றியது வாசுவுக்கு.

1992

அடி

ஒரு விமரிசையான மதியச் சாப்பாட்டை முடித்துக் கொண்டு வாசலைப் பார்த்து, தூணில் முதுகைச் சாய்த்தவாறு உட்கார்ந்து சுருட்டுப் பிடித்துக்கொண்டு இருந்தார் அப்பா. இதுவே உகந்த நேரம் என்று ராஜாவுக்குத் தெரியும். உண்ட அசதியின் கிறக்கமும், வீட்டு நிலைப்படியைக் கடந்து சில்லென்று வரும் கடற்காற்றும், சுருட்டுக் காரமும் சேர, ஆனந்த லஹரியில் ஆழ்ந்திருக்கும் அப்பாவிடம், எதைக் கேட்டாலும் கொடுத்து விடுவாரே!

"அப்பா... அட்லஸ் வாங்கணும், பணம் வேணும்..." என்றான் ராஜா.

அரைக் கண் செருக, பாதி துயிலிலும், பாதி நினைவிலும் இருந்த அப்பா திடுக்கிட்டு விழித்துக்கொண்டு, "என்ன..." என்றார். ராஜா மீண்டும் சொன்னான்.

"அட்லஸா...? போன வாரம் ஒரு அட்லஸ் வாங்கணும்னு பணம் வாங்கிட்டுப் போனயே...?" என்றார் அப்பா, ஓரக் கண்ணால் மகனைப் பார்த்துக்கொண்டு.

இது மாதிரியான கேள்வி ஒன்றை ராஜா எதிர்பார்த்தேயிருந்தான். ஆகவே தயாரித்து வைத்திருந்த பதிலை உடனே சொன்னான்.

"அது இங்கிலாந்து படம் போட்ட அட்லஸ், பிரிட்டன் படம் போட்ட அட்லஸ் வாங்கியாகணுமே..."

அப்பாவுக்கு ஆச்சர்யம்... "அடே" என்றார். "இந்த மாதிரி அட்லஸ் போடுகிற பயல்கள், எல்லாத்தையும் ஒன்னாச் சேர்த்து போட வேண்டியது தானே?

என்ன கேடு?" என்றார், சுருட்டைப் புகைத்தபடி. பிறகு அவரே தொடர்ந்து சொன்னார், தலையை அசைத்தபடி,

"முதலில் இங்கிலாந்து படத்தை அச்சுப்போட்டு வித்திடுவான்கள். அப்புறம் பிரிட்டனைப் போட்டு விப்பான்கள். நம்மூர் இந்தியாக்காரப் பயல்களை நம்பவே நம்பாதேப்பா. முதல் தரமான அயோக்கியன்கள்" என்றார் கறாராக.

"எவ்வளவு பணம் வேணும்?"

"பதிமூன்று ரூபாப்பா..."

"அவ்வளவே தானே, என் அலமாரியைத் திறந்து எடுத்துக்க" என்றவர், கண்ணைச் சுருக்கிக்கொண்டு அன்பு வழிய மகனைப் பார்த்தார்.

"ராசா, இந்த வெள்ளைக்காரங்கல்லாம் அங்கேந்துதானே வந்தாங்களாம்...?"

"ஆமாப்பா... பிரிட்டன்லேந்து."

அப்பா, ராஜாவை மெச்சியவாறு தலையசைத்தார்.

போன வாரம் வாங்கின இங்கிலாந்து படம் போட்ட அட்லசை அப்பா ஆசையோடு வாங்கிப் புரட்டிப் புரட்டிப் பார்த்தார். அதுவும் அன்று மாதிரியான ஒரு மதியவேளை. அப்பா சாப்பிட்டு, சுருட்டோடு உட்கார்ந்திருந்த ஓர் இனிய நேரம்.

"ராசா... இந்த வெள்ளைக்காரங்க எல்லாம், எங்கிருந்தப்பா வந்தாங்க...? அந்த இடத்தைக் காட்டு..." என்று அவர் தன் மகனைக் கேட்டார்.

ராசா தன் சுட்டு விரலால், பிரிட்டனைச் சுட்டிக் காட்டினான். ஐரோப்பாவிலிருந்து தனியே ஒதுங்கி, கோபித்துக்கொண்டு நிற்கிற வீட்டு மனுஷி மாதிரி இருந்தது அது. கீழே இருந்தது பிரான்ஸ். சுவரில் ஆணி அடித்து மாட்டி வைத்திருக்கும் புலித் தோல் மாதிரி, கைகளைப் பரப்பிக்கொண்டிருந்தது அந்த நாடு.

அப்பாவுக்குப் பிரிட்டனைப் பார்த்ததும் ஒரு பரவசமே ஏற்பட்டு விட்டது. விளக்குப் போட்டது மாதிரி, குபீரென்று ஒரு வெளிச்சம் அவர் முகத்தில், "அடேடே..." என்றார்.

"நார்த்தங்காய் ஊறுகாய் மாதிரி, தம்மாத்தூண்டு இருக்கு. இந்தத் தேசம் பார்த்தா, ஏதோ பொம்மனாட்டி வேஷம் கட்டிக்கிட்டு ஆடுற மாதிரி இருக்கு. அங்கேந்தா இம்மா தூரத்தைத் தாண்டி வந்தானுங்க அந்தப் பயலுவ...?"

ஆங்கிலேயர்கள் சாரி சாரியாகப் பைகளையும் குழந்தைகளையும் தூக்கிக்கொண்டு நடந்து வந்ததை நேரில் பார்த்திருந்தவன் மாதிரி, ராஜா அழுத்தமாகத் தலையை ஆட்டி ஆமோதித்தான்.

ஐரோப்பா மேப்பின்மீது இருந்த கோடுகளைப்போல, அப்பாவின் முகத்திலும் எண்ணற்ற கோடுகள் இருந்ததை அருகில் இருந்து பார்த்துக்கொண்டு நின்றான் ராஜா. அவனுக்குக் குதிரை கட்டித் தெருவுக்குப் போக வேண்டியிருந்தது.

தீவிரமான சிந்தனையோடு அப்பா, மேப்பைப் பார்த்துக்கொண்டிருந்தவர், பிறகு கேட்டார்.

"லண்டன் எங்கேப்பா இருக்கு...?"

அந்த நாட்டியக்காரியின் கால் கொலுசு மாதிரி இருந்த ஒரு கடுகைச் சுட்டிக் காட்டி "இங்கதான் இருக்கு" என்றான் ராஜா.

அப்பா அந்த இடத்தை, வெண்டைப் பிஞ்சு மாதிரி இளைத்திருந்த தன் சுட்டு விரலால் ஆசையோடு தடவிக் கொடுத்தார்; ஏதோ பக்கிங்ஹாம் அரண்மனையின் சலவைக்கல் சுவரைத் தடவிக் கொடுப்பது மாதிரி. அப்புறம் சொன்னார்.

"ராசா... நீகூட அங்க போயிதான் படிக்கணும்! பெரிய கலெக்டரா வரணும்னா, லண்டனுக்குப் போயி ஐ. சி. எஸ். படிக்கணும் இல்லியா?..."

அப்பா, அப்படியே கண்ணை மூடிக்கொண்டு சுவரில் சரிந்து உட்கார்ந்துகொண்டார். அவருடைய ஒற்றைக்கு ஒரு மகன் ராசா, லண்டனில் இருந்து ஆகாயமார்க்கமாகத் திரும்பி வருகிறான். கோட்டும் சூட்டுமாக வெள்ளைக்காரப் பயல்கள் எல்லாம் வந்து ராசாவோடு கை குலுக்குகிறார்கள். ஊர் ஜனம் முழுக்கத் திரண்டு வந்து வாயில் சொள் ஒழுக, அவனை வேடிக்கைப் பார்க்கிறது. பெரிய டவுன் ஆள்கள், போலீஸ் அதிகாரிகள் எல்லாம்கூட "அடடே.... கலெக்டர் ராஜா உங்கப் பையனா...?" என்று மூக்கின் மேல் விரலை வைத்துக்கொண்டு கேட்கிறார்கள்.

பிரிட்டனையும் இங்கிலாந்தையும் தனித்தனியாகப் பிரித்து அச்சிட்டு அடலஸ்காரர்கள் விற்பதாக ராஜா அப்பாவிடம் சொன்னதற்கான காரணம், குதிரை கட்டித் தெருவில் கடைக்கோடி வீட்டுத் தூணைப் பிடித்தவாறு தெருவை எட்டிப் பார்த்துக்கொண்டு நின்றிருந்தது. மேலே காப்பிக் கலர் தாவணியும் கீழே வெள்ளைப் பாவாடையும் அணிந்துகொண்டு, தாவணிக்கு மேட்சாய்க் காப்பிக் கலர்

ஸ்டிக்கர் பொட்டு வைத்துக் கொண்டு இருந்தது. தழையத் தழையத் தலைவாரி தொடைக்கும் கீழாகத் தாழ்ந்து தொங்கும் ஒற்றைச் சடைப் போட்டுக்கொண்டிருந்தது. சடை நுனியில் சமயங்களில் ரிப்பனும், சில நேரங்களில் ரப்பர் பேன்டும் போட்டிருந்தது. திங்கள், புதன், வெள்ளிக் கிழமைகளில் மட்டும் ரெட்டை சடை போட்டுக்கொண்டு உலாவந்தது. அது என்ன கணக்கோ? அதனிடம் மொத்தம் ஆறு தாவணிகளும் (பச்சை, மஞ்சள், வெல்வட், பொடிக்கலர், புள்ளிப்போட்ட நீலம், அரக்குச் சிவப்பு, என்ன வண்ணம் என்று நிர்ணயிக்க முடியாத பல வண்ணம் ஒன்று) அவற்றுக்கு இசைவான எட்டுப் பாவாடைகளும் இருந்தன. அம்மாவுடன் கோயிலுக்குப் போகும்போது புடவை கட்டிக்கொண்டது. மொத்தம் இரண்டே இரண்டு புடவை. மேக வண்ண ஷிபான், கச்சென்று அதே நிறத்தில் ஜாக்கெட். அப்புறம் சிவப்புப் பட்டு. அது அம்மாவுடையதாகத்தான் இருக்க வேண்டும். மெல்லிசான வார்களைக்கொண்ட வெள்ளை அடி வைத்த செருப்பு போட்டிருந்தது. பாதத்துக்கும் முட்டிக்கும் நடுவில், சதைப் பகுதியில் பத்து பைசா அளவக்கு ஒரு தழும்புத்திட்டு இருந்தது. ஐயோ பாவம்!

மிக அண்மைக் காலத்தில்தான் அது தாவணி அணியத் தொடங்கியது. அதனாலேயே ராஜாவைச் சீண்டி, அவனை நிலை கொள்ளாவதனாக ஆக்கியது. வேகும் வெயிலென்றும் பார்க்காமல் அவனைத் தன் பின்னே சுற்றச் சொல்லியது. அவ்வாறு அவன் அலைந்து சுற்றுவதில், தனக்குள் சந்தோஷப் பட்டுக்கொண்டது. சந்தோஷப்படும்போது ஆகாயத்தைப் பார்த்துச் சிரித்துக்கொண்டது. சிரிக்கையில் மேல் வரிசையில் ஒரு சிங்கப்பல், கோழிக்குஞ்சு மூக்கு மாதிரி எட்டிப் பார்த்தது. அதுவும் அழகாய்த்தான் இருந்தது. அழகான பெண்களிடத்தில் எதுதான் அழகு இல்லை?

ராஜா செட்டியார் கடை வாடகை சைக்கிளை எடுத்துக் கொண்டு, நேரே தன் உயிர் நண்பன் கோபாலு வீட்டுக்குப் போனான். கோபாலு ரெடியாகவே இருந்தான். அவனை டபிள்ஸ் ஏற்றிக்கொண்டு, குதிரை கட்டித் தெருவுக்கு விரைந்தான். வீட்டுத் திண்ணையின் தூணைப் பிடித்துக்கொண்டு, விஜி என்று செல்லமாக (ராஜாவால்) அழைக்கப்பட்ட விஜயா நின்றிருந்தாள். ஏதோ தெருவை வேடிக்கைப் பார்க்கிற பாவத்தில் அவள் இருந்தாள். அவளைக் கடக்கையில் ராஜா அவளைப் பார்த்தும் பார்க்காததுபோலவும் சிரித்தான். அவள் வீட்டைத் திரும்பிப்

பார்த்து, ஜாக்கிரதையாகத் தூரத்துத் தென்னை மர உச்சியைப் பார்த்துச் சிரித்தாள்.

அன்று வெள்ளிக்கிழமை. தெய்வங்களுக்கும், கிராமத்து இளைஞர்களுக்கும் மிக உகந்த நாளாகும். விஜி, அநியாயத்துக்குச் சின்னதாய் இருந்த ஒரு கிண்ணத்தில் எண்ணெய் எடுத்துக்கொண்டு கோயிலுக்குப் போவாள். மாலைக்காலமாய் அது இருக்கும். தெருவில் தங்கத் தூசு பறக்கும்...

கோயில் இருட்டில் இருந்தது. சந்திர சூரியர்களை ஆட்டிப் படைக்கும் சுவாமிகள் உள்ளே இருந்தார்கள். நகர சபை விளக்குகள் இருக்கத்தான் இருந்தன. பொதுவாக அவை எரிவதில்லை. எண்ணெயைச் சுவாமிக்குச் சமர்ப்பித்து விட்டு விஜயா பிரகாரத்தைச் சுற்றி வந்தாள். மூன்று முறை சுற்றி வருதல் வேண்டும். கோபாலு பிரகாரத்து முனையில் உஷாராக நின்றான். முதல் சுற்றின்போது விஜயாவின் கூட யாரோ ஒரு மாமி, ஏதோ ஒரு மந்திர உச்சாடனம் செய்துகொண்டு உடன் வந்தது. ராஜாவுக்கு மாமியின் மேல் எரிச்சல் எரிச்சலாக வந்தது. 'மாமிகளுக்கு மந்திரம் என்ன வேண்டிக் கிடக்கிறது...?' இரண்டாம் சுற்றில், அதிர்ஷ்டவசமாக யாரும் வரவில்லை. ராஜா, விஜயாவுக்கு முன் பாய்ந்து சென்று நின்று, தன் கையிலிருந்த ஒரு புத்தகத்தையும் பொட்டலத்தையும் நீட்டினான். புத்தகம் ஜே. கிருஷ்ணமூர்த்தியுடையது இல்லை. அதனுள் காதல் கடிதம் இருந்தது. பொட்டலத்துக்குள் ராயர் கடை அல்வா இருந்தது. விஜயாவுக்குப் பிடித்த உணவு அல்லவா! காரம் போட்ட வேர்க்கடலை, உள்ளே பூரணம் வைத்த கொழுக்கட்டை மற்றும் ஜிகினாத்தாள் சுற்றிய சாக்லெட், பல்லி முட்டை மிட்டாய்கூட அவள் விரும்பிச் சாப்பிடுவாள்தான் அவ்வப்போது.

"நாளைக்குச் சனிக்கிழமை, ஆறு மணி ஆட்டம் சினிமாவுக்குப் போறோம்" என்றாள் விஜயா பிரகாரத்தின் திருப்பத்தைப் பார்த்தவாறு.

"வரட்டுமா...?"

"ஆசை, தோசை, அப்பளம், வடை!"

அவள் முன்புறம் போட்டிருந்த ரெட்டைச் சடையைத் தட்டி விட்டான் ராஜா.

"சீய்" என்றவாறு திரும்பிப் பார்த்தாள். யாரும் வருகிறார்களா என்று. "சீய்" என்றால், இன்னொரு சடையையும் சீண்டு என்று அர்த்தம். ஏதோ நிழல் ஆடிற்று.

“நான் வர்றேன்...” என்று நடக்கத் தொடங்கினாள் விஜயா.

“சினிமாவா? ஒன்னே முக்கால்... மூனரை ரூபாய் வேணுமேடா?” என்றான் கோபால்.

“லண்டன் படம் மட்டும் போட்ட மேப்பா எங்கேயாணும் இருக்குமாடா?”

“என்னது? லண்டன் படம் மட்டும் போட்ட மேப்பா? என்னடா உளர்றே...”

“அப்படித்தான்...” கோபாலு, ராஜாவை ஆச்சரியமாகப் பார்த்தான்.

அப்பா, மோட்டுக் கூரையை வெறித்தவாறு படுத்திருந்தார். மேலே விழல் போட்ட கூரை, மழைக்காலங்களில் மரவட்டைகளுக்கும், இதர காலங்களில் தேள் குட்டிகளும் அங்கிருந்து விழுவதுண்டு. நிச்சயமாய் ஒரு வளருகிற கலெக்டர் குடியிருக்கிற வீடாய் அது இல்லை. ‘என்ன பண்ண? விதிதான்!’ என்று நினைத்துக்கொண்டார்...

அவருக்கு அவர் அப்பாவிடமிருந்து கிடைத்தது வீடு அல்ல, அரண்மனை என்று தெரிந்தவர்கள் சொல்வதுண்டு. இன்னும்கூட அரண்மனைக்காரர் வீடு என்றுதானே இந்த விழல் கூரை வீட்டைச் சொல்கிறார்கள். அவரையும் ‘அரண்மனைக்காரரு’ என்று ஊரார் குறிப்பிடும்போதுதான் மனம் என்னமாய்க் குதியாட்டம் போடுகிறது? மார்பு புடைக்கிறது? வளைந்திருக்கும் முதுகு நிமர்கிறது? நிமிர்ந்த அவரைக் கவிழ்ப்பதற்கென்று ஒருவன் வந்து சேர்ந்தான்.

அவர் விருட்டென்று எழுந்து அமர்ந்தார்.

சித்தநாதன் நினைவு வரும்போதெல்லாம் உடம்பு விறுவிறுத்துப் போகும் அவருக்கு. இப்போதும் அப்படித்தான் இருந்தது. “டவுனில் ஓர் ஓட்டல் கட்டலாம். மேலே அறைகள் வைத்து லாட்ஜ் கட்டலாம். பணம் அரித்துக் கொட்டலாம்...” என்று வந்தான் ஒருநாள். அப்போது அவர் மனைவி உயிரோடு இருந்த தருணம். சித்தநாதனும் அவளுக்கு ஒன்றுவிட்ட தம்பி முறை. அவரும் விவசாயத்தின்மீது சலிப்புற்றுக்கிடந்த நேரம்.

“உம்... என்ன மானம்... பேஞ்சா பேஞ்சுக் கெடுக்குது... காஞ்சாக் காஞ்சுக் கெடக்குது...” என்று அலுத்துக்கொண்டார் ஒரு முறை.

அதையே பிடித்துக்கொண்டான் சித்தநாதன்.

"பின்னே எதுக்கு மாமா இந்த முள்ளு பூமியில் கெடந்து அல்லாடணும்... அங்க இங்க கொஞ்சம் பணம் புரட்டுங்க. நானும் பணம் போடறேன். பாகஸ்தராய் ஆயிடுவோம்... லாபத்தில் பாதிப் பாதி. நீங்க ஒன்னும் இந்தத் துரும்ப எடுத்து அந்தாண்டைப் போட வேண்டாம். எல்லாம் நான் பாத்தக்கறேன்.... மாசம் ஒன்னாம் தேதி ஆனா ஐயாயிரம் ரூபாயைக் கொண்டாந்து அக்காகிட்டே கொடுக்கிறேனா, இல்லையா பாருங்க...?"

மாசம் ஐயாயிரம் என்றதும் அப்பா கண்மண் பூச்சி பறந்தது. 'அப்போ வருஷத்துக்கு அறுபதாயிரம்... பத்து வருஷத்துல ஆறுலெச்சம்...' மார்கழிக் குளிரிலும் அவருக்கு வேர்த்தது. "கையில பணம் இல்லியேப்பா..."

"அரண்மனைய வச்சுகிட்டு யாராவது பணம் இல்லைன்னா, கேக்கறவன் வழிச்சுக்கிட்டு சிரிப்பான். சும்மா கொஞ்ச காலம் ஒத்தி வைப்போம். வருஷக் கடைசியில மீட்டுடுவோம்..."

"தம்பி சொன்னா தப்பாவா சொல்லும்?" என்றாள் அவர் மனைவி. அப்பா, அவன் நீட்டுகிற இங்கிலீஷ் பத்திரத்தில் எல்லாம் கைநாட்டு வைத்தார். தன் வினையைத் தானே தேடிக்கொண்டார்.

இதே விழல் போட்ட வீட்டில் அவர் தூக்கிப் போடப்பட்ட அன்று, காடா விளக்கு ஒளியில், அயர்ந்து தூங்கிக்கொண்டிருந்த குழந்தை ராஜாவின் தலையைத் தடவியவாறு, மெல்ல மெல்ல அவர் ஒரு தீர்மானத்துக்கு வந்தார். ஒரு மூலையில் உட்கார்ந்து வாயைப் பொத்திக்கொ்ணடு அழுது கொண்டிருந்தாள் அவர் மனைவி.

"அநியாயத்தை அநியாயத்தாலா வெல்ல முடியும்? இல்லே. நியாயத்தாலேதான் வெல்ல முடியும். எனக்கு அறிவு இல்லைங்கிறதாலதானே சித்து என்னை ஏமாத்தினான். என் பிள்ளையைப் பெரிய படிப்புப் படிக்க வச்சு பெரிய அறிவாளியா ஆக்கிக் காட்டறேன். எனக்கு இங்கிலீச தெரியாதுன்னுதானேப்பா, நான் கடன் வாங்கினதா கைநாட்டு வாங்கினே? இப்போ பாரு. என் பிள்ளையை இங்கிலாந்துக்கே அனுப்பி அந்த வெள்ளைக்காரப் பயல்களையே தோக்கடிக்கறேன்..."

சூளுரையை எடுத்து முடித்ததும்தான் அவருக்கு ஆசுவாசம் அடங்கியது. நெஞ்சில் இருந்த கவலைகள் யாவும் தீர்ந்தன. எதையும் தான் இழக்கவில்லை எனவும், புதிதாக எதையோ பெற்றது போலவும் நிம்மதி அடைந்தார்.

வெளியேயிருந்து குளிர்ந்த காற்று வீசியது. தெருவைப் பார்த்தார். தெருவில் நிழலாயிருந்தது. மணி நான்காயிருக்கும் என யூகித்தார். காலாறக் கொஞ்சம் நடக்க வேண்டும் என்று தோன்றவே துண்டை உதறிப் போர்த்திக்கொண்டு, பக்கத்தில் இரண்டு கிலோ மீட்டர் தூரத்தில் இருக்கும் ஊருக்குப் புறப்பட்டார்.

அப்பாவுக்கு எப்போது மனம் சலித்தாலும், கவுண்டரைப் பார்க்கப் போய்விடுவது வழக்கமாய் இருந்தது. கவுண்டர் ஓய்வு பெற்ற நடுநிலைப் பள்ளித் தலைமை ஆசிரியர்.

"யாரு?" என்றார் கவுண்டர்.

"நான் தாங்க..." என்றார் அப்பா.

படித்துக்கொண்டிருந்த ஆங்கிலப் பேப்பரை மடித்துக்கொண்டே, "வரணும்... வரணும்..." என்று வரவேற்றார் கவுண்டர். பிறகு அப்பா மேல் படாது, ஜாக்கிரதையாகப் 'பளிச்' சென்று எச்சிலைச் சரியாக வீட்டை ஒட்டி ஓடிக்கொண்டிருந்த சாக்கடையில் விழுமாறு துப்பினார்.

அப்பா உட்கார்ந்துகொண்டே, "பேப்பர் படிக்கிறாப்பலியா...?" என்றார்.

"முதல்லேந்து, கடைசி வரைக்கும் நாலு வாட்டி படிச்சாச்சு. இப்ப அஞ்சாவது வாட்டி. நேரம் கழுத்து மேல குந்திக்கிட்டு இல்லே இருக்குது?"

கவுண்டர் வீட்டு அம்மாள் வந்து, "வாங்க" என்றாள் அப்பாவைப் பார்த்து.

"வந்தேன்" என்றார் அப்பா. மூக்கைச் சுளித்தபடி, "என்ன? மீன் சமையலா ராத்திரிக்கு...?" என்று தொடர்ந்தார்.

அந்த அம்மாவுக்கு வெட்கம் வந்து விட்டது போலும். தலையைக் குனிந்துகொண்டு சிரித்தாள். "தோ வந்துட்டேன்" என்று விட்டு உள்ளே போனாள்.

"உம்... எப்படி இருக்கீங்க...?"

பேச்சு எப்படித் தொடங்க வேண்டுமோ, அந்த இடத்தில் தொடங்கி, எங்கு முடிய வேண்டுமோ அங்கு முடிந்தது.

"பையன் எப்படிப் படிக்கிறான்...?"

அப்பாவுக்கு உற்சாகம்.

"அவனுக்கென்ன! என்ன படிப்புப் படிக்கிறான்! தலைகாணி தலைகாணியா அறை நெறைய என்னடான்னா புஸ்தகம்.

அவ்வளவு படிச்சா மூளை என்னத்துக்கு ஆவும்? உருகி அப்படியே காது வழியா வழிஞ்சுடுமேன்னு பயமால்லே இருக்கு. எல்லாம் என்னங்கறிங்களா? அவ்வளவும் இங்கிலீசு... சும்மாத் தோசைக் கல்லுமேலே தண்ணி தெளிச்சமாதிரி 'படபட'ன்னு அல்லவா படிக்கிறான்? வெள்ளைக்காரனுங்க தோத்தானுங்க போங்க. சினிமாவுக்குப் போனாக்கூட இங்கிலீசு படமாப் பார்த்துத்தான் போறான்."

"வாரத்துக்கு ஒரு புஸ்தகம் இல்லே வாங்கறான்..."

"வாரத்துக்கு ஒரு புஸ்தகமா...?"

"ஆமா ஸ்வாமி, அட்லஸ் புஸ்தகம்தான்."

"வாரத்துக்கு ஒரு வாட்டி அட்லஸ் வாங்கறான்?"

"ஆமாங்கறேன்... விஷயம் என்னன்னா, நம்ம பேமானிப் பயலுவ ஒன்னுல பிரிட்டன் படத்தை அச்சடிக்கான். இங்கிலாந்தை உட்டுர்றான். அப்புறம் இங்கிலாந்தை அச்சடிக்கான், பிரிட்டனை உட்டுர்றான். எல்லாம் வியாபார தந்திரம் கவுண்டரே..."

கவுண்டர் தன் கண்ணாடி வழி, அப்பாவை உற்றுப் பார்த்துக்கொண்டிருந்தார்.

"வரம் வேண்டி பெற்றப் பிள்ளை என்னமாய் அப்பனை ஏமாற்றியிருக்கிறது" என்று கவுண்டர் நினைத்தார். வருத்தமாய் இருந்திருக்க வேண்டும் அவருக்கு. இந்த வெள்ளை அப்பாவை நினைக்கையில் மனது கலங்கிற்று அவருக்கு.

"என்ன கவுண்டரே, கண்ணில கலக்கம். தூசு விழுந்திருச்சுபோல..." என்றார் அப்பா.

"ஒரு சினேகிதன் என்கிற முறையில், உங்களை எச்சரிக்கிறது என்னோட கடமை. பையன் போக்கு சரியில்லே..." என்றார் நிதானமாகக் கவுண்டர்.

"என்ன சொல்றீங்க...?"

"என்னத்தைச் சொல்ல? இப்படி வெள்ளையா இருக்கிறியே. பிரிட்டன், இங்கிலாந்து எல்லாம் ஒன்னுதாங்காணும்."

"என்ன...?"

"ஒன்றுதான். பய உன்னை ஏமாத்தியிருக்கான்..." என்றவர், அப்பாவின் முகத்தைப் பார்த்துத் திடுக்கிட்டுப் போய், "சரி... சரி விடுங்க... சின்னப் பயலுவ அப்படித்தான் இருப்பானுக. நாமதான் அனுசரிச்சுப் போகணும்..." என்றார்.

பிரபஞ்சன் | 125

அப்பா எழுந்தார். "வர்றேன் கவுண்டரே என்றவாறு வீதியில் இறங்கி நடந்தார். "அடே. காபியைச் சாப்பிட்டுட்டுப் போறது..." என்ற கவுண்டரின் குரல், அனாவசியமாய்க் காற்றில் கலந்தது.

"ஏலேய், ராசா..."

திடுக்கிட்டுப் போனான் ராஜா. அப்பா நின்ற கோலத்தைப் பார்த்ததும் உடம்பு சில்லிட்டுப் போனது அவனுக்கு. அவர் முகத்தில் தென்பட்ட ரௌத்ரம் மிக அரிதான ஒன்று. ரொம்பச் சின்ன வயசில் ஒருமுறை அந்தக் கோலத்தை அவன் பார்த்திருக்கிறான். பள்ளிக்கூடம் போகாமல், ஊர் சுற்றிவிட்டு வந்த அன்று அவரை அப்படிப் பார்த்திருக்கிறான். அன்று அப்பா அவனை அடித்த அடியில், அவர் கையில் எப்போதும் போட்டிருந்த வைர மோதிரத்திலிருந்த கல் இற்று விழுந்தது. அம்மா இரவு முழுக்க விளக்கைக் கொளுத்திக்கொண்டு அந்தப் பொடி வைரக்கல்லைத் தேடிக்கொண்டிருந்தாள்.

அந்த அப்பாவை இன்று இரண்டாம் முறையாகப் பார்த்தான் ராஜா.

"ஏன்டா, பிரிட்டன் வேறே... இங்கிலாந்து வேறேன்னு என்னை ஏமாத்தினே இல்லே நீ..." என்றார். அவர் வார்த்தைகளில் புகை வந்தது மாதிரி இருந்தது ராஜாவுக்கு.

"சித்தநாதனுக்கும் உனக்கும் என்னடா வித்தியாசம்? அவனும் எனக்கு இங்கலீசு தெரியாதுன்னு ஏமாத்தினா, என் பிள்ளை, நீயே என்னை..." என்றவாறு அவனை நோக்கி காலடி எடுத்து வைத்தவர் அப்படியே தரையில் குந்தி, தலையைக் கவிழ்ந்துகொண்டு, தன் இரு கைகளாலும் முகத்தைப் பொத்திக்கொண்டு அழத் தொடங்கினார். வயதான அந்த உடம்பு குலுங்கியது.

ராஜா ஆடிப் போனான். அவன் எதிர்பார்த்தது வேறு. அப்பா அழுகிறார்? அவர் அழுததைப் பார்க்க, வயிறு சுருட்டி இழுத்தது அவனுக்கு. பொறியில் அடி விழுந்தது மாதிரி இருந்தது.

1985

கதாநாயகி குளித்த கதை

ஐந்து நாட்கள் மிகக் கடுமையாகப் பாடுபட்டு அந்த 'சீனை' எடுத்து முடித்தோம். வேலை முடியும்போது சாயங்காலம் ஆகி, இருட்டவும் தொடங்கியது.

சாம்பலைத் தூவி விட்டது மாதிரி பனி பெய்வதை, அந்த நட்சத்திர ஓட்டலின் நாலாவது மாடியில் இருந்த என்னால் பார்க்க முடிந்தது. நான்கு மணியில் இருந்தே ராகினியின் அம்மா, "சாரு... பாப்புக்கு மன்ச்சு அல்லது சாரு..." என்று என்னைக் கூப்பிட்டுச் சொல்லிக்கொண்டிருந்தாள். அவளுக்குத் தெலுங்கு மட்டுமே தெரியும். எனக்குத் தமிழ் மட்டும். ஏதோ புரிந்துகொண்ட அளவில், டைரக்டரிடம் போய்ச் சொன்னேன். "சார்... ராகினிக்குப் பனி ஒத்துக்காதான் சார்..."

"சரியான கழுத்தறுப்பா இருக்காளே... இன்னும் இரண்டே ரெண்டு ஷாட்தான் இருக்கு. அதுக்குள்ள பறக்கறா? பனி ஒத்துக்காதாமா? சும்மா இருக்கிறபோது, சோத்துக்குத் தாளம் போடுவாளுக, ஏதாவது ஒரு படத்துல தலையைக் காட்ட மாட்டோமான்னு இருப்பாளுக. போனாப் போவுதுன்னு ஒரு 'சான்ஸ்' கொடுத்தா, நான்தான் ஜீனத் அமன், ரேகான்னு நம்மகிட்டயே சொல்றாளுக... இருங்க... அடுத்தப் படத்துல இதுகள யாரு சீண்டப் போறா?... சீமிக்கப் போறா பாருங்க..." என்றார் டைரக்டர் எரிச்சலோடு. டைரக்டர் சொன்னதில் பல பகுதிகளை நீக்கி விட்டு நல்லதை மட்டும் ராகினியின் அம்மாவிடம் சொன்னேன். "தேங்க்ஸ் சாரு..." என்றாள். அவ்வாறு சொல்லும்போது அவளது சிரிப்பும், அந்தக் குறுகிய

காலத்தில் அவள் காட்டிய பாவனையும், அவள் ராகினிக்கு அம்மாவாக இல்லாமல் அக்காவாக இருப்பாளோ என்ற சந்தேகத்தை ஏற்படுத்தின.

*

எங்கள் படத்தின் கதை, மூன்று நட்சத்திர ஓட்டல் ஒன்றின் பணியாளனைப் பற்றியதாகும். கதை ஓட்டல் சூழ்நிலையில் நடப்பதால், அதைச் சித்தரிக்கச் சில காட்சிகள் சேர்க்க வேண்டும் என்று நான் சொன்னேன். தயாரிப்பாளர் ஒரு சம்பவத்தைச் சொன்னார், "இளைஞன் ஒருவன் இளம்பெண் ஒருத்தியை அழைத்து வந்து அவளோடு மூன்று இரவுகள் தங்கி விட்டு, அவளை ஏமாற்றித் தவிக்க விட்டுவிட்டு ஓடிப்போய் விடுகிறான். அபலையாகி விட்ட அந்த இளம் பெண்ணை அடைய, ஓட்டல் மானேஜர் பயங்கரச் சதித் திட்டம் தீட்டுகிறான். கதாநாயகன், கடைசிக் கட்டத்தில் தோன்றி மானேஜரின் சதியைச் சுக்கு நூறாக்கி, அவளைத் தப்புவிக்கிறான்."

தயாரிப்பாளர் சொன்னது அருமையான டிராக் என்று எல்லோரும் ஒப்புக்கொண்டனர். டைரக்டரும் அது நன்றாக 'ஓர்க் அவுட்' ஆகும் என்றார். ஆனால் ஒரு சிறு திருத்தம் செய்தார். யாரோ ஓர் இளைஞன் யாரோ ஒரு பெண்ணை ஓட்டலுக்கு அழைத்து வருகிறான் என்பதைக் காட்டிலும், பணக்காரக் கல்லூரி மாணவன் ஒருவன். ஏழைக் கல்லூரி மாணவியை அழைத்து வருவதாக வைத்துக்கொண்டால், இன்னும் 'எபக்டாக' இருக்குமே என்று டைரக்டர் சொன்ன திருத்தத்தை எல்லோருமே ஒப்புக்கொண்டார்கள். ரொம்பப் புதுமையாக இருக்கிறதே என்றும் சொன்னார்கள். "புதுமை மட்டுமல்ல, அது புரட்சியும்கூட. பணக்காரத்தனத்தைத் தோலுரித்துக் காட்டுகிற பணி" என்று டைரக்டர் சொன்னார். எங்கள் டைரக்டர் இங்கிலீஷ், ஃப்ரென்ச், ஜெர்மன் முத்தான வெளிநாட்டுப் படங்களை மட்டுமே பார்ப்பவர். அவர் படங்கள் மிக நவீனமாக, இருப்பதாய்ப் பெரிய பத்திரிகைகள் எல்லாம் எழுதின. அவர் வெளிநாட்டுப் படங்களிலிருந்து கதைகளையும், சீன்களையும், ஏன் ஷாட்டுகளையும்கூடக் காப்பி அடிப்பதாகச் சிறு பத்திரிகைகள் எழுதத்தான் செய்தன. தாக்கி எழுதிய பத்திரிகைகள் எல்லாம் ஐநூறு பிரதியே விற்கிற சின்னப் பத்திரிகைகள். ஆகவே சிலவற்றை நாங்கள் அலட்சியப்படுத்தி விட்டோம். உலகம்

பூராவும் பெரியவர்கள் ஒரே மாதிரியாகத்தான் சிந்திக்கிறார்கள். 'கிரேட்மென் திங்க் அலைக்' ஏன் இருக்கக்கூடாது...? எங்கள் டைரக்டரும் பெரியவர் தானே!

*

"பணம் ஏழ்மையை வெல்லுகிற இந்தக் காட்சியை எடுத்து விடுங்கள்!" என்று சொல்லிவிட்டு, அடுத்த ஷெட்யூலுக்குப் பணம் புரட்டச் சொந்த ஊருக்குப் புறப்பட்டுப் போனார் தயாரிப்பாளர்.

நாங்கள் உடனடியாகக் காரியத்தில் இறங்கினோம். கல்லூரி மாணவன் வேஷத்துக்கு வங்கியில் வேலை செய்துகொண்டு சினிமாவில் வாய்ப்புத் தேடிக்கொண்டிருக்கும் ஓர் இளைஞனைக் கண்டுபிடித்தோம். அந்தப் பாத்திரத்துக்குத் தேவையான அதி நவீன ஆடைகளை தன் வசம் இருக்கிறது என்று சொன்னதன் பேரில் அந்த வாய்ப்பை அவன் பெற்றான்.

ஏழைக் கல்லூரி மாணவியாக நடிக்க நடிகையைத் தேடும்போதுதான், தயாரிப்பாளர்களுக்குப் புதுமுகங்களை அறிமுகப்படுத்தும் ஏஜெண்டு மூலம் ராகினியைச் சந்தித்தோம். ஏஜெண்டைப் பற்றிப் பலர் பலவிதமாக எங்களுக்குச் சொன்னார்கள். நாம் நல்ல விதமாகச் சிந்திப்போமே! தமிழ்நாட்டின் பிரபலமான டைரக்டர் ஒருவரின் இந்திப் படத்தில் ஒன்றரை நிமிஷம் வந்து போயிருந்தாள் ராகினி. அது நூறு நாட்களுக்கு மேலேயும் ஓடவே, எல்லாப் பத்திரிகையிலும் ராகினியின் படமும், விலாவாரியான பேட்டியும் பிரசுரமாகி அவள் பிரபலமாகியிருந்தாள். எங்கள் படத்தில் சின்ன ரோலில் நடிக்கத் தயங்கினாள். டைரக்டர் ராகினியிடம் என்னைத் தள்ளிவிட்டார். "சின்ன ரோல் என்றாலும் சிறப்பான ரோல். இரண்டாவது கதாநாயகி என்றாலும் மக்கள் மனசில் நிற்கப் போவது என்னவோ ராகினிதான்" என்று மனசாரப் பொய் சொல்லி, ராகினியைச் சம்மதிக்க வைத்தோம்.

இளைஞனும் அவளும் அறை எண் 501-இல் இரண்டடி பாடி விட்டு, அடுத்த இரண்டடி பாடுவதற்காகக் கோல்டன் பீச்சுக்குப் போனார்கள். அடுத்த நான்கு அடி மகாபலிபுரத்திலும் முட்டுக் காட்டிலும், கடைசி இரண்டு அடியை நைட் கவுனில் படுக்கையிலும் முடிக்கிறாள் அவள். ராகினி பாடி முடிப்பதற்கும், பூனை பாலைக் குடிப்பதற்கும் சரியாக இருந்தது.

இளைஞன் ராகினியின் கற்பைச் சூறையாடி விட்டுச் சென்ற பின், அவள் ஒரு சோகப் பாட்டுப் பாடுகிறாள்.

பல்லவி

"இழக்கக்கூடாததை இழந்த பின்னே- நீ
இருக்கக்கூடாது இந்த உலகில் பெண்ணே.

அநுபல்லவி

ராஜ வசந்தம் வீணாய்ப் போனதே...
ராகப் புரட்சி காற்றில் கலந்ததே...
ரோஜா - அத்தர் கண்ணீர் வடிக்குதே...
பொன்மணி குப்பையில் கொட்டிப் போனதே...

என்று பலவாறு பாடியவாறு அழுகிறாள். சோபாவில், படுக்கையில், வராண்டாவில், தரையில் படுத்துக்கொண்டு, நின்றுகொண்டு, இருந்துகொண்டு, தாரை தாரையாகக் கண்ணீர் விட்டு உள்ளத்தை உருக்கும் விதத்தில் நடித்திருந்தாள் ராகினி. தாய்மார்கள் பிழியப் பிழிய இந்தக் காட்சியில் அழப் போகிறார்கள் என்று நாங்கள் எதிர்பார்த்தோம். இடையிடையே காமுகனாக மானேஜர் அவளை ஒளிந்து நின்று பார்ப்பதும், தலையாட்டுவதும், குளோஸ்– அப்பில் ஒரு புலியின் ஒப்பிடுதலோடு படமாக்கப்பட்டது.

அப்புறம்தான், டைரக்டர் ராகினியைப் "போகலாம்" என்று உத்தரவு கொடுத்து அனுப்பி வைத்தார். ராகினி தந்த ஒத்துழைப்புக்கு நன்றி கூறி, தன் அடுத்த படங்களிலும் அவளுக்கு நிச்சயம் இடம் உண்டு என்று வாழ்த்தி அனுப்பி வைக்க மறக்கவில்லை டைரக்டர்.

ராகினி எங்களை நோக்கி, டாடா, சீயோ, பைபை என்றெல்லாம் கையசைத்துச் சொல்லவிட்டுப் போன ஐந்தாவது நிமிஷத்தில் டாக்சியில் வந்து இறங்கினார் தயாரிப்பாளர். ஊரிலிருந்து நேராக ரயில் அழுக்கோடு வந்திருந்தார். தான் ஊரில் இல்லாத நாட்களில் எடுக்கப்பட்டக் காட்சிகளைப் பற்றித் தெரிந்து கொள்ள ஆசைப்பட்டார். எங்கு, என்ன விதத்தில், என்னென்ன காட்சிகள் எடுக்கப்பட்டன என்று டைரக்டர் விலாவாரியாகச் சொன்னார். எல்லாவற்றையும் மிகுந்த கவனமாகக் கேட்ட தயாரிப்பாளர், "ராகினி குளியல் காட்சி எடுத்தீர்களா?" என்று கேட்டார்.

நாங்கள் திடுக்கிட்டுப் போனோம். ராகினி குளிக்கும் காட்சியை நாங்கள் எடுக்கவில்லை.

"என்ன சார்... ஒரு பெண் ஒரு பையனுடன் மூணு நாள், மூணு பகல், மூணு இரவு ஓர் அறையில் தங்கியிருந்தாள். மூணு நாளும் அவள் ஒரு தடவைக்கூடவா குளிக்காமல் இருப்பாள்?" என்று கேட்டார் தயாரிப்பாளர்.

நியாயம் தானே! ஒரு கல்லூரியில் படிக்கும் பெண்ணுக்கு இதுகூடவா தெரியாமல் இருக்கும்? மூணு நாள் குளிக்காமல் இருப்பதால் வரும் சுகாதாரக் கேடு, அழுக்கு, அழுக்கினால் ஏற்படும் கிருமிகள், மற்றும் எத்தனைச் சங்கடங்கள். ராகினிக்குத்தான் தோணவில்லை, எங்களுக்கும் ஏன் இது தோன்றவில்லை?

"டைரக்டர் சார்... டிஸ்ரிபியூட்டர்களுக்கு நான் என்ன பதில் சொல்றது. நாக்கைப் பிடுங்கிக்கொண்டு சாகற மாதிரி கேட்பாங்களே கேள்வி...! சரி... பரவாயில்லை. என்ன செலவானாலும் சரி... கையோடு, கையா இன்னைக்கே 'டபுள் கால்ஷீட்' போட்டு, ராகினியைக் குளிக்க வச்சுடுங்க..." என்றார் தயாரிப்பாளர்.

*

வாழ்க்கையில் தர்மசங்கடமான விஷயங்கள் என்னைத்தான் தேடிக்கொண்டு வரும். ராகினியைக் குளிக்க அழைத்து வரும் பொறுப்பு என்னிடம் ஒப்படைக்கப்பட்டது. போனேன்... ராகினி தங்கியிருந்தது பெரிய ஓட்டல். அறைக் கதவைத் திறந்தது ராகினியின் அம்மா. உள்ளே ஹாலில் வெள்ளைச் சட்டையும், அதிவெள்ளை வேட்டியுமாக ஒரு மனிதர் உட்கார்ந்திருந்தார். கருத்த மனிதர் குண்டாக, கண் சிவந்திருந்தது. சாப்பிட்டு முடித்த தட்டுகள், காலி டம்ளர்கள். சோபாவில் நானும் ராகினியின் அம்மாவும் அமர்ந்துகொண்டோம். அவள் என் காதருகே குனிந்து "ஏமி சார்... ஏமி சங்கதிலு..." என்றாள். நான் இன்னும் எடுக்க வேண்டிய காட்சி பற்றிச் சொன்னேன். "படானிக்கா... லேக போதே தனிக லேசி சூசே நானிக்கா" என்றாள். (படத்துக்கா... தனியா போட்டுப்பாத்துக்கவா... என்றதோடு, கண்ணையும் சிமிட்டினாள்) அப்புறம், "மீரு தனிகா டப்பு ஸ்தாரா..." என்றாள். (தனியா பணம் கொடுப்பீங்களா) நான் "கொடுப்பேன்" என்றேன். "மீரு நிஜங்களே மன்ச்சி மனுஷி சாரு..." என்றாள், என் தோள் மேல் கை போட்டு. (நான் நல்லவனாம்).

என்னைப் படுக்கை அறைக்கை அழைத்துப் போய் அங்கிருந்த ஒற்றைச் சாய்வு நாற்காலியில் உட்கார வைத்து விட்டுப் போய்

விட்டாள். நான் அறையில் தனியாக விடப்பட்டிருந்தேன். படுக்கை அறை, நான் குடியிருந்த வீட்டை விடப் பெரிசாக இருந்தது. அகலமான கட்டில், மெத்தை, நகக்கண் அளவுக்கும் அழுக்குப் படாத வெள்ளை விரிப்பு. அறையை ஒட்டிய குளியல் அறையிலிருந்து ஷவர் சப்தம். இனிமையான மணம் அந்த அறையில் கமழ்ந்தது. கதவைத் திறந்துகொண்டு, அங்கி மாதிரி ஆடை போர்த்திருந்த ராகினி வெளிவந்தாள்.

என்னைப் பார்த்ததில் ஆச்சரியம்.

"என்னா சாரு..." என்றாள். நான் விஷயத்தைச் சொன்னேன்.

"நான் கிளாமர் ரோல் பண்ண மாட்டேன் சாரு... ஊஹூம். என்றாள்.

நான் அவசரமாக மறுத்தேன்.

"இது நிச்சயம் கிளாமர் ரோல் இல்லே. ஒரு ஸ்டூடன்ட்டுன்னா..." என்று என்னவோ ஒரு பொய்யை உண்மைபோலச் சொல்லத் தொடங்கினேன். நான் சொல்வது பொய்யானதால் என் குரல் எனக்கே கேட்காமல் மெலிந்து சோகையாய் வெளிப்பட்டது.

"பச்" என்று என்னை மறுத்தாள் ராகினி. யோசித்தவாறு தலைமுடியைச் சிக்கெடுத்தவாறு, குறுக்கும் நெடுக்கும் நடந்தாள் ராகினி. பிறகு அம்மாவிடம் போனாள். நான் தனியாகவிடப்பட்டது எனக்கு ஆசுவாசமாக இருந்தது. ராகினி அம்மா, அந்த ஆள் மூவரும் பேசுவது எனக்குச் சன்னமாகக் கேட்டது. அம்மாவும் பெண்ணும் அறைக்குள் வந்தார்கள். அம்மா கேட்டாள் "மீரு தனிகா டப்பு ஸ்தாரா சாரு..."

"சீனை முடித்தவுடன் கையிலேயே வாங்கிக் கொடுத்துடறேன்" என்று நான் சொன்னேன்.

ராகினி மட்டும் என்னுடன் வந்தாள்.

வண்டியில் ராகினி என்னிடம் சொன்னாள்.

"இது என்னோட முதல் படம். இது வெளிவரணும். நாலு வாரமாவது ஓடினாத்தான் அடுத்து எனக்கு சான்ஸ் வரும். இதுல இந்த சீன்ல நான் நடிக்க மாட்டேன்னு சொன்னா, ராகினி தகராறு பண்றவள்னு சொல்லுவாங்க. இது பீல்டுல பரவிச்சுன்னா எனக்கு வர சான்சும் போயிடும். இப்பவே லாட்ஜ் மானேஜர் பணம் கேட்டுத் தொந்தரவு பண்றாரு சாரு..."

நான் வெளியே பார்த்துக்கொண்டு வந்தேன்.

*

பனி கவிந்து, குளிர் நடுங்கியது. அப்போதுதான் குளிர்ந்த நீரில் குளித்து வந்தவள், மீண்டும் பச்சைத் தண்ணீரில் குளிக்க முடியாது. ஆகா உடனே சுடுநீர் தேவைப்பட்டது ராகினிக்கு.

நான் ஓட்டல் மானேஜரை அணுகினேன். ஓட்டல் விதிப்படி காலைகளில் மட்டும்தான் சுடுநீர் விட முடியும் என்றும், அந்த ஐம்பது மாடியில் இருக்கும் அத்தனை அறைகளுக்கும் சுடு தண்ணீர் போய்ச் சேர வேண்டும் என்றால் குறைந்தது மூன்று மணியாவது ஆகும் என்றார் அவர்.

தெருமுனைப் திருப்பத்தில் உடுப்பி ஹோட்டல் ஒன்று இருந்தது. அண்டா, வெந்நீர் மற்றும் அண்டா. வாடகை அண்டாவைத் தூக்கிக்கொண்டு போய் மாடியில் வைக்க என்று இருநூறு ரூபாய் செலவாயிற்று.

அந்தச் சின்ன குளியல் அறையில் ஏகப்பட்ட விளக்குகளைப் பிடித்துக்கொண்டு லைட்மேன்கள் நின்றார்கள். இருந்தும் ஒளி போதாது என்று கேமராமேன் கருதி, மேலிருந்தும் வெளிச்சம் வர ஏற்பாடு செய்தார். குளியல் அறையின் தளத்தில் பல்லி மாதிரி ஒருவர் தவழ்ந்துகொண்டு விளக்கைப் பிடித்தார். வெளிச்சம் கண்ணைக் கூசியது.

ராகினி, மிக மென்மையான ஒற்றை ஆடையோடு அண்டாவுக்குப் பக்கத்தில் வந்து நின்றாள். இப்போது இன்னொரு சிக்கல் பிறந்தது. அண்டாவில் இருந்து ஒரு பெண், குவளையால் மொண்டு ஊற்றிக்கொண்டு குளிப்பது நன்றாகவா இருக்கும்?... யாருக்கோ ஒரு நல்ல யோசனை பளிச்சிட்டது. ஓடினார்கள். ஓட்டல் 'லானில்' பூச் செடிகளுக்குத் தண்ணீர் தெளிக்கத் தோட்டக்காரனிடம் பூவாளி இருக்குமே! பத்து ரூபாய் வாடகையாகக் கொடுத்து வாங்கி வந்தார்கள். மீண்டும் ஒருவர் பல்லி மாதிரி ஷவர்க் குழாய்க்கு மேல் தொற்றிக்கொண்டு தண்ணீர் ஊற்றினார்கள். ஷவரிலிருந்து வருவதுபோலவே சுடுநீர் கொட்டியது.

பூவாளி நீரில், மிகமிக மென்மையான இரவுக் கவுனில், ஷாம்பு நீர் உடம்பில் வழிய, அசுர வெளிச்சத்தில், தேய்த்துத் தேய்த்துக் குளித்தாள் ராகினி.

1985

காணாமல் போனவர்கள்

கண்காட்சியில், நேற்று மணியைப் பார்க்க நேர்ந்தது. மணி என்றால் மனோன்மணி. பத்துப் பனிரெண்டு முழு வருங்களுக்குப் பிறகு, அவளைப் பார்க்கிறேன். ரொம்ப ஆச்சர்யமாய் இருந்தது.

என் மகன், "அப்பா... கண்காட்சிக்கு எப்போதான் அழைச்சுக் கிட்டுப் போவே நீ..." என்று கறாராய்க் கேட்டுவிட்ட பின், போகாமல் எப்படி இருப்பது? போனோம்.

கண்காட்சி என்றால் கூட்டம். மனிதர்கள், மனிதர்களை வேடிக்கைப் பார்க்கச் செய்துகொண்ட ஏற்பாடு. பழங்காலத்தில் திருவிழா. நவீன காலத்தில் கண்காட்சி. ராட்சஸ ராட்டினமும், அசுர அப்பளமும் குழந்தைகளை மட்டுமா ஈர்க்கும்? இரண்டு கைகளிலும் அந்தப் பெரிய அப்பளத்தைப் பிடித்துக்கொண்டு எப்படி விண்டுத் தின்பது என்று குழந்தைகள் விழிப்பது ரசிக்கத் தக்க ஒரு விஷயம் அல்லவா?

ஓர் அரங்கில் பொம்மலாட்டம் நடந்து கொண்டிருந்தது. மனிதர்களைப்போல உடுத்தி பொம்மைகள் கைகளை வீசி வீசி, தத்தித் தத்தி, மாயக் குரலில் பேசுவது சங்கருக்கு மிகத் தமாஷாய் இருந்தது போலும். நகர மறுத்து வேடிக்கை பார்த்துக்கொண்டிருந்தான். நான் வெறுமனே கூட்டத்தை நோட்டமிட்டபோதுதான் மணி என் கண்ணில் பட்டாள்.

எங்கோ பார்த்த உருவம் மாதிரி இருக்கிறதே என்றுதான் முதலில் தோன்றியது. பல வருஷ

இடைவெளியில் மனிதர்களுக்குச் சதை கூடும். அல்லது உடம்பு வற்றியிருக்கும். ஆனால் ஜாடை தெரியும். அசைவு காட்டிக் கொடுத்து விடும். யாரோ தன்னைப் பார்ப்பதை அவள் உணர்ந்திருப்பாள் போலும், சட்டென்று திரும்பி என்னைப் பார்த்தாள். பார்த்த அந்தக் கணத்திலேயே, அவள் முகம் விளக்கேற்றியதைப்போல ஒளிர்ந்தது.

“ஹே... நீங்க... நீ கிருஷ்ணமூர்த்திதானே...?” என்றாள். என்னால் தலையசைக்க மட்டும்தான் முடிந்தது.

“அப்பப்பா! எத்தனை வருஷம்... நல்லாயிருக்கியா?” என்றபடி சிரித்தாள்.

அதே சிரிப்பு. மனதின் அடியாழத்திலிருந்து பொத்துக்கொண்டு வரும் சிரிப்பு. மனசைத் துடைத்துப் போட்டு விட்டுச் சிரிக்கும் சிரிப்பு. சிரிக்க மாட்டேன் என்று சத்தியம் பண்ணியவரையும் தொற்றிக் கொள்கிற சிரிப்பு.

“இது யாரு, உன் பையனா...?” என்றாள்.

“உம்.”

மணி, சங்கரின் கன்னத்தைப் பிடித்து இலேசாகக் கிள்ளினாள்.

“உன் பேரு என்ன கண்ணா...?”

“சங்கர்...” ஒரு கண்ணை பொம்மைகளின் மேல் வைத்த படிச் சொன்னான் குழந்தை. வெட்கம் எதற்காக வேணும் குழந்தைகளுக்கு வரும்.

“என்ன படிக்கிறே...?”

ரொம்பச் சங்கடப்பட்டவனாய், “தேர்ட் ஸ்டாண்டர்டு” என்றான் சங்கர். நிகழ்ச்சியின் சப்தம் காரணமாக, குழந்தையை நோக்கிக் குனிந்து, அவன் முகத்தில் காது வைத்து அவன் பேசுவதைக் கிரகித்துக்கொண்டாள். “மூனாம் கிளாஸா? பரவாயில்லையே...”

“நீ எப்படி இங்க...?” என்றேன்.

“அவரை ஜிப்மர் ஆஸ்பத்திரியில் சேர்த்திருக்கேன்... வயிற்று வலி. இங்க வந்து மூணு நாளாவுது... ஒரு சினேகிதி வீட்டில் தங்கியிருக்கேன். அது இருக்கட்டும்... உன்னைப் பத்திச் சொல்லு... என்ன பண்றே... உன் ஒய்ப் என்ன பண்றாங்க...?” சங்கரை வலுக்கட்டாயமாக இழுத்துக்கொண்டு வெளியே வர நேர்ந்தது.

எங்கள் பள்ளிக்கூடத்து மதில் சுவரும், எங்கள் ஊர் சிறைச்சாலை வெளிச்சுவரும் ஒரே மாதிரி நிறம்கொண்டவை; சமமான பலம்கொண்டவை. ஆகவே, கோடை விடுமுறையை நான் மிக ஆவலோடு எதிர்பார்ப்பேன். விடுமுறை நெருங்க நெருங்க கனவில்கூட தாத்தா ஊருக்குப் போகிற பயணம் வரும். தாத்தா வீடு போகாத விடுமுறை, ஒரு விடுமுறையில் சேர்த்தியா? தாத்தா வீடு மட்டும் இல்லாத பையன்கள், பாவம்கள்; அவர்கள் விடுமுறை வீண்.

லீவு விட்ட மறுநாளே நான், தாத்தா வீட்டுக்குப் புறப்பட்டு விடுவேன். அப்பா பஸ் ஏற்றி விடுவார். கண்டக்டரிடம் என்னைப் பார்த்துக் கொள்ளச் சொல்வார். "ஊர் வந்ததும் ஞாபகமா இறக்கி விடுப்பா" என்று டிரைவரிடமும் சொல்வார். கண்டக்டரும் பயணிகளும் திரும்பி என்னைக் குழந்தையைப் பார்ப்பதுபோல பார்ப்பார்கள். ஜன்னல் ஓரமாக என்னை உட்கார வைத்து விட்டு, தரையில் நின்றுகொண்டு "பத்திரம் பத்திரம்" என்று குறைந்தது வண்டி கிளம்புவதற்குள், நூறு முறையாவது சொன்னால்தான் அவருக்கு ஆறுதல். என்னை வெட்கம் பிடுங்கித் தின்னும். என்னை வண்டியேற்றி விட்டு அப்பா உடனே போய் விடக்கூடாதா என்று தோனும். ஆனால் வண்டி கிளம்பித் தெரு முனைத் திரும்புமளவும், வண்டியையே பார்த்துக்கொண்டு விக்கித்து நிற்கும் அப்பாவை நினைத்தால் வண்டிக்குள் இருக்கும் எனக்கு மனசு வலிக்கத்தான் செய்யும். அப்பா அல்லவா?

வேர்கடலைச் செடிகள், பூவரசு, புளி, ஆல், அரச மரங்களே செழித்து வளரும் செம்மண் பூமிகளை மூன்று மணி நேரம் கடந்தால் ஊர் வந்து விடும். வயசான கோயில் கோபுரம், புடவை அகலத்துக்கே எப்போதும் தண்ணீர் காணும் மணிமுத்தா நதி, நாட்டு மருந்து வாசனை வீசும் கடைத்தெரு, சுகமான சீயக்காய்த் தூள் வாசனை, தெருவில் இறைக்கும் அரவை மிஷின் கடைக்கு நேர்த் தெருவில் நடந்து, வலது கைப் பக்கம் திரும்பினால் கேட்டுத் தெரு. ஒரு குதிரை வண்டி மட்டுமே போக வசதியான குறுகல் தெரு. தெரு குறுகியிருந்தால் என்ன? இத்தெருவில்தான் தாத்தா வீடு இருந்தது. நேர் வீட்டுக்கு மூன்றாவது வீடு மணி வீடு. மூங்கில் தட்டி வைத்த ஓட்டு வீடு.

திடீரென்று என்னைப் பார்த்த அதிர்ச்சியிலிருந்து தாத்தாவும் பாட்டியும் மீள்வதற்கு முன், பையைக் கடாசிவிட்டு மணி வீட்டில்

இருப்பேன். மணிக்குப் பாட்டி மட்டும்தான். அம்மா இல்லை. தாய்மாமன் இருந்தார்.

"அட... மூர்த்தி வந்திருக்கு... வாப்பா... டீ மணி, உன் சினேகிதக்காரன் வந்திருக்கு பாரு..." என்பாள்.

ஒரு முயல் குட்டி மாதிரி மணி குதித்துக் கொண்டே ஓடி வருவாள், அந்த வெள்ளைச் சிரிப்புடன். நூறு பக்கங்கள் எழுதி விடக் கூடிய சிரிப்பு. எழுதினாலும் விளக்கிச் சொல்லவிட முடியாத சிரிப்பு. வார்த்தைதான் பாஷையா? சிரிப்பும்தான். பாஷையைக் காட்டிலும் பலமானது.

மணியின் பாட்டி தோசைகொண்டு வந்து தருவாள். காலை வேளையானால், அது மாதிரி தேசை அந்தக் கைக்குத்தான் வரும் போலும். மொத்தமாகப் பணியாரம் மாதிரி இருக்கும். அழுத்தம் இருக்காது. சொத சொத வென்று வாயில் போட்டால் பஞ்சு மிட்டாய்போல கரையும். அதன் மேல் மிளகாய்ப் பொடித் தூவி, எண்ணெயைத் தாராளமாக விட்டுச் சொட்டச் சொட்டத் தருவாள்.

இரண்டுக்கு மேல் அசுரனாலும் தின்ன முடியாது. வெள்ளைத் தோசை மேல் அகலமாய்க் கருஞ்சிவுப்புப் பொடி கண்ணுக்கு அழகு, அப்புறம் நாவுக்கு. மணி வீடு என்னைக் கையைப் பிடித்து இழுத்தது, இத்தோசைக்காகவும்கூட, 'இருக்கலாம்' என்று இப்போது தோன்றுகிறது.

"இனி உன்னைக் கட்டி வைக்க முடியாது, கணக்குப் பிள்ளை பேரன் வந்துட்டு, இனி காயற வெயிலெல்லாம் உன் தலைமேல்தான்" என்பாள் மணிப்பாட்டி. உண்மைதான் வெயில் எதற்குத்தான் காய்கிறதாம்?

நேராக எங்கள் தாத்தா வீட்டுத் தோட்டத்துக்கு ஓடி வருவோம். மிக அகலமான, தோட்டம் அது. அடுத்த நாயக்கமார் தெருவரை நீண்டது. அப்படி ஒன்றும் மரங்கள் செறிந்தது இல்லை. ஓர் இலந்தை மரம், ரெண்டு கல்யாண முருங்கை, ரெண்டு மூன்று வாழைகள், ஒரு பெரிய அரசு, அப்புறம் குத்துச் செடிகள். கிணறும், கிணற்றடிக்கல்லும் கிணறை ஒட்டிய இலந்த மர நிழலே எங்கள் வாசஸ்தலம்.

மணியை ராணி என்றும் சொல்லலாம். உட்கார்ந்திருந்த இடத்தில் இருந்தே பிறரை ஏவிக் காரியங்களைச் சாதித்துக்

கொள்வதில் அவள் கெட்டிக்காரி. அந்த இலந்தை, குட்டை மரம்தான். எனினும் பிளந்த மரப்பட்டையின் சிராய்ப்பைப் பொருட்படுத்தாது ஏறிப் பழமாகவும் இல்லாமல் காயாகவும் இல்லாமல் செங்காயாகப் பறித்து நான் அவளுக்கு தர வேண்டும். நான் சந்தோஷமாகச் செய்கிற காரியங்களில் இதுவே தலைமையானது. மணிக்காக எந்த உச்சியின்மீதும் நான் ஏற முடியுமே!

உள்ளிருந்து என் பாட்டி சப்தம் போடுவாள். “வானரமே, கெணத்தில விழுந்து வச்சு எங்களுக்குப் பழியைக்கொண்டு வந்திடாதே...” கிழங்கள்! எப்போதும் கிழங்கள் இப்படித்தான். விஷயத்தின் தப்பான பக்கங்களையே பார்க்கும் கிழங்கள். மரம் ஏறுகிறாயா? சரி, விழுந்து காலை உடைத்துக் கொள்வாய், தெருவில் நடக்கிறாயா? சரி. வண்டி வந்து உன்மேல் மோதத்தான் போகிறது. குளிக்க ஆற்றில் இறங்குகிறாயா? அப்படியானால், ஆற்றில் மூழ்கிக் கட்டாயம் சாவத்தான் போகிறாய்! கிழங்கள்!

மணிக்குத் தொண்டர்கள் உண்டு. என்னைப்போல மெய்யான தொண்டர்கள். எல்லாம் ஆறு ஏழு வயசுக்குள்ளான தொண்டர்கள். அவர்களையெல்லாம் கூட்டி வைத்துக்கொண்டு பாடம் நடத்துவாள் மணி.

“மணி! நீ வளர்ந்த பின்னால் என்னவாகப் போகிறாய்?”

“நான் டீச்சர் ஆகப் போறேனே!”

மணியின் மனசுக்குள் ஒரு டீச்சர் இருந்தாள். இப்போது யோசிக்கையில் புரிகிறது. கஞ்சி முறமுறப்போடு இஸ்திரி போட்ட வாயில் புடவை; தூக்கிக் கட்டின கொண்டை, ஒரு கையில் குடை, ஒரு கையில் சின்ன பை, பலகார டப்பாவை விழுங்கி வைத்திருக்கும் பை. அவள் பள்ளிக்குப் போவதை மேட்டுத் தெருவே வியந்து வேடிக்கை பார்க்கிறது. நிச்சயமாய், வகுப்புக்குள் அவள் கையில் ஒரு பிரம்பு இருக்காது.

சமயங்களில், இலந்தை மர நிழலில் அவள் வகுப்பு நடத்துவாள். நாலைந்து குட்டி மாணவர்கள். கல்லின் மேல் அமர்ந்து கால் மேல் கால் போட்டுக்கொண்டு மணி உட்கார்ந்திருப்பாள். கீழே தரையில் அந்தக் குட்டிகள் உழக்குகள் மாதிரி உட்கார்ந்திருக்கும். ஒரு சின்ன சவுக்குக் குச்சியைக் கையில் வைத்துக்கொண்டு, அதை அவர்கள் முன் அசைத்து அசைத்து, “என்ன எழுதிட்டையா? உம் சீக்கிரம்” என்றாவது “லட்சுமி, ஏன் பேந்தப் பேந்த முழிக்கிறே... உதை திங்க ஆசையா?” என்றாவது பேசிக்கொண்டிருப்பாள்.

“அது என்னத்துக்கு கையில் குச்சு?” என்பேன்.

“பிரப்பம் பழம் தின்னால்தானே படிப்பு மண்டையில் ஏறுது” என்பாள் மிடுக்காக.

ஒரு நாள் மணியின் பாட்டி சொன்னாள்.

“ஏம்ப்பா மூர்த்தி, இவளுக்கு அடுத்த வருஷத்திலேந்து இங்கிலீஷ் பாடம் உண்டாமே. சும்மா ஆடி வீணாக்கிற நேரத்துல அவளுக்கு நாலு இங்கிலீஷ் வார்த்தைச் சொல்லிக் கொடேன்...”

ஆங்கில மீடியத்தில் படிக்கும் எனக்கு, என் சொற்ப அறிவையும் வாங்கிக் கொள்கிற ஒரு சிஷ்யைக் கிடைத்தால் கசக்குமா என்ன? அதுவும் மணி.

விளக்கு வைத்த பிறகு நாங்கள் படிக்க உட்கார வேண்டும் என்பது ஏற்பாடு. “உம்... பெரீய்ய வாத்தியாரு வந்திருக்காரு...” என்றுதான் மணி என்னை வரவேற்பாள். அந்த அலட்சியத்தோடுதான் உட்காருவேன். “வவ்வவ்வே...” என்றுகூடச் சில சமயங்களில் சொல்வாள்.

‘என் பெயர் மனோன்மணி’, ‘நான் ஐந்தாம் வகுப்பு படிக்கிறேன்’ என்பது போன்ற ஆங்கில வாக்கியங்களைச் சொல்லிக் கொடுக்கும் முன்பே அவளுக்கு ஆங்கிலம் அலுத்து விட்டது. அவள் செல்லமாய் வளர்க்கும் பூனை அவள் காலை உரசிக்கொண்டு ‘மியாவ்’ என்றதும் அதற்கு ஒரு காரணம். பூனையை விடவா ஆங்கிலம் உசத்தி?

“ஆங்... மூர்த்தி... பூனைக்கு என்ன இங்கிலீஷ்?”

“கேட்.”

“கேட்?”

“கேட்... சி. ஏ. டி. கேட்?”

“பூனைக்கு எதுக்குக் ‘கேட்’டுன்னு சொல்லணும். அது மியாவ், மியாவ்னு தானே கத்துது. ‘மியாவ்’னு பேர் இருந்தா நல்லா இருக்குமே! மியாவ்னா பூனை”

எங்கள் வகுப்பு இது மாதிரித்தான் தொடரும். அப்புறம், நாய்க்கு ‘லொள்’ என்று பெயர் வைக்க வேண்டும். குதிரைக்கு ‘ஹி... ஹி’ என்றிருந்தால் நன்றாக இருக்கும் என்பது மாதிரி அவள் அபிப்பிராயங்களை நான் கேட்டுக்கொண்டிருக்கும்படி வகுப்பு நிறம் மாறும்.

ஏழு ஏழரைக்கு மணியின் மாமா சைக்கிளில் வந்து இறங்குவார். அவருக்கு முன் அவசரமாக பீடி வாசனை முந்திக்கொண்டு வரும். கைச் சுருட்டு மாதிரி, கன்னங்கரேலென்று இருப்பார். கொஞ்சம் பருத்த உடம்பு.

"என்னப்பா மூர்த்தி... எப்ப வந்தே...?" என்று முதன் முதலாக என்னைப் பார்க்கும்போது விசாரிப்பார். அப்போது அவர் என்னை விட ஏழெட்டு வயது பெரியவராக இருப்பார். ஆனால், எனக்கு முன் நின்று, முழுசாக ரெண்டு வார்த்தை அவர் பேசியதில்லை.

"என்ன... கிளாஸ் நடக்குதாக்கும்?"

"ஆமா..."

"என்ன கிளாஸ்?"

"இங்கிலீஷ்"

"இவ இங்கிலீஷ் படிச்சு கலெக்டர் ஆகப் போறாளாக்கும்..."

அலட்சியமாக வார்த்தையைத் தூக்கிப் போட்டு விட்டு கொல்லைப் பக்கம் கை கால் கழுவப் போய்விடுவார். ஏன் மணி கலெக்டராகக் கூடாதா? யார்தான் ஆகக்கூடாது. அல்லது ஆக முடியாது?

"சீய்... இந்த மாமா சுத்த மோசம்..." என்று என் காதுக்குள் சொல்வாள் மணி.

கண்காட்சித் திடலை விட்டு, நாங்கள் வெளியே வந்து பஸ் ஸ்டாண்டை நோக்கி நடந்துகொண்டிருந்தோம். மணி கொஞ்சம் கொஞ்சமாக ஒன்றிரண்டு வார்த்தைகளில் தன்னைப் பற்றிச் சொல்லிக்கொண்டிருந்தாள். நான்தான் தோண்டித் தோண்டி வாங்கிக் கொள்ள வேண்டியிருந்தது.

எஸ். எஸ். எல். சி. கூட அவள் எழுதி முடிக்கவில்லை. மாமா சைக்கிள் கடை வைத்திருந்தார். ஆகவே, அவர் சொன்னாராம் சைக்கிள் கடைக்காரனின் மனைவி எஸ். எஸ். எல். சி எதற்காக எழுத வேண்டுமாம்? அவள் என்ன வேலைக்கா போகப் போகிறாள்? வீட்டில் இருக்க வேண்டியவள்தானே அவள். மாமாவின் சம்பாத்தியத்தில், உண்டு வாழ்ந்த அவளால் என்ன செய்யக்கூடும்? பதினாறு வயது மணிக்கும் முப்பது வயது மாமாவுக்கும் கல்யாணம் நடந்து விட்டது.

"அவருக்கு என்னதான் உடம்பு?"

"குடி வயிறு வெந்து விட்டது. வேறென்ன?" என்று சாதாரணமாகச் சொன்னாள் மணி. இருட்டும், அழுது வடியும் தெரு விளக்கும் அவள் முகம் பார்க்க முடியாமல் அடித்து விட்டன.

"சீரியஸா...?"

"அப்படித்தான்"

"எத்தனைக் குழந்தைங்க மணி உனக்கு?"

"நாலு; நாலும் பெண்ணுங்க..."

"....."

"என்ன திடீர்னு அமைதியாயிட்டே..."

"அவர் குடிப் பழக்கத்தை நீ மாத்தியிருக்கணும் மணி"

அவள் சிரித்தாள்.

"யார் யாரை மாத்தறது? யாரையும் மாத்த முடியும்னு நீ நினைக்கிறியா? குழந்தை மாதிரி பேசறியே..."

"மனைவியால் முடியும். அவளால முடியல்லைன்னா வேற யாராலே முடியும்?"

அவள் மீண்டும் சிரித்தாள்.

"நாங்க சும்மா இருந்திருந்தோம்னா ஒருக்கால் அது முடிஞ்சிருக்கும் மூர்த்தி. சோத்துக்கு வழியில்லாமே பாட்டியும் போன பின்னால் சோறு போடறாரேன்னு கழுத்தை நீட்டினவதானே நான். என்னால அவரைக் கண்டிக்க முடியுமா? எதிர்ல நின்று பேசத்தான் முடியுமா? அவர்தான் கேட்டுக்குவாரா என்ன?"

பஸ் ஸ்டாண்டை அணுகி இருந்தோம்.

வரிசைக் கடைகளில் ஒன்றிலிருந்து ஒரு பிஸ்கட் பாக்கெட் வாங்கி என் பையனிடம் கொடுத்தாள் மணி. சங்கர் என்னைப் பார்த்துக்கொண்டே அதை வாங்கிக்கொண்டான்.

"வீட்டுக்கு வந்துட்டுப் போயேன்... சுமதிக்கும் உன்னைத் தெரியும்" என்று நான் சொன்னேன்.

"வர்றேன். இப்ப வேணாம்... ஒருநாள் கண்டிப்பா வர்றன்..."

"எனக்கும் அவங்களைப் பாக்கணும்னு ஆசையா இருக்கு"

"நீ எங்க வீட்டுலயே தங்கலாம் மணி."

"இப்ப நான் இருக்கிற இடமே வசதியாய்த்தான் இருக்கு. அந்த சினேகிதி ரொம்ப நல்லவ தெரியுமா? நீ அவளையும் அவ

புருஷனையும் பார்க்கணும்... உன்னைப் பார்த்த சந்தோஷத்தில, ஒண்ணை மறந்துட்டேன். கண்காட்சியில அவ புருஷன், போட்டோ ஸ்டால் போட்டிருக்கார்... உன்னை அறிமுகப் படுத்தியிருக்கலாம்... மறந்துட்டேன் பாரு... கொஞ்சம் பணம் வேண்டியிருந்தது... வாங்கிட்டுப் போவத்தான் இங்க வந்தது..."

ஆஸ்பத்திரி போகும் வண்டியில் ஏறி உட்கார்ந்தாள்.

"மணி, பணம் ஏதாவது தேவைப்படுமா? என்கிட்டே நீ கேக்கப்படாதா?"

அவள் சிரித்தாள். கண்களின் ஓரம் கசிந்து, மினுமினுத்தது. "இப்போதைக்கு தேவைப்படாது. வேணும்னா, அப்புறம் பாக்கலாம்."

அவள் கணவர் சேர்த்திருந்த பகுதியை விசாரித்துக் கொண்டேன்.

இன்று மாலை நான் ஆஸ்பத்திரிக்குப் போயிருந்தேன். அப்பா ஆஸ்பத்திரியில் இருந்தபோதுகூட நான் அங்கு போய் அவரைப் பார்த்தவன் இல்லை. ஆஸ்பத்திரியின் வாசனையை நான் வெறுக்கிறேன். நோயுற்ற மனிதர்களின் அவஸ்தைகளைக் கண்கொண்டு என்னால் பார்க்க முடியவில்லை.

அந்த மாமாவைப் பார்க்கையில் 'சொரேல்' என்றது. உடம்பில் உள்ள சதைகளையெல்லாம் யாரோ வழித்துக்கொண்டு, எலும்பை மட்டும் போட்டுவிட்டுச் சென்றதுபோல, அவர் சுக்கு மாதிரி கிடந்தார். கண் பாதி திறந்திருந்தது.

மணி சப்தமிட்டு, "பாண்டிசேரி மூர்த்தி வந்திருக்கு... நம்ம வீட்டுக்கு எதிர்ல இருந்தாங்களே, கணக்கப்பிள்ளை... அவர் பேரன் வந்திருக்கு" என்றாள்.

அவர் சிரமப்பட்டு என்னை ஆழ்ந்து கவனித்தார். சில நிமிஷங்களுக்குப் பிறகே என்னைப் புரிந்துகொண்டார். அவர் முகத்தில் லேசான சிரிப்பு மலர்ந்தது.

உடைந்த வார்த்தைகளில் "சௌக்யமா?" என்றார்.

"தாத்தா போன பிறகு நம்ம ஊருக்கு வர்றதே இல்லாமே போய்விட்டது" எனபதாக விட்டு விட்டுச் சொன்னார்.

நான் கொண்டு போயிருந்த பழங்களைப் பார்த்தார். என்னிடம் திரும்பி தலையை அசைத்தார். எனக்கும் புரிந்தது.

இந்தப் பழங்கள் இனி இவருக்குத் தேவைப்படாது என்று தோன்றியது. அவரும் அதை உணர்ந்திருந்தார்.

மணியைச் சுட்டிக் காட்டி மார்பில் கையை வைத்துக் காட்டினார்.

'அவளைப் பற்றித்தான் என்னுடைய கவலையெல்லாம்' என்று சொல்ல முயன்றார் என்று புரிந்தது.

மணி புடவைத் தலைப்பால் முகத்தை மூடிக்கொண்டு குலுங்கினாள்.

அங்கிருக்க என்னால் முடியவில்லை.

வெளியே வந்தேன். மணியும் என்னைத் தொடர்ந்தாள்.

"மணி... நான் வீட்டுக்குப் போய் சொல்லிட்டு உடனே வந்துடறேன். உனக்கு ஒரு துணை இப்போ அவசியம்"

"நான் சிலதைத் தயார் பண்ணிட்டு வந்துடறேன்... கவலைப் படாதே" என்றேன்.

அவள் சிரித்தாள். அர்த்தம் வெளிறிப் போன சிரிப்பு. மகிழ்ச்சியின் சார்பில் மட்டும் தானா சிரிப்பு வரும்? ஆழ்ந்த சோகத்துக்கும் அது வெளிப்படும்.

அவள் குளித்தோ, உடை மாற்றியோ இருக்கவில்லை. சாப்பிட்டும் இருக்க மாட்டாள் என்பது நிச்சயம்.

"வாயேன். ஏதாவது சாப்பிடலாம்..."

"முடியாது மூர்த்தி. வெறும் காபி மட்டும் வாங்கிக் கொடு."

முதல் விழுங்கைப் பல்லைக் கடித்து விழுங்கினாள். அன்று முழுக்க அவள் பருகும் முதல் உணவு அதுவாகத்தான் இருக்கும்.

எனக்குச் சொல்ல வேண்டும் போல் தோன்றியது.

"டீச்சர் ஆகணும்னு ஆசைப்பட்டியே மணி, முடியாமே போயிடுச்சே..."

மீண்டும் அந்தச் சிரிப்பு. காபியை முடித்து, நடந்து வருகையில் சொன்னாள்.

"பாட்டிக்கு நான் பேத்தி. வெறும் குழந்தை. இவளுக்கு என்ன தெரியும்ங்கற நினைப்பு. மாமாவுக்கு நான் அவரோட முறைப் பொண்ணு. என்கிட்டே எப்படியும் நடந்துக்கலாம்ங்கற அதிகாரம்

அவருக்கு இருக்கறதா நினைப்பு. என்னை ஒரு மனுஷியா, யார் நினைச்சுப் பாத்தா? எனக்கும் ஆசைப்பட முடியும்னே யாரும் நினைக்கல்லியே மூர்த்தி"

நான் கிளம்பினேன். நான் போய் பணம் தயார் பண்ணிக்கொண்டு திரும்ப வேண்டும்.

மணி ஆஸ்பத்திரியின் வளைவுக்குள் சென்று மறைந்தாள்.

என்னை வண்டியேற்றி விட்டு, அது கிளம்பித் தெருமுனை திரும்பும் வரைக்கும் விக்கித்து நின்று, வண்டி மறையும் வரை பார்த்துக்கொண்டு நிற்கும் அப்பா ஏன் அப்படிச் செய்தார் என்பதை அப்போதுதான் முதல் முறையாகப் புரிந்து கொள்ள முடிந்தது.

1985

காலம் இனி வரும்

பக்கத்தில், நீளமாய் ஒரு காலை மடக்கியும் ஒன்றை நீட்டியும் சற்றே வாய் பிளந்து, வெற்றிலைக் காவிநிறப் பற்கள் தெரிய கைகளைப் பரப்பியவாறு படுத்துத் தூங்கிக்கொண்டிருந்த பிரபுவைப் பார்த்தாள் சத்யா, 'இரையுண்ட மலைப்பாம்பு படுத்துக் கிடப்பது போல' என அவள் மனதில் சட்டென்று உருவகம் ஒன்று தோன்றி மறைந்தது.

ஒரு பசும் கன்றையோ, அல்லது ஒரு மான் குட்டியையோ விழுங்கி மலைப்பாம்பு, படுத்துச் சீரணிக்கப்படும் பாட்டைத்தான் நேரில் கண்டிக்கிறோமா? இல்லை. பின் எப்படிப் பிரபு படுத்துக் கிடப்பதைப் பார்த்ததும் அவ்வுருவகம் தனக்குத் தோன்ற வேண்டும் என யோசித்தாள் அவள். எங்கோ படித்திருக்கிறாள். படித்தது வாகாக, சரியான இடத்துக்கு வந்து பொருந்தி விட்டிருந்தது.

இவன் மலைப் பாம்புதான், சந்தேகமில்லை. இரைகள் தாமாகவே மலைப்பாம்பின் வாயில் போய் விழுமா என்ன தன்னைப்போல?

அது இருவர்க்கான கட்டில், அறையை அடைத்துப் போட்டிருந்தது. அப்பா சீதனமாகக் கொடுத்தனுப்பியது. பழங்காலத்து ஆகி வந்த கட்டில் என்று அப்பா அதைப் பழுது பார்த்து, வண்ணம் பூசி தன் ஒற்றை மகளுக்குக் குலமோங்கக் கொடுத்தனுப்பி வைத்தார். தற்காலத்துக் கட்டில்களைக் காட்டிலும் உயரத்திலும், அகலத்திலும் அது தாட்டியாகவே இருக்கும். அப்படியே உட்கார்ந்து படுத்துக் கொள்ள முடியாது. கொஞ்சம் எகிறித்தான் உட்கார வேண்டியிருக்கும்.

பிரபு, கைகளை அகல விரித்துக்கொண்டு தூங்கிக் கொண்டிருந்தான். கட்டிலில் இன்னொரு ஜீவனுக்கும் இடம் கொடுக்க வேண்டும் என்கிற உணர்வேயின்றித் தூங்கிக் கொண்டிருந்தான் அவன். என்ன சுருக்கமாய் இவனுக்குத் தூக்கம் வருகிறது! எப்படி வந்தது?

கட்டிலில் ஓரத்தில், முழங்கால் வரை மடித்து அவற்றின் மேல் முகத்தை வைத்துக்கொண்டு உட்கார்ந்திருந்தாள். ரேடியம் பூசிய சுவர்க் கடிகாரம் மணி பதினொன்று என்றது. கீழே கல்யாண வீட்டுச் சந்தடிகள் கொஞ்சம் கொஞ்சமாக அடங்கிக்கொண்டிருந்தன. அவ்வப்போது ஏதேனும் தட்டோ, தாம்பாளமோ விழுகிற ஓசையைத் தவிர, ஊர் அடங்கித்தான் போய் விட்டிருந்தது.

சத்யா, தன் அருகில் படுத்துக் கிடப்பவனைப் பார்த்தாள். அவன் தன் கணவன் என்கிற உண்மை சட்டென உறைக்க, நெருப்பை மிதித்ததைப் போன்று இருந்தது. ஊரை அழைத்து, விருந்திட்டு, அக்கினிசாட்சியாக வேத மந்திரங்கள் கோஷிக்க தன்னை சட்டபூர்வமாக வரித்துக்கொண்ட கணவன். சரியகப் பத்து மணி நேரத்துக்கு முன்னால்தான் அது நிகழ்ந்தது. சரியாக அறுநூறு நிமிடங்களுக்கு முன்னால், அது நிகழ்ந்தது. இன்று காலைதான் அந்தத் திருமணம் நடந்து முடிந்து விட்டிருந்தது. என்ன சுருக்கு? அவளுக்கு மட்டும் ஏன் எல்லாம் இவ்வளவு சுருக்காய் நடந்து முடிந்து போக வேண்டும்?

"அதிர்ஷ்டக்காரி எங்க சத்யா" என்றாள் அம்மா.

சத்யாகூட அந்த வார்த்தைகளைக் கேட்டபோதுதான் அதிர்ஷ்டக்காரி என்றே நம்பினாள்.

உயர்ந்த மதிப்பெண்களோடு கல்லூரிப் படிப்பை முடிச்சி, வேலைக்குப் போயிருப்பேன். "அதுக்குள்ள எதுக்கு அவசரம்... கொஞ்சநாள் போகட்டுமே..." என்றாள் சத்யா.

"குழந்தைக்கு என்ன தெரியும்? எல்லாக் குழந்தைகளும் இப்படித்தான் சொல்லும். எந்தக் குழந்தை வாயைத் திறந்து, அம்மா எனக்குக் கல்யாணத்தைப் பண்ணிவை. உடனே மாப்பிள்ளை பாரு என்று சொல்லும்" என்பது அப்பாவின் கட்சி.

பேசிக்கொண்டிருக்கும் போதே பிரபுவும் பெண் பார்க்க வந்தான். சத்யாவை அவன் பார்த்தானா? பிரபுவைத்தான் அவள்

பார்த்தாளா? பனியனும், சட்டையும், அதன் மேல் கோட்டும் பேன்ட்டும் அணிந்து வந்திருந்தான். “மாதம் இரண்டாயிரத்து ஐநூறு சம்பளம் வாங்குகிறான் அவன்” என்று சொன்னார்கள். மாதம் இரண்டாயிரத்து ஐநூறு பெறுமானமுள்ளவன், அப்புறம் என்ன?

அப்பா ஓடி ஓடிக் கல்யாண ஏற்பாடுகளைச் செய்தார். வயதுக்கு மீறிய ஓட்டம் அது. எல்லா அப்பாக்களும் பெண்ணுக்குக் கல்யாணம் என்றால் இப்படித்தான் ஓடுவார்கள் போலும். கல்யாணமும் நடந்து முடிந்து விட்டது.

இரவு விளக்கு மட்டும் கமரலாக எரிந்துகொண்டிருந்தது. பிரபு புரண்டு படுத்தான். இடுப்பில் இருந்த பட்டு வேஷ்டி வழுக்கி விலகியது. வெறுப்பும், அருவருப்பும் ஒருங்கே சேர்ந்து எழ, செத்த எலியைத் தூக்குவதுபோல முனை விரல்களால் வேஷ்டியைச் சரி செய்து போட்டாள் சத்யா.

பத்து மணிக்கு நேரம் நன்றாக இருப்பதாகக் கணித்து, அவளை அந்த அறைக்குள் தள்ளினார்கள். பெண்கள் வயது வித்தியாசம் இன்றி வெட்கம் இல்லாமல் விரசமாகச் சிரித்தார்கள். ‘சீ’ என்றிருந்தது அவளுக்கு. என்ன வெட்கம் இல்லாத ஜனங்கள். ஓர் ஆணுக்கும் பெண்ணுக்கும் இடையேயான, அந்நியர் யாருக்கும் அறவே சம்பந்தம் இல்லாததான, அந்தரங்கமான, பவித்ரமான ஒன்றுக்கு, இவர்கள் ஏதோ சம்பந்தம் உள்ளவர்கள்போலவும், அதிகாரிகள் போலவும், வெளிச்சம் போட்டு மகிழ்வதும், தன்னை நிர்ப்பந்தம் செய்வதும் என்ன அநாகரிகம் என்று தோன்றியது.

சந்தோஷமோ, ஆர்வமோ, பரபரப்போ கிஞ்சித்தும் இன்றி அறைக்குள் எரிச்சலோடு நுழைந்த அவளைப் புயல் மாதிரி எதிர்கொண்டான் பிரபு.

பிரபு, உங்களுக்கு ரோஜாக்கள் பிடிக்குமா? அழகழகனா மாலைவானம் மாதிரியான, குழந்தைகளின் கன்னங்களைப் போன்ற ரோஜாக்கள். எனக்குப் பிடிக்கும், எதிர் வீட்டுப் பூந்தொட்டிகளைத்தான் நீங்கள் பார்த்திருப்பீர்களே! ரோஜாக்களில் எத்தனை தினுசு உண்டோ அத்தனையும் என் வீட்டில் நான் வளர்க்கிறேன். காலைகளையும், மாலைகளையும் நான் அவற்றுக்கே சமர்ப்பணம் செய்கிறேன். என்ன அற்புதம் அது! மண்ணில் என்ன மந்திரம் இருக்கிறது? யார் இந்த மந்திரக்காரன்? இந்தச் சிறு காம்பில் இந்த உயிர் எப்படித்

தளிராய், இலையாய், மொட்டாய், பரிமாணம் பெறுகிறது? ஐயோ இந்தப் பூக்கள் எப்படி எங்கிருந்து இந்த அழகை வாரிச் சுருட்டிக்கொண்டு வருகின்றன? நம் வீட்டிலும் நாம் ரோஜாப் பதியன் போடுவோம், சரிதானா?

தேங்க்ஸ் பிரபு.

அதென்ன? அன்றைக்குப் என்னைப் பெண் பார்க்க வந்தபோது சுத்த மட்டி நிறத்தில் கோட் போட்டுக்கொண்டு வந்தீர்கள். ஆஷ்கலரில், சிமென்ட் கலரில் கோட் போட்டால் உங்களுக்கு எவ்வளவு ஜம்மென்று இருக்கும்? ராஜா மாதிரி இருப்பீர்கள், சரியா? இனிமேல் அந்த வண்ணங்களையே தேர்ந்தெடுப்பீர்களா? ரொம்ப சந்தோஷம். ரொம்ப தேங்க்ஸ் பிரபு. இப்படி என் உணர்வுகளை நீங்கள் புரிந்து கொள்வீர்கள் என்று நான் எதிர்பார்க்கவில்லை பிரபு. நான் அதிர்ஷ்டசாலிதான். அம்மா வாய்க்குச் சர்க்கரைதான் போட வேண்டும்.

என்ன புத்தகம் படிப்பீர்கள்? ஹெரால்ட் ராபினா? சே எனக்கு என்னமோ அது பிடிக்காது. 'மில்ஸ் அன் பூன்' படிக்கிறவள் இல்லை நான். என்னோட காலேஜ் மேட்ஸ் எல்லாம் இவற்றைத்தான் விழுந்து விழுந்து படிக்கிறார்கள். ஐயோ! சுத்த போர் பிரபு அது.

பொது இடத்தில் நாம் ரொம்ப கண்ணியமாக நடந்து கொள்ள வேண்டும் பிரபு. ரொம்ப 'கப்புள்ஸ்' பார்த்திருக்கேன். பொது இடத்துல உரசிக்கிட்டு, கை கோத்துக்கிட்டு அசிங்கமாக நடந்துக்குவாங்க. நாம் அப்படியெல்லாம் நம் நெருக்கத்தை ஒரு காட்சிப் பொருளா ஆக்கிடக்கூடாது. நம் அன்பு நமக்கு மாத்திரமே தெரியக் கூடியது. அதையெல்லாம் பிறருக்கு நாடகம் மாதிரி காண்பிக்கக்கூடாது என்ன நான் சொல்றது சரிதானா?

அப்பப்பா! என்னைப் புரிஞ்சுக்கக் கூடிய கணவர் எனக்குக் கிடைச்சுட்டார். ரொம்ப ரொம்ப தேங்க்ஸ் பிரபு.

ஆமாம், இந்த சுவத்துக்கெல்லாம் என்ன இப்படி நீலம் அடிச்சு வச்சிருக்கீங்க. இந்த நீலம் ஸ்கூல் யூனிபார்ம் நீலம் பிரபு, லைட்டா கிரீன் ஷேட் அடிப்போமோ? அப்பத்தான் பார்க்க 'டீசென்டா' இருக்கும்.

"ஓகே பிரபு. ஐ லவ் யூ பிரபு. எங்கே என்னை பாருங்க நான் உங்களை கிஸ் பண்ணட்டுமா..."

இப்படியெல்லாம் நடக்கும். நடக்க வேண்டும் என்றுதான் கற்பனை செய்திருந்தாள் சத்யா. அப்படியெதுவும் நடக்கவில்லை.

அவளை அவன் புயல் மாதிரிதான் எதிர்கொண்டான். என்ன நடக்கிறது என்று அவள் நிதானிக்கு முன்பே, அவள் உடம்பில் துணி எதுவும் இன்றி இருந்தாள்.

குளிக்க அழும் குழந்தையைக் குளிப்பாட்டும் ஓர் அம்மாவின் முரட்டுத்தனமும், இரவு இரண்டாம் ஷிப்ட்டுக்குப் போகிறவன் அவசர அவசரமாகச் சாப்பிடுவது போலவும், அது நடந்து முடிந்திருந்தது.

காலம் காலமாக, இந்த மண்ணில் பிறந்த பெண் எதைக் காப்பாற்றி வைத்துக் கொள்ள வேண்டும் என்று கற்பிக்கப்பட்டு வந்ததோ, உயிரை இழந்தாலும் எதை இழக்கக்கூடாது என்று உபதேசிக்கப்பட்டு வந்ததோ அதைச் சில நிமிடங்களுக்குள் இழந்து விட்டாள் சத்யா.

ஒரு முழு டம்ளர் பாலை ஒரு சொட்டும் பாக்கி வைக்காமல், குடித்து விட்டு நிம்மதியாகத் தூங்கிக்கொண்டிருந்தான் பிரபு.

சத்யாவுக்குப் பசித்தது. ஆனாலும் எதுவும் சாப்பிடப் பிடிக்கவில்லை. பசியை அடக்கி, 'ஐயோ, ஒரு மூர்க்கனுக்கா தான் மனைவியானோம் என்று தோன்றி வயிறு சில்லிட்டது. இவனுக்கு மனைவியாய், ஓர் ஆயுள் முழுக்க எப்படி வாழ்வது? இவன் குழந்தைகளுக்குத் தாயாகி அந்தப் பாவச் சுமைகளை எப்படித் தாங்குவது?'

தான் மோசம் போய்விட்டோம் என்று நினைத்தாள் சத்யா. இந்த எண்ணம் தோன்றிய மாத்திரத்தில் உடம்பு சிலிர்க்க, அப்பாவும் அம்மாவும் நினைவில் தோன்றினார்கள். "அம்மா, கடைசியில் என்னை இவன் கையில் பிடித்துக் கொடுத்துவிட்டாயே" சத்யா, தன்னையும் மீறிக் குலுங்கி அழலானாள்.

விடிவது தெரிந்தது. ஜன்னலுக்கு வெளியே மஞ்சள் சுண்ணாம்பு வெளிச்சம் பரவ, சத்யா எழுந்து அறைக்குள் இருந்த குளியல் அறைக்குள் நுழைந்தாள். ஷவரைத் திறந்து உடம்பு, மனசில் வெப்பம் குறைய குளித்தாள். நினைக்காமலும்கூடக் கண்ணீர் மாத்திரம் அவ்வப்போது வழிந்துகொண்டே இருந்தது.

குளித்து முடித்ததும், உடம்பும் மனசும் லேசாகி விட்டது போல் இருந்தது. புதிய வீட்டில் புதிய சூழ்நிலையில் முதல் நாள் வாழ்வை துவங்குகிறோம் என்கிற உணர்வில் கீழே இறங்கி வந்தாள்.

அடுப்பறையில் அத்தை மாத்திரம், காப்பி போட்டுக் கொண்டிருந்தாள். சத்யாவைப் பார்த்தும், தலையைத் திருப்பிக் கொண்டு வேலையில் ஆழ்ந்தாள்.

"நான் போடறேன் அத்தை" என்றாள் சத்யா.

"கொஞ்சம் சீக்கிரமா எழுந்திடனும் சத்யா. வயசுப் பொண்ணு ஒன்று சமைஞ்சு கல்யாணத்துக்குக் காத்திருக்கிற வீடு இது. எப்போ பார்த்தாலும் மேல பெட்ரூமிலே இருக்கறது நல்லா இருக்காது. ராத்திரி எல்லாரும் படுத்தப் பிறகுதான் மேலே போகணும். காலைல எல்லாரும் எழுந்திருக்கிறதுக்கு முன்னால, நீ எழுந்து வந்து காப்பி போடணும்..." என்றாள் அத்தை. நிதானமாகத்தான் சொன்னாள்.

சத்யாவுக்கு யாரோ சாட்டையால் அடித்தது போல் இருந்தது. நடு வீதியில் துணி நழுவினது மாதிரி கூசிப் போய்விட்டாள். நெஞ்சு குமுறிக்கொண்டு அழுகை வந்தது. அழக்கூடாது, அழுதால் தன் பலவீனம் வெளிப்பட்டுப் போகும். பல்லைக் கடித்துக்கொண்டு விழுங்கினாள். ஒன்று மட்டும் புரிந்தது. இந்த வீட்டில் புருஷன் ஆதரவு ஒன்றுதான் அவளைக் காப்பாற்ற முடியும். ஐயோ, அவன் நல்லவனாக இருக்க வேண்டும்.

காப்பியை எடுத்துப் போய், படுத்துத் தூங்கிக்கொண்டிருந்த பிரபுவின் தங்கைக்கு அவளை எழுப்பிக் கொடுத்தாள்.

"குட்மார்னிங் அண்ணி" என்றாள் அவள். சத்யாவின் மனம் குளிர்ந்தது. இவள் ஒருத்தியாவது நல்லவார்த்தை பேசுகிறாளே! மனம் பாரம் குறைந்தாற்போலவும் இருந்தது.

"பஸ்ட் கிளாஸ் காப்பி அண்ணி" என்றாள் அவள் மீண்டும்.

சத்யாவுக்கு முதல் முறையாக, சந்தோஷத்தால் சிரிப்பு வந்தது. "அண்ணி! நீங்க சிரிச்சா ரொம்ப அழகா இருக்கீங்க" என்றாள் அவள். தொடர்ந்து, சத்யா பிரபுவை நினைத்துக்கொண்டாள். அவன் சொல்ல வேண்டியதை அவன் தங்கை சொல்கிறாள். அவன் பல் வரிசையைக்கூடத்தான் பார்க்காதது ஞாபகம் வந்தது. முகத்தைக்கூட முழுமையாகப் பார்க்காது, ஒருவனுக்கு மனைவியாக நேர்ந்த துரதிருஷ்டம் மனசை வருத்தியது.

காப்பி எடுத்துக்கொண்டு, படுக்கை அறைக்கு வந்தாள் சத்யா. அவன் விழித்துக்கொண்டிருந்தான். படுக்கையில் இருந்தவாறே மேலே சுற்றுகிற ஃபேனையே பார்த்துக்கொண்டிருந்தான்.

சத்யாவைப் பார்த்ததும் அவன் சிரித்தான்.

கௌரவம் இல்லாத சிரிப்பு. வேறு எவற்றையோ ஞாபகப் படுத்துகிற சிரிப்பு. ஆடையில்லாத சிரிப்பு.

அவளுக்கு எரிச்சல் வெளிப்பட்டது மீண்டும்.

காப்பியைக் கையில் கொடுத்தாள். அவன் ஒரு வாய் பருகியதும் கேட்டாள்...

"காப்பி நல்லா இருக்கா..."

"ப்ஸ்" என்கிற அலட்சியமான, அர்த்தமற்ற பதில் அவனிடமிருந்து வந்தது. ஏமாந்து போனவளாய் நின்றாள் அவள். கையைப் பிடித்து அருகே இழுத்தான். இழுத்த கையை பலம்கொண்ட மட்டும் உதறிக்கொண்டு அறையை விட்டு வெளியே வந்தாள் சத்யா.

"அவன் 'ஏய்' என்றான்"

அவள் நின்று திரும்பி, "என் பெயர் ஏய் இல்லை சத்யா. என் பேராவது உங்களுக்குத் தெரியுமா" என்று விட்டு, ஏனோ சுவரில் முகத்தைப் புதைத்துக்கொண்டு "அம்மா... அம்மா..." என்று அழுதாள் சத்யா.

வினோதமான வீடாய் இருந்தது அது. அத்தை அவள் பாட்டுக்குச் சாப்பாடு, தூக்கம் என்றிருந்தாள். அவளுக்கு ஏனோ கேஸ் அடுப்பு என்றால் பயம். ஸ்டவ்தான் உபயோகிப்பாள். குளிக்க என்று எப்போதும் விறகு அடுப்பு எரிந்துகொண்டேயிருக்கும். எல்லோரும் சுடு நீரிலேயேக் குளித்தார்கள். பிரபுவின் தங்கையோ கல்லூரி நேரம் போக கதைப் புத்தகங்களில் லயித்து விடுவாள். அவளுக்கு அவன்தான் துணை, வடிகால் எல்லாம். பிரபுவுக்கு எல்லாமே சூடா இருக்க வேண்டும். எப்போது சாப்பிட உட்கார்ந்தாலும் ஆவி பறக்க வேண்டும்.

சத்யா தரையில் இருந்த ஸ்டவ்வில் தரையில் உட்கார்ந்து தோசை வார்த்துக்கொண்டிருந்தாள். எதிரில் பிரபு உட்கார்ந்து சாப்பிட்டுக்கொண்டிருந்தான். பக்கத்தில் சுடு தண்ணீருக்காக விறகடுப்பு எரிந்துகொண்டிருந்தது.

அவளுக்கு அவனிடம் பேச நிறைய இருந்தது, பேசத்தான் நேரம் இல்லை. இரவு படுக்கைக்குப் போகும் முன்பு பேசலாம் என்று இந்த மூன்று நாளும் நினைத்துத் தோற்றுப் போயிருந்தாள். பிரபு படுக்கை அறைக்கு நுழையும் முன்பே, மனத்தை விகாரமாக்கிக்கொண்டே நுழைந்தான். பேசி அவன் கேட்கும் நிலையில் இல்லை. இதுவே உகந்த நேரம் என்று தோன்றியது. அத்தை தோட்டத்தில் இருந்தாள். பிரபுவின் தங்கையோ ஏதோ ஒரு கதை உலகத்தில் ஆழ்ந்து போயிருந்தாள் அவள் அறையில்.

"ஒரு விஷயம் உங்ககிட்டே சொல்லணுமே" தோசை சாப்பிட்டுக் கொண்டிருந்தவன் தலை நிமிர்ந்தான்.

"இன்னியோட லீவ் முடியுது. ஆபீசுக்கு போவணும்."

"நீ வேலைக்குப் போக வேண்டாம். வேலையை ரிசைன் பண்ணிடு."

திடுக்கிட்டுப் போனாள் சத்யா. இந்த வீட்டில், இந்த அத்தையோடு ஒரு நாள் முழுக்க எப்படி அவளால் இருக்க முடியும்?

"ப்ளீஸ்! நான் சொல்றதைக் கேளுங்க. நான் வேலைக்குப் போகத்தான் ஆசைப்படறேன். வீட்டிலேயே மொட்டு மொட்டுன்னு இருக்க என்னால முடியாதுங்க... அதோட ஆபீசும் டீசன்டான ஆபீஸ். வேலை செய்யறவங்களும் நல்ல மாதிரி. சம்பளமும் ஆயிரத்து ஐநூறு வருது. எதுக்கு இழக்கணும். வந்தா, குடும்பத்துக்குச் சௌகரியம்தானே?"

"லுக்" என்றான் பிரபு. தோசையைப் பிட்டவன் அவளைப் பார்த்தான்.

"பொட்டச்சி வேலை செய்து சம்பாதிக்க வேண்டிய கட்டாயம் எனக்கு இல்லை... நான் ஆம்பிளை, நான் சம்பாதிக்கிறதே போதும். பொம்பளையா, லட்சணமா வீட்டுல கிட..."

சுருக்கென்றது. ஆபீஸில் அந்த எட்டு மணி நேரத்திலாவது சுதந்திரமாக இருக்கலாம் என்று இந்த மூன்று நாளாய்த் தோன்றி இருந்த ஆசை இப்படிக் கருவிவிட்டதே... "சுடு தண்ணிரெடி..."

எரிந்துகொண்டிருக்கும் அடுப்பிலிருந்து, டம்ளரில் சுடுநீர் எடுத்து அவனுக்குக் கொடுத்த சத்யா, அடுப்பில் கட்டையைச் சொருகி தீயை மட்டுப்படுத்தினாள்.

"பிரபு, ப்ளீஸ் என்னைப் புரிஞ்சுக்குங்க... எனக்குக் கட்டாயம் வேலைக்கு போகணும்..." என்றாள் மென்மையாகவும், கெஞ் சலாகவும்.

"எனக்குப் பிடிக்காததை நீ செய்யக்கூடாது. நான் சொல்றபடிதான் நீ கேட்கணும். பொட்டச்சியா, லட்சணமா வீட்டோட இரு. நீ எதுக்கு ஆபீஸ் போறே? எனக்குத் தெரியாதா? அங்கக் கண்டவனோட ஆட்டம் போடலாம்னு தானே? உங்களையெல்லாம் எனக்குத் தெரியுன்டி..."

அவள் அவனைப் பார்த்தாள். ஓர் அம்மிக்கல் கிடப்பதுபோல சாணக் குவியலைப்போல அவன் இருந்ததாக அவளுக்குப் பட்டது.

"ஷிட்... இப்படிப் பேச உங்களுக்கு வெட்கமா இல்லே... சீ... ரௌடி மாதிரி பேசறீங்களே... நீங்க படிச்சவங்க தானே..."

"என்னடி சொன்னே..." என்று எழுந்தவன், நின்றவாறு உட்கார்ந்திருந்த அவளை உதைத்தான். சரியாக அவள் வயிற்றில் பாய்ந்தது அந்த உதை. அவள் பந்து மாதிரி சுவரில் மோதிக்கொண்டாள். தலை சுவரில் மோதியது.

"ஐயோ" தலையைப் பிடித்துக்கொண்டாள் சத்யா. பின் மண்டையிலிருந்து வழிந்த இரத்தம் பின் கழுத்தையும், முதுகையும் நனைத்தது.

"என்னை அடிக்காதீங்க பிரபு. என்னைப் புரிஞ்சுக்குங்க பிரபு. என்னால இந்தச் சூழலுக்குத் தயார் பண்ணிக்க முடியல்லைங்க. எனக்குக் கொஞ்சம் டைம் கொடுங்க..." என்றவாறு அவன் கால்களைக் கட்டிக்கொண்டு அழுதாள். கால்களை உதறியவன், அதே வேகத்தில் அவளை உதைத்தான். சாய்ந்து விழுந்தவளைப் பின்னும் அவள் தலைமயிரைப் பிடித்துத் தூக்கி, தன் பலம்கொண்ட மட்டும் ஓர் அறை விட்டான்.

"எவனையோ உன் மனசுல வச்சிக்கிட்டுத்தானே, என் கிட்டே சரியா நடந்துக்க மாட்டேங்கறே... உம்முனு நைட்ல மூஞ்சைத் தூக்கி வச்சிக்கிட்டு இருக்கறே... சரியா என்னோட 'கோவாப்ரேட்' பண்ணமாட்டேங்கறே... தேவடியா சிறுக்கி..."

தரையில் கவிழ்ந்து படுத்து அழுதுகொண்டிருந்தவள், சட்டென்று தலையைத் தூக்கி "ஸ்டாப் இட்... இது வரைக்கும் நீ சொன்ன மாதிரிதான் ஒன்றும் தப்பு பண்ணிடலை. இனிமேதான்

பண்ணனும். நான் தப்புப் பண்ணினா அதுக்கு நீதாதன் காரணம்..." என்றாள்.

எங்கோ காயம்பட்டு, எப்படி எப்படியோ எரிந்துகொண்டிருந்த பிரபுவுக்கு இது மேலும் கோபத்தைக் கிளப்பி விட "என்ன சொன்னே... தப்புப் பண்ணுவியோ" என்று பாய்ந்தான்.

சத்யா, தன் பலம் அனைத்தும் சேர்த்து எழுந்து நின்றாள்.

"கீப் தி லிமிட்... இனி உன் கை என் மேல் பட்டதோ நான் மோசமா நடந்துக்குவேன்" அவனை நோக்கி எச்சரித்தாள் சத்யா.

"என்னடி செய்வே" என்று அவள் தலைமயிரைப் பிடித்து இழுத்து, கழுத்தில் மிருகத்தனமாக அறைந்தான் பிரபு.

அம்மா என்று அலறிக்கொண்டு கீழே விழுந்தாள் சத்யா. விறகடுப்பு அவள் நேரே இருந்தது. திகுதிகு என்று நின்று எரிந்துகொண்டிருந்த அந்த ஜுவாலை என்ன உணர்த்திற்றோ?

அந்தக் கணம் அது நிகழ்ந்தது.

எரிந்துகொண்டிருந்த கொள்ளிக் கட்டையைக் கையில் எடுத்தாள் சத்யா. கட்டை தீப்பற்றி சிவப்பு நாக்குகளோட சடச்சடவென்று வெடித்துக் கொழுந்து விட்டெரிந்துகொண்டிருந்தது.

பிரபு அவள் கைகளைச் சுற்றி அக்கட்டையைப் பிடுங்க முயற்சித்தான். கையைத் திமிறி விலக்கிக்கொண்ட சத்யா, அக்கொள்ளிக்கட்டையால் ஓங்கி அவன் முகத்தில் அடித்தாள்.

"ஐயோ!" என்று ஒரு பெரும் அலறல் அவனிடமிருந்து எழுந்தது.

1985

தந்தையும் மகனும்

நீங்கள் செய்திப் பத்திரிகை படிக்கிறவரா? படிக்கிறவர் என்றால் உங்களுக்குப் பெரு வழுதியைத் தெரிந்திருக்குமே. பெருவழுதி எதிர்க் கட்சிக்காரர்களுக்கு விட்ட சவால், வெள்ளத்தால் பாதிக்கப்பட்ட ஏழைகளுக்குப் பெருவழுதி துணி மற்றும் சோற்றுப் பொட்டலங்கள் வழங்கியது, இந்தி எவ்வுருவில் அன்னை நாட்டில் நுழைந்தாலும் உயிரையும் கொடுத்து அதைத் தடுத்து நிறுத்துவேன் என்று அறிக்கை வெளியிட்டுள்ள பெருவழுதி...

ஞாபகம் வந்து விட்டதா?

அந்தப் பெருவழுதியைத்தான் சொல்கிறேன். அவருடைய கதைதான் இது.

நான் தமிழ்க் கல்லூரியில் சேர்ந்த புதிது. விடுதி பிடிக்காமல், கல்லூரிக்கு எதிரிலேயே இருந்த குதிரைக்கட்டித் தெருவில் ஒரு வீட்டு மாடியில் குடியிருந்தேன். தெருவை ஒட்டி ஒரு சின்ன அறை. அதில் மூன்று சைக்கிள், ஒரு சின்ன சைக்கிள் வைத்து வாடகை மிதிவண்டி நிலையம் நடத்திக்கொண்டிருந்தான் கோபாலு.

பெருவழுதியின் பூர்வஜென்மத்துப் பெயர்தான் கோபாலு. கடைக்குப் பெயர்பலகை உண்டு. பெயர்ப்பலகை கடையைவிடப் பெரியதாக இருக்கும். “அஞ்சா நெஞ்சன் அழகிரிசாமி மிதிவண்டி நிலையம். உரிமை பெ.தி. பெருவழுதி” என்று எழுத்து ஒவ்வொன்றும் ஒரு ஜாண் இருக்கும், பெயர்பலகையில்.

என்னைக் கோபாலிடம் ஈர்த்த அம்சம் அவன் கடைக்கு வாங்கிப் போடும் பத்திரிகைகள்தான். விடுதலை, மாலை மணி, முரசொலி என்று எல்லாப் பத்திரிகைகளும் அவன் வரவழைப்பான். இவற்றைப் படிக்க என்றே அவன் கடைக்கு நான் போவது வழக்கமாயிற்று.

எனக்கும் கோபாலுக்கும் இருந்த சினேகிதம் ரொம்ப உண்மையானது, கௌரவமானது. தமிழின் மேல் அவனுக்கிருந்த ஈடுபாடும் ரொம்ப உண்மையானது. தமிழ்ப் படிக்கிறவன் என்பதால் அவனுக்கு என்மேல் அன்பு. வித்தியாசமானவன் என்பதால் அவனிடம் எனக்கு ஈடுபாடு. பத்திரிகைகளில் வெளிவரும் பிரமுகர்களின் சொற்பொழிவுகளைப் படித்தே தன் அறிவை வளர்த்துக்கொண்டிருந்தான் கோபாலு. அதோடு சங்க இலக்கியங்கள் சிலவும் வாங்கி வைத்திருந்தான். பாட்டுக்களைப் பிரித்து பொருள் அறிந்து படிக்க அவனுக்குச் சொல்லிக் கொடுத்தேன். அதனால் என்னை அவனுடைய ஆசிரியனாகவே கருதி வந்தான்.

காலை தூங்கி எழுந்தவுடனே கீழே இறங்கி அவன் கடைக்குத்தான் வருவேன். கோபாலும் கடையைத் திறந்து வைத்து விட்டு எனக்காகக் காத்திருப்பான். இரண்டு பேரும் போய் டீ குடித்து விட்டுத் திரும்புவோம். நான் சிகரெட்டைப் பற்ற வைத்துக்கொண்டு வந்திருக்கும் காலைப் பத்திரிகைகளைப் படிப்பேன். அவன் வெள்ளை ஜிப்பாவையும் வேட்டியையும் அவிழ்த்து வைத்து விட்டு, கைலி பனியனோடு சைக்கிள்களைத் துடைக்கத் தொடங்குவான்.

பத்திரிகைகளைப் படித்து முடித்து மாடிக்கு வந்த உடனேயே திப்பிலியார் என்னைத் தேடி வருவார். கோபாலுவின் தந்தை. விளம்பரப்பலகையில் இடம் பெற்றுள்ள பெ. தி. க்கு விளக்கம், பெருமானேரி திப்பிலியார்.

அவர்தான் வந்தார். கோபாலுவிடம் எனக்குப் பிடிக்காத புரிந்து கொள்ள முடியாத ஒன்று இதுதான். விருந்தோம்பும் குணத்தில் அவன் சிறந்தவன். கடைக்கு வருகிற அத்தனை பேருக்கும் டீ வாங்கித் தருவான். சாயங்காலங்களில் ராமையர் கிளப்பில் டிபன்கூட வாங்கித் தருவான். பெற்ற அப்பனை வயசான காலத்தில் டீக்குக்கூட பிறர் கையை எதிர்பார்த்து நிற்க வைத்தான்.

திப்பிலியார் நாலணாவை வாங்கிக்கொண்டு நகர்ந்தார். "இருங்க..." என்றேன். அவர் நின்றார். இளைத்துப் போன உருவம், அந்தக் காலத்தில் உடலில் பலமும், கையில் வசதியும் இருந்த காலத்தில் போஷித்து வளர்க்கப்பட்ட பெரிய சுருண்ட மீசை மட்டும், திப்பிலியாரின் அந்தக் காலத்துப் பெருமையின் மிச்சமாக இருந்தது. துண்டு மட்டும் உடம்பில் அழுக்கான நாலுமுழ வேட்டி இடையில் ஓடி ஆடித் தொழில் செய்யமாட்டாது உடம்பு தளர்ந்திருந்தது. வெட்கம் கலந்த முகத்தோடு சாய்வாகத்தான் என்னைப் பார்ப்பார்.

"நேத்து ராத்திரி சாப்பிட்டீங்களா...?" என்றேன். தலையைக் குனிந்துகொண்டு சும்மா நின்றிருந்தார்.

"என்கிட்ட வந்திருக்கலாமே..." ஏறிட்டு என்னைப் பார்த்து "சும்மா உங்களைத் தொந்தரவு பண்ண வேண்டாம்னுதான்..." என்றார்.

"எனக்கு ஒரு தொந்தரவும் கிடையாது. அப்படி இனிமே நீங்க நினைக்க வேணாம். ஒன்னு ரெண்டு உங்களுக்குக் கொடுக்கிறதுல எனக்கொன்னும் குறைஞ்சிடாது" என்று சொல்லிவிட்டு ரெண்டு ரூபாய் கொடுத்தேன். வாங்கிக்கொண்டு போனார்.

*

அப்பனையும் பிள்ளையையும் சேர்த்து வைத்து விட வேணும் என்று நான் முயற்சி செய்தேன். முதலில் அப்பாவைத் தொட்டேன். அவர் சொன்னார், "தம்பி... என்னவோ எங்கேயோ போட்டுக் கிட்ட முடிச்சு அது. ரொம்பப் பழைய முடிச்சு. எம் பகுதிக்குக் கொஞ்சமும், அவன் பகுதிக்குக்

கொஞ்சமும், முடுச்சே சிடுக்காக்கிட்டோம். நீங்க அவிழ்க்கிறது கஷ்டம். அந்த முயற்சியில் உங்க சினேகிதத்துக்குப் பழுது வந்துறக்கூடாது!"

திப்பிலியார் தனக்கு முன் இருந்த காப்பியை விழுங்கினார். நாங்கள் ராமையர் கிளப்பில் உட்கார்ந்திருந்தோம்.

"இப்போ என்ன பண்ணிக்கிட்டிருக்கீங்க?" என்றேன்.

"வீடு, நிலம் தரகு பண்ணிக்கிட்டிருக்கேன் தம்பி. வெள்ளையும் சள்ளையும் கொஞ்சம் வசதியுமா இருந்து இந்தத் தொழில் பண்ணா, நல்லாவே காசு பண்ணலாம். அழுக்குத் துண்டும், கரி வேஷ்டியுமா போய் நின்னா நம்ம வார்த்தையை மதிக்க

மாட்டாங்க யாரும். அஞ்சு கொடுக்கிற இடத்துல ரெண்டுதான் கையில் வரும். வயிறு நிறைய சாப்பிட்டுப் போனா, சாப்பாடு உபசாரம் கிடைக்கும். பட்டினியும் பசியுமா இருந்தா யாரும் சாப்பிட்டியான்னுகூடக் கேக்க மாட்டாங்க...”

தன் தொழில் சூழ்நிலையைச் சொல்லிக்கொண்டிருந்தவர் தொடர்ந்து சொன்னார்:

“அது கெடக்கட்டும் தம்பி... கோபாலு எனக்கு மகனா இருக்கிறதுனால, அவன்தான் என் அந்திக் காலத்துல சோறு போடணும்னு என்ன நியதி சொல்லுங்க...? தென்னங்கன்றுக்குத் தண்ணி பாய்ச்சறது இளநீ குடிக்கவா? அப்படி நினைச்சுக்கிட்டுத் தண்ணீ ஊத்துறதே தப்பு. குருத்தை வாட விடக்கூடாது, குருத்து வாடுனா, வாடற இடத்துல மனுஷங்க இல்லேன்னு அர்த்தம்...”

“சரிங்க... பெத்த அப்பனுக்குச் சோறு போடறது பிள்ளைங்கக் கடமை இல்லியா...”

திப்பிலியார் தலையை அசைத்தார். “இல்லீங்க... அப்பன் பிள்ளைக்குச் சோறு போடறதுதான் கடமை. பச்சைக் குழந்தைக்கு அப்பன் தானே பொறுப்பு. வளர்ந்துட்டா தள்ளாத காலத்துல புள்ளை அப்பனை ஆதரிக்கறது நன்றி உணர்ச்சிங்க... அது எல்லாருக்கும் இருந்தாகணும்னு கட்டாயம் இல்லீங்க... அத என்னாட்டம் அப்பன் எதிர்பார்க்கிறது அசிங்கம் தம்பி...” என்றார்.

காப்பியில் நனைந்த மீசையைத் துடைத்து மேலேற்றி விட்டுக்கொண்டார். திப்பிலியார் முகத்தில் மட்டும் என்னவோ, வறுமை கோடு கிழித்துச் சிறுமைப்படுத்தவில்லை. ஆச்சரியம்தான். வாழ்ந்து கெட்டவர்களின் முகத்தில் மட்டுமே தெரியும் வளமை திப்பிலியார் முகத்தில் இருந்தது.

மறுநாள், அதே ராமையர் கிளப்பில் கோபாலுடன் பேசினேன். பஜ்ஜியும், ரவாதோசையும், சாப்பிட்டு முடியும் வரை நானேதான் பேசிக்கொண்டிருந்தேன். கோபாலு கேட்டுக்கொண்டிருந்தான். கடைசியாக “பச்... விடுங்க சார்...” என்றான். அவன் முகம் வருத்தத்தைக் காட்டியது. அந்தக் குரல், ‘இந்த விஷயத்தை நீங்கள் பேச வேண்டாம்...’ என்பதாகவும் இருந்தது. ‘இது என் சொந்த விஷயம். நீங்க ஏன் தலையிடுகிறீர்கள்’ என்பதாகவும் இருந்தது. ஆக முடுச்சி மிகச் சிக்கலாகத்தான் விழுந்திருக்கிறது என்று நினைத்துக்கொண்டேன். இந்த ஒரு விஷயத்தில் மட்டும்,

எனக்குக் கோபாலுவின் மேல் வருத்தம் இருக்கத்தான் செய்தது. நான் தஞ்சையில் இருந்த அந்த ஐந்து ஆண்டுகளில் அவன் வளர்ச்சி என்னை மிகவும் மகிழ்வடையச் செய்தது.

*

நூறாண்டுப் பாரம்பரியம் உள்ள ஆளுங்கட்சிக்கு எதிர் அணியில் இருந்த ஒரு கட்சியின் தொண்டனாக வாழ்க்கையைத் தொடங்கினான், கோபாலு. குடியிருந்த தெருவிலும், தொழில் செய்த குதிரைக்கட்டி தெரு பகுதியிலும், ஒரு 'கட்சிக்காரனாக' முதலில் அறியப்பட்டான். வசீகரமான முகம். இனிமையான வாய்ப்பேச்சு, ஒல்லியான நெடுநெடுவென வளர்ந்த மஞ்சள் நிற உடம்பு. கத்தரித்து விடப்பட்ட அரும்பு மீசை, கலைஞர் கருணாநிதி மாதிரி நேர்வகிடு, உள் பனியன் தெரிகிற மாதிரி மெல்லிய வெள்ளை ஜிப்பா, கட்சிக் கொடியை நினைவு படுத்தும் வெள்ளைக் கைத்தறிக் கரை வேட்டி இவையெல்லாம் சேர்ந்து அவனை மற்றவரிடமிருந்து தனிப்படுத்தின. எல்லாவற்றிலும் மேலாக அவனது மேடைப் பேச்சுத் திறம் பல நண்பர்களையும், மாவட்ட அளவில் தலைவராய் இருந்த ஒரு பிரமுகரின் நட்பையும் அவனுக்குச் சம்பாதித்துக் கொடுத்தன. நாங்கள் இருந்த பகுதியில், அவன் சார்ந்திருந்தக் கட்சிக் கூட்டங்கள் எது நடந்தாலும் அக்கூட்டங்களில் கட்சித் தலைவர் மேடைக்கு வருவதற்கு முன்பு கூட்டம் சேர்க்க, அல்லது சேர்ந்த கூட்டத்தைத் தக்க வைக்கக் கோபாலுவைப் பேசச் செய்தார்கள். கோபாலுவும் வாய்ப்பை மிக ஒழுங்காகப் பயன்படுத்திக்கொண்டான்.

'அஞ்சா நெஞ்சன் அழகிரிசாமி மிதிவண்டி' நிலையத்தில் மாலைக் காலங்களில் ஓர் இளைஞர் கூட்டம் மொய்க்கத் தொடங்கியது. எல்லாருமே கோபாலுவை 'அண்ணே... அண்ணே' என்று அழைக்கத் தொடங்கினார்கள். கடைத் தெருவில் பரம்பரையாகக் கடை வைத்து நடத்தும் செட்டியார்கள், பிள்ளைமார்கள் கோபாலுவைப் பார்க்க நேர்ந்தால் எழுந்து நின்று வணக்கம் செய்தார்கள். கோபாலுவின் வளர்ந்து வரும் செல்வாக்கை நேரில் பார்க்கும் சந்தர்ப்பம் ஏற்பட்டது.

கடை வீதியில் வெ. ப. குழ கதிரேசன் செட்டியார் முக்கியப்புள்ளி. கதர்ச்சட்டைக்காரர். தேசியமும் முதலாளியமும் ஒன்று சேர்ந்த மனிதர். லட்சங்களில் வரவு செலவு பண்ணக் கூடியவர். அவர் கடையில், வேலை செய்த பையனை என்னவோ காரணம் சொல்லி, லாக் அப்பில் அடைத்து விட்டார்கள்.

செட்டியாரே போலீஸ் நிலையத்திற்குப் போயிருந்தால் காரியம் முடிந்திருக்கும். அவரோ போலீஸ் ஸ்டேஷன் படியை மிதிப்பது தேவடியாள் வீட்டுக்குப் போவதைப் போல் என்று கருதிக் கூச்சப்பட்டுக் கோபாலுவிடம் வந்தார். கோபாலவுக்கே உதப்பல்தான். தனக்கு அந்த இடத்திலும் செல்வாக்கு இருக்கக் கூடும் என்று அவன் எதிர்பார்க்கவில்லை. என்னையும் துணைக்குக் கூப்பிட்டான். நானும் உடன் போனேன்.

விஷயம் ரொம்பச் சின்னதுதான். ஏட்டு சுப்பையா, பனை வெல்லம் கேட்டிருக்கிறான். செட்டியார் கடையில் இருக்கிற நேரத்தில், ஏட்டு மாதிரி ஊர்ச் சர்வாதிகாரிகளிடம் காசு வாங்காமலே சரக்குப் போடுவார். பையன் இளவட்டம்தானே. "காசு கொடு" என்று கேட்டிருக்கிறான். பனைவெல்லத்துக்கு காசு கேட்டது, ஏதோ கெட்ட வார்த்தைச் சொல்லி திட்டியதுபோல இருந்திருக்கும் போலும் ஏட்டுவுக்கு. பையன் ரெண்டாவது ஆட்டம் சினிமாவிட்டு திரும்புகிற நேரத்தில் மடக்கி, 'சந்தேக கேஸ்' போட்டு லாக் அப்பில் அடைத்து விட்டார்.

நாங்கள் போகும்போது ஏட்டுதான் ஆசனத்தில் அமர்ந்திருந்தார். கோபாலைக் கண்டதும், எழுந்து சல்யூட் அடித்து உட்காரச் சொல்லி உபசரித்தார். கோபால் என்னை அவருக்கு அறிமுகப்படுத்தினான். நான் மாணவன் என்பதால், என்னை அவ்வளவாக அவர் கண்டு கொள்ளவில்லை. ஒரு போலீஸ்காரனை அனுப்பி டீ வாங்கிவரச் சொன்னார். ஸ்பெஷல் டீதான்.

"இம்மாந்தூரம் வந்திருக்கீங்க" என்றார் ஏட்டு.

"ஒண்ணுமில்லே, நம்ம செட்டியார் கடைப் பையனை லாக் அப்புல போட்டுட்டீங்களாம்... செட்டியார் ரொம்பப் பதறிப்பூட்டாரு... அதான்..." என்றான் கோபாலு.

"இதா பாருங்க கோபால் சார்... நாமெல்லாம் அண்ணன் தம்பியா, ஒருதாய் வயிற்றுப் புள்ளையா பழகிக்கிட்டிருக்கோம். இந்தப் பய... நேத்து முளைச்ச பய... என்னடான்னா, பனைவெல்லத்துக்குக் காசு கேக்கறான்... என்கிட்டே காசா இல்லே. நாமெல்லாம் காசு கொடுத்துப் பொருள் வாங்கினா அப்புறம் என்னா மரியாதை இருக்கு சார்..."

"வாஸ்தவம்..." என்றான் கோபாலு.

“பயல கொஞ்சம் பயம்காட்டி வைக்கணும்னுதான் கொண்டாந்து உள்ளே தள்ளி வச்சிருக்கேன்... வரவர காக்கிச் சட்டைக்காரன்னா மரியாதையே இல்லாமே பூட்ச்சு சார்...”

“சரி... நான் புத்திமதி சொல்லி ஒழுங்கு பண்றேன்... அனுப்பி வைங்க சார்...”

“நானே அனுப்பிடறதாதான் இருந்தேன். நீங்களும் வந்திட்டீங்க...” என்ற ஏட்டு, ஒரு கான்ஸ்டேபிளைக் கூப்பிட்டு “பையனை இட்டா” என்றார்.

போலீஸ்காரன் பையனை அழைத்து வந்தான். பையன் முகம் கிலி பிடித்துப் போயிருந்தது. ரொம்பப் பயந்திருந்தான்.

“இனிமேலாவது யார் யார் கிட்டே எப்படி நடந்துக்கணும்னு ஓர் அத்து இருக்கட்டும், தெரிஞ்சுதா...” என்றார் ஏட்டு.

பையன் தலையை ஆட்டினான். கோபாலு, பாக்கெட்டிலிருந்து ஒரு பத்து ரூபாயை எடுத்து ஏட்டிடம் கொடுத்தான். “காபி செலவுக்கு வெச்சுக்குங்க...” என்றான்.

“இருக்கட்டும்... பணமா பெரிசு? மனசுல மரியாதை இருக்கணும். பெரிய மனுஷன் நீங்க, படியேறி நம்மகிட்டே வந்திட்டீங்க. நாளைக்கு எம்.எல்.ஏ. மந்திரின்னு வரப்போறவுங்க நீங்க! அதையெல்லாம் அனுசரிச்சு நடந்துக்கிட்டாத்தானே அழகு” என்று சொல்லிக்கொண்டு பணத்தை வாங்கிக்கொண்டார்.

செட்டியாருக்கோ சந்தோஷம் தாங்கவில்லை.

“எனக்குத் தெரியுமே... கோபாலு போனா காரியம் ஜெயம்னு. செலவு நெறைய ஆயிருக்குமே...”

“ஏதோ கொஞ்சம் ஆச்சு...”

செட்டியார் நூறு ரூபாய் தாளை எடுத்துக் கொடுத்தார். கோபாலு வாங்கிப் பாக்கெட்டுக்குள் வைத்துக்கொண்டான்.

*

ஆக, கோபாலு சரியான அரசியல்வாதியாக என் கண் முன்னால் வளர்ந்துகொண்டிருந்தான். எனக்கு வருத்தமும், மகிழ்ச்சியும். வருத்தம், அவனுக்கும் அவன் தந்தைக்கும் ஏற்பட்டுப் போயிருந்த மனஸ்தாபம்தான். மகிழ்ச்சி பத்து ரூபாய் செலவு பண்ணிவிட்டு நூறு ரூபாய் பெறுகிறானே என்று.

இந்த நேரத்தில் அந்த மாபெரும் இந்தி எதிர்ப்புப் போராட்டம் நடக்கத் தொடங்கியது. கல்லூரி மாணவர்களாகிய நாங்கள், ரயில் நிலையத்தில் இந்தி எழுத்தைத் தார்பூசி அழித்தும், பெயர்ப் பலகையை உடைத்தும் சிறைக்குப் போனோம். கோபாலு விசுவரூபம் எடுத்து இந்த யுத்த களத்தில்தான். அவன் சார்ந்திருந்த கட்சித் தலைவரின் பூரண கவனம் அவன்மீது விழுந்தது. அவன் பிரகாசிக்கத் தொடங்கினான். இரண்டாம் வரிசைத் தலைவர்களில் ஒருவனாக ஓர் ஆறுமாத காலத்தில் கோபாலு வளர்ந்து நின்றான். மாணவர் அணித் தலைவர்களாக உருவான காளிமுத்து, ராஜா முகமது, ஜெயப்பிரகாசம், சீனிவாசன் போன்றோர்களின் மரியாதைக் குரியவனாகக் கோபாலு உருவாகி இருந்தான். கோபாலுவும் சிறைப்பட்டான்.

1966–இல் என் கல்லூரி படிப்பு முடிந்து, நான் என் சொந்த ஊர் திரும்பி விட்டேன். உண்மையாகவே என்னைப் பிரிவதில் கோபாலுவுக்குத் துன்பம் இருந்தது. என்னைப் பரிபூரணமாக நேசித்தவர்களில் ஒருவன் அவன். ஊர் திரும்பிய பின், கோபாலுவை அவ்வப்போது அவன் எழுதுகிற கடிதத்தின் மூலமும், பத்திரிகைகளின் மூலமும் பார்த்து வந்தேன். கோபாலுவின் அறிக்கைகள், பேச்சுகள், நடவடிக்கைகள் அனைத்தையும் காலைப் பத்திரிகைகள் இரண்டு காலத்திலும், மாலைப் பத்திரிகைகள் நான்கு காலத்திலும் பிரசுரித்து வந்தன.

*

1967–இல் அந்த மாபெரும் அரசியல் மாற்றம் நேர்ந்தபோது, கோபாலு எம். எல். ஏ ஆகவில்லை. (பின்னால்தான் அடுத்த சட்டமன்றத் தேர்தலில் அவன் வெற்றி பெற்றான்) 67 தேர்தலில் சட்டமன்றத்துக்கு அபேட்சகர்களைத் தேர்ந்தெடுக்கும் முக்கியப் பொறுப்பில் செயல்பட்டான். தவிரவும், முதலமைச்சருக்கு அடுத்ததாய் இருந்த அமைச்சரின் சொந்த மாவட்டம் அது என்பதால், அந்த அமைச்சரின் அதிகாரப்பூர்வமான பிரதிநிதியாகவும், இலாகா இல்லாத மந்திரியாகவும் அவன் இயங்கினான். சிறப்பு என்னவெனில், இந்தக் கட்டத்தில்கூட மாதத்துக்கு இரண்டு கடிதங்கள் எனக்கு அவன் எழுதிக்கொண்டிருந்தான். இந்தப் பரபரப்பில்தான் ஒரு நாள் திப்பிலியார் மறைந்த செய்தி பத்திரிகைகளில் வெளிவந்திருந்தது. பிரபலஸ்தர்கள் பலர், அவர் வீட்டுக்குச் சென்று ஆறுதல் கூறிய செய்திகள் எல்லாம்கூட பத்திரிகைகளில் வெளி வந்திருந்தது. அநாதைபோல முதுமைக் காலத்தில் சிரமப்பட்டுச் சீரழிந்து

இறந்தும் போன அந்த மனிதர் எனக்குள் அடிக்கடி வந்து போய்கொண்டிருந்தார்.

1968–ஆம் ஆண்டின் மத்தியில், கோபாலுவிடமிருந்து அழைப்பு வந்தது. பெருமானேரி திப்பிலியார் முதல் ஆண்டு நிறைவு அழைப்பு. ஒரு ஜாண் நீளமும், ஒன்றரை ஜாண் அகலமும் ஆன அழைப்பு. மூன்று வண்ணத்தில் அச்சிடப்பட்ட இதழ் இருவண்ணக் கொடி பார்டரும், நடுவில் பங்கேற்போர் பட்டியலும் இரண்டாம் நிலையில் இருந்த ஓர் அமைச்சரும் ஏழெட்டு எம். எல். ஏக்களும் கலந்து கொள்கிறார்கள். அழைப்போடு ஒரு கடிதமும் இருந்தது.

‘அன்பார்ந்த தோழரும் ஆசானும் ஆனவர்க்கு தங்கள் நண்பரும், என் தந்தையாரும் ஆன திருமிகு திப்பிலியார் அமரரான முதல் ஆண்டு

நினைவஞ்சலியில் தாங்கள் கலந்து கொள்ள வேண்டி விரும்பி அழைக்கிறேன். இச்சிறுவனின் அழைப்பைப் புறக்கணிக்க மாட்டீர்கள் என்று உறுதியாக நம்புகிறேன்’ என்று எழுதியிருந்தான் கோபாலு என்கிற பெருவழுதி. இப்படி எழுதவில்லையென்றாலும் திப்பிலியாருக்காக நான் கட்டாயம் அந்த நினைவாஞ்சலியில் கலந்துகொள்பவன்தான்.

போயிருந்தேன். பஸ் ஸ்டாண்டை ஒட்டி, முனிசிபல் தங்கும் விடுதி புதிதாக ஏற்பட்டிருந்தது. அதில் தங்கினேன். வீடு, கோபாலுக்கு இப்போது சீனிவாசபுரத்தில் ஏற்பட்டிருந்தது. குதிரைக் கட்டி தெருவில் இருந்த அ. நெ. அ. மிதிவண்டி நிலையம். பெரிதாகி, கிட்டத்தட்ட ஐம்பது நல்ல சைக்கிள்களுடன், சைக்கிள் பகுதிகளை விற்பனை செய்யும் கடையாகவும் வளர்ந்திருந்தது. முதல் அமைச்சரோடு கோபாலு எடுத்துக்கொண்ட புகைப்படம் பெரிது படுத்தி மாட்டியிருந்தது. கடையில் நாலைந்து பையன்கள் இருந்தார்கள். “இருங்க சார்... அவங்க எட்டு மணிக்குத்தான் கடைப்பக்கம் வருவாங்க” என்றான் ஒரு பையன். நான் உட்கார்ந்து காத்திருந்தேன். காப்பி வந்தது குடித்தேன். பத்திரிகைகளைப் புரட்டிக்கொண்டிருந்தேன். எட்டு மணிபோலக் கொடி கட்டின காரில் கோபாலு வந்திறங்கினான். என்னைக் கண்டதும் பாய்ந்து வந்து கட்டித் தழுவிக்கொண்டான்.

“எங்கே தங்கியிருக்கீங்க...” என்றான் சொன்னேன்.

“நான் தனியா பங்களாவே எடுத்துப் போட்டிருக்கேன். வசதியா தங்கியிருக்கலாமே” என்றான். “பரவாயில்லை” என்றேன்.

நான் வந்தது அவனுக்கு மிகுந்த மகிழ்ச்சித் தருவதாகச் சொன்னான். அமைச்சர் இந்த விழாவுக்காகவே வருவதாகச் சொன்னான். ஏகப்பட்ட ஆடுகள், கோழிகள் இந்த விழா விருந்துக்காகவே அடிக்கப்பட்டதாகச் சொன்னான். கும்பல் ரொம்ப அதிகமாகிவிடக் கூடும் என்று அஞ்சினான். அது விஷயமாகப் பாதுகாப்புக்காக, டி. எஸ். பி. யிடம் பேசிவிட்டு வருவதாகச் சொன்னான்.

அவன் சொன்னபடியே, பயங்கரக் கும்பலாகத்தான் இருந்தது. ஏராளமான போலீஸ்காரர்கள் காவலுக்கு வந்திருந்தார்கள். அமைச்சர் பேசும்போது, திப்பிலியாரின் அருங்குணங்களை எடுத்துரைத்தார். அவர் மறைந்தது சமூகத்துக்கு நஷ்டம்தான் என்று திட்டவட்டமாகச் சொன்னார். தந்தை மகன் பால் செலுத்திய அன்பையும் மகன் தந்தையின் பால் செலுத்துகிற மரியாதையையும் அவர் புகழ்ந்துரைத்தார்.

நான் புறப்படும்போது கோபாலு சொன்னான், "அப்பா கடைசிக் காலத்தில் கஷ்டப்பட்டுச் செத்தது மனசுக்குக் கஷ்டமாகத்தான் இருக்கு. நான் சவுகர்யமாக, வாழறதைப் பார்க்கக் கொடுத்து வைக்கவில்லை பாருங்க அவருக்கு" என்றான்.

நான் மறுத்தும் எனக்கு டிக்கெட் எடுத்துக் கொடுத்து வண்டி கிளம்பும் வரை இருந்து, பிறகு விடை பெற்றான். வண்டி ஓடிக்கொண்டிருந்தது. தினம் காலையில் டீக்குடிக்க நாலணாவுக்காக என் அறைக்கு வந்த திப்பிலியார், என் மனதுக்குள் தோன்றிச் சிரித்தார்.

1985

தொலைந்து போனவள்...

"மூர்த்தி... மூர்த்தி" என்று ரகசியம் பேசுகிற குரலில் என்னை யாரோ கூப்பிடுவது, மாடியில் இருந்த எனக்குக் கேட்டது. இப்படிக் கூப்பிடுவது வேறு யாராக இருக்கும்? சித்தப்பாதான். எட்டிப் பார்த்தேன். அவரேதான். ஒட்டடைக் குச்சிக்கு சட்டைப் போட்டது மாதிரி, மீன் முள் போன்ற வெளுத்த தலைமயிரோடு, கையில் குடையை மாட்டிக்கொண்டு, நிழலுக்காக எதிர்வீட்டுக் குறட்டில் நின்றுகொண்டு, மாடியை அண்ணாந்து பார்த்துக்கொண்டிருந்தார் சித்தப்பா.

"என்ன சித்தப்பா...?" என்றேன் அங்கிருந்தபடியே.

"மத்தியானம் மூணு மணிக்கு வீட்டுக்கு வர்றியா? வேற வேலையிருந்தா வேணாம்..."

"எதுக்கு சித்தப்பா..."

அவர், ரோட்டில் யாரும் போகவில்லை என்பதை உறுதிப் படுத்திக்கொண்டு, "அதுக்குத்தான்டா" என்று பல் தெரியாமல் சிரித்துக்கொண்டு மெதுவாகச் சொன்னார். எனக்குப் புரிந்து விட்டது.

"சரி... சரி... மூணு மணிக்கு வந்துடறேன் சித்தப்பா" என்றேன்.

"கட்டாயம் வரணும்... ஏமாத்திட மாட்டியே..."

"சேச்சே..."

சித்தப்பா நிம்மதியாக வீதியில் இறங்கி மெதுவாக நடந்து போனார். நடப்பதால் பூமிக்கு

வலித்துவிடக்கூடாது என்பதுபோல மெது நடை. சத்தம் போட்டுப் பேசினால் மற்றவர் கவனம் திரும்புமே என்று வெட்கப்படும் சுபாவம். யாராவது ஒரு வண்டிக்காரன், மாட்டை சுளீரென்று அவர் கண் முன்னால் அடித்து விட்டான் என்றால், ஏதோ தன்னையே அடித்து விட்டாற்போல மனம் நொந்து போய் விடும் சித்தப்பா.

அவர் கூப்பிட்டது, எதற்கு என்பதை நான் அறிவேன். சீத்தா அக்காளைப் பெண் பார்க்க யாராவது வருவார்கள். எடுபிடி வேலைக்காக நான் அழைக்கப்பட்டிருக்கிறேன்.

சீத்தா அக்காவைப் பெண் பார்க்க வருபவர்கள் இரண்டு வகைப் பட்டவர்களாக இருப்பார்கள். காலை நேரத்தில் வருபவர்கள் மற்றும் மாலை வேளையில் வருபவர்கள். மிக நிம்மதியாகக் காலைப் பலகாரம் சாப்பிட்டு விட்டு, பெரும்பாலும் 'ஞாயிறுகளில் பொழுது போக்க வேறு ஒரு காரியமும் இல்லையெனில், அப்படியே தமாஷாக அக்காவைப் பார்க்க' வருபவர்கள். மாலை வேளைக்காரர்கள். நல்ல சினிமாக்கள் இல்லாத பொழுதிலும், 'சும்மா சும்மா கடற்கரையா? என்று சலிப்புறுபவர்களும் காலாற நடந்து ஒரு மாறுதலுக்காக' வருபவர்கள்.

மாலை வேளைக்காரர்களுக்குப் பலகாரம் வாங்கிக் கொடுப்பதும், அக்காவைப் பெண் பார்த்து மாப்பிள்ளை வீட்டார் போவது வரைக்கும் மாடி அறையில் பதுங்கியிருக்கும் சின்னக்கா சகுந்தலாவுடன் பேசிக்கொண்டிருப்பது என் கடமைகள்.

"பதுங்குவது எதற்காக?" என்று ஒரு நாள் கேட்டேன்.

"அக்காவைக் காட்டிலும் நான் கொஞ்சம் சிவப்பில்லையா? அதனால அவளைப் பார்க்க வர்றவங்க, என்னைப் பார்த்து என்னைக் கேட்டுட்டா?" என்று சொன்னது சின்னக்கா சகுந்தலா.

சித்தப்பா சொன்னபடி சரியாக மூன்று மணிக்கே அவர் வீட்டுக்குப் போய் விட்டேன். சீத்தா அக்கா வாசலில் நின்றுகொண்டு தலைவாரிக்கொண்டிருந்தது. சீப்பு, சிக்கில் மாட்டிக்கொண்டு பல்லை உடைத்துக்கொண்டிருந்தது.

"என்னக்கா? மாப்பிள்ளை வீட்டுக்காரங்க வர்றாங்களா?" என்றேன்.

"ஆமா. ஆனை மேலயும் குதிரை மேலயும் வர்றாங்க" என்றது அக்கா.

"உன்னைக் கட்டிக்கிடணும்னா ஆனை மேலதானே வரணும்...? ஆட்டோவில் வந்தா, அப்புறம் உனக்கென்ன மரியாதை?"

அக்கா சிரித்தது. அக்கா சிரித்தால் அழகாக இருக்கும். ஒரு கூடை மல்லிகைப் பந்தை முகத்தில் அடித்த மாதிரி இருக்கும்.

"சரியான வாயாடி ஆயிட்டே... போயி வழக்கமாக ஸ்வீட் காரமெல்லாம் வாங்கியாந்துடு" என்றது அக்கா.

அக்கா வீட்டில் அதற்கென்றே ஒரு பை வைத்திருந்தார்கள். அக்காவே எம்பிராய்டரி செய்த பை. ஒரு பச்சைக் கிளி வாயில் பழத்தை வைத்துக்கொண்டிருக்கிற படம் போட்ட பை. வளைவு வளைவாக ஓரம் மடிப்பு வைத்துத் தைக்கப்பட்டிருக்கும். நானே ஐந்து ஆறு வருஷமாக அந்தப் பையில்தான் இனிப்பும் காரங்களும் வாங்கி வருகிறேன். அன்றைக்கின்று மேனி கருக்கழியாமல் அந்தக் கிளியும் பழமும்கூட அப்படியே இருந்தன. அந்த அக்காவைத்தான் இதுவரை எந்தக் கிளியும் கொத்திக்கொண்டு போகவில்லையே.

சித்தப்பாவின், அவரை விட வயதான சைக்கிளை எடுத்துக்கொண்டு கிளம்பினேன். பாவம் அந்தச் சைக்கிள். அதைப் பார்க்கும் போதெல்லாம் ஒரு கழுதையைப் பார்க்கிற மாதிரி இருக்கும் எனக்கு. வளைந்து போன வயோதிகக் கழுதை. அதன் உணர்வை மதித்தோ என்னவோ சித்தப்பாகூட அதைப் பெரும்பாலும் உபயோகப்படுத்தாமல் வைத்திருந்தார்.

முனகிக்கொண்டே என்னைச் சுமந்துகொண்டு சென்றது சைக்கிள். குஞ்சுவையர் கடையில் சைக்கிளை நிறுத்திப் பூட்டிக்கொண்டுப் படியேறும் போதே குஞ்சுவையர் கேட்டார்.

"என்ன அக்காவைப் பெண் பார்க்க வர்றாளாக்கும்!"

"உம்" என்றேன். அக்கா அவ்வளவு பிரபலமாயிருந்தாள். தொடக்கத்தில் சொஜ்ஜியும் பஜ்ஜியுமாகத்தான் அக்கா பண்ணிக்கொண்டிருந்தாள். சித்தி இல்லாத காரணத்தால், அக்காவே சொஜ்ஜியும், பஜ்ஜியும் பண்ணி, முகம் கழுவி, தலைவாரி, இருப்பதில் நல்லதை உடுத்திக்கொண்டு பெண்ணாக, வந்தவர்களுக்கு முன் போய் நிற்பதில் இருக்கிற சங்கடங்களை உணர்ந்து இந்த இரண்டு பலகாரங்களையும் விட்டு விட்டாள்.

ஆகவே நான் குஞ்சுவையரிடம் தேங்காய் பர்பிகளையும், பாம்பே மிக்சரையும் வாங்கிக்கொண்டு கிளம்பினேன்.

வீட்டுக்கு வந்து சேர்கையில் எனக்கு ஓர் ஆச்சரியம் காத்திருந்தது. வீடு புதுமுகம் கொண்டிருந்தது. வாசல் தண்ணீர் தெளித்துக் கூட்டப்பட்டிருந்தது. நாற்காலிகள், மேசை, மேசை மேல் இருக்கும் புத்தகங்கள் எல்லாம் பதவிசாக அதனதன் இடத்தில் இருந்து வீடே ஒழுங்குமயமாகியிருந்தது. ஒவ்வொரு மாப்பிள்ளை வரும்போது நடக்கக் கூடிய சங்கதிதான் இது. எனினும் எனக்கு இது ஆச்சரியமாகத்தான் இருந்தது.

“தேங்காய் பர்பிதானே, வாங்கியாந்தே” என்றது அக்கா. அக்காகூடப் புதுசாக இருப்பது போல் பட்டது.

“இனிப்புச்சேவு வாங்கியாரலாம்னு நினைச்சேங்கா... நீ கோவிச்சுக்கப் போறியோன்னு பர்பியே வாங்கியாந்துட்டேன்”

“திங்கவா வர்றாங்க, ஒரு மரியாதைக்கு ஏதாவது கொடுக்கணும். அவ்வளவுதானே!”

திடீரென்று எனக்குச் சொல்ல வேண்டும் போல் இருந்தது.

“எனக்கென்னமோ இந்த இடம் முடிஞ்சுடும்னு தோணுதுக்கா” என்றேன். அக்கா என்னை உற்றுப் பார்த்தது. என்ன காரணத்தாலோ அதன் கண்களில் கண்ணீர் கோத்துக்கொண்டது. மை இட்டது போல் கண்ணீர், கண்களின் ஓரம் திரண்டது.

“உன் வாக்குப் பலிக்கட்டும்” என்றது அக்கா.

நான் மேலே சின்னக்கா பதுங்கியிருக்கும் இடத்துக்குப் போனேன்.

மாப்பிள்ளை வீட்டார் மிகச் சரியாக, ஐந்து மணிக்கே வந்து சேர்ந்தார்கள். மிகக் கறாரான மனிதர்களோ என்று பட்டது. ஆட்டோவில்தான் வந்து இறங்கினார்கள்.

நான் அக்காவின் காதில் “என்னக்கா, யானையை எங்கே காணோம்?” என்றேன். “எங்காவது மேயப் போயிருக்கும்” என்றது அக்கா. “இல்லேக்கா... பிச்சை எடுக்கப் போயிருக்கும்” என்றேன். “இருக்கும்” என்றது அக்கா.

மாப்பிள்ளையை முன்னிட்டுக்கொண்டு, ஒரு சின்னக் கூட்டமே வந்திருந்தது. தத்தம் சௌகரியத்துக்கேற்ற இருக்கைகளில் உட்கார்ந்து ஆசுவாசப்படுத்திக்கொண்டார்கள். நாங்கள்

எதிர்பார்த்திருந்த கூட்டம் வந்தது. சித்தப்பா வழக்கம்போல என்னை அவர்களுக்கு அறிமுகப்படுத்தி வைத்தார்.

"என் அண்ணா பையன்... படிச்சிருக்கான். வேலைக்கு முயற்சி பண்ணிக்கிட்டு இருக்கான்" என்றார்.

அக்கா பலகாரத் தட்டை எடுத்துக்கொண்டு வந்து வைத்தது. நானும் சிலருக்கு எடுத்து வந்து வைத்தேன்.

எல்லோரும் ஒருவர் முகத்தை ஒருவர் பார்த்துக்கொண்டார்கள். நாங்கள் எதிர்பார்த்ததும் இதுதானே. சொஜ்ஜியும் பஜ்ஜியும் எதிர்பார்த்த கூட்டம் திகைத்தது. பிறகு சுதாரித்துக்கொண்டு சாப்பிடத் தொடங்கியது.

மாப்பிள்ளை மிக நாசூக்காகப் பர்பியை விண்டுத் தின்றார். அச்செய்கையே அவரை மாப்பிள்ளையாக அறிவித்தது. எல்லா மாப்பிள்ளைகளையும் போலத்தான் அவரும் இருந்தார். அதே விறைப்பு, அதே ஒட்டாத பார்வை, அதே வருவித்துக்கொண்ட சங்கோஜம், பெண் வீட்டாரைப் பார்க்கையில் அற்பப் பிறவிகள் என்கிற அலட்சியத் தோரணை எல்லாம். எனக்கு இதெல்லாம் பழகித் தமாஷ் என்கிற நிலைக்கு இக்காட்சிகள் வந்துவிட்டன. சிரித்து விடக்கூடாது என்று மிகப் பாடுபட்டேன்.

எல்லாம் முடிந்ததும், எப்போதும் ஏற்படும் அந்தச் சங்கடமான மௌனம் சிறிது நேரம் நிலவியது.

மாப்பிள்ளையின் அப்பா கேட்டார். "இந்த வீடு சொந்த வீடுதானே?"

"ஆமா" என்று தலையசைத்தார் சித்தப்பா.

"உங்களுக்கு ரெண்டு பொண்ணு, ரெண்டு பையன்கள்னு சொன்னாரே தரகர்...?"

"ஆமாங்க. சின்னப் பொண்ணு டீச்சரா இருக்கா... பையன்கள் ரெண்டு பேருமே வெளியூர்ல இருக்காங்க... எல்லாரும் குடும்பமா இருக்காங்க..."

மாப்பிள்ளை அப்போது குறுக்கிட்டார்.

"மிஸ் சீத்தாவுக்கு என்ன அடிப்படைச் சம்பளம்? நானூற்றம்பதா?"

"ஆமாங்க தம்பி" என்றார் சித்தப்பா.

பிரபஞ்சன் | 169

"எழுநூறுக்கு மேலேன்னாரே தரகர்..."

"அப்படிச் சொல்லியிருந்தா அது தப்புங்க... நான் எப்பவுமே அப்படிச் சொன்னதில்லை. சொல்லவும் சொல்லலே."

"அப்போ நானூத்தம்பதுன்னா மொத்தத்துல ஏறக்குறைய ஆயிரம் தானே வரும்" என்றான் மாப்பிள்ளை அலுப்பாக.

சித்தப்பா எப்போதும் சிரிக்கிற அந்தப் பரிதாபச் சிரிப்போடு, "அவ்வளவுதான் வரும்" என்றார்.

அக்கா அதுவரை அங்கிருந்தது, எழுந்து உள்ளே போய் விட்டது. நான் மட்டும் இருந்தேன். பேச்சு அப்புறம் சீதோஷ்ண நிலைமை குறித்தும், இந்தப் பக்கத்தில் மனைவிலை குறித்தும் படர்ந்தது. ஒரு வழியாகச் சரியாக ஆறரை மணிக்கு எல்லோரும் எழுந்து விடை பெற்றுக்கொண்டுக் கிளம்பினார்கள்.

"தரகரிடம் சொல்லி அனுப்பறேன்" என்றார் மாப்பிள்ளை அப்பா. "நல்ல பதிலாகவே சொல்லியனுப்பறேன்" என்றார் தொடர்ந்து.

"ஆகா... மறக்கப்படாது" என்று கும்பிட்டார் சித்தப்பா. போகும்போது எல்லோரும் நடந்தே போனார்கள்.

மாப்பிள்ளை வீட்டார் தலை மறைந்ததுமே நானும் அக்காவும் உடனடியாக மாடிக்கு ஓடி வருவோம். சின்னக்கா அறைக்குள் புழுங்கிக்கொண்டிருக்குமே. அப்படித்தான் இருந்தது.

அக்கா ஒரு தட்டில் பர்பியும் கொஞ்சம் மிக்சரும் காபியும் எடுத்துக்கொண்டு வந்திருந்தது.

"எப்படிக்கா? இந்த இடம் முடிஞ்சுடுமா..." என்றது சின்னக்கா. பர்பியின் ஒரு துண்டை விண்டு வாயில் போட்டுக்கொண்டு "பிரமாதம்" என்றது.

"முடியும்னுதான் தோணுது..." என்றது அக்கா.

சித்தப்பாவும் வந்து சேர்ந்தார். படி ஏறியதில் அவருக்கு மூச்சு இறைத்தது. வந்ததும் அங்கிருந்த ஒரு நாற்காலியில் உட்கார்ந்துகொண்டார்.

"என்னப்பா? இந்த இடம் முடிஞ்சுடும்தானே?" என்று அவரிடம் கேட்டது சின்னக்கா, வெகு ஆவலுடன்.

"அவங்க விருப்பம் இருக்கட்டும் நாமும் யோசிக்க வேண்டியிருக்கும்மா."

"என்னப்பா சொல்றீங்க?" என்றது சின்னக்கா.

"அந்த மாப்பிள்ளை பையன், பண விஷயத்துல ரொம்பவும் குறியாக இருக்கிறார்... அதான்"

"பண விஷயத்துல குறியாய் இருக்கிறது நல்லதுதானேப்பா? அள்ளி இறைச்சா குடும்பத்துக்கு ஆகுமா?" என்றது அக்கா.

சித்தப்பா திடுக்கிட்டு இருக்க வேண்டும். அவர் இதை எதிர்பார்க்கவில்லை.

"குறியா இருக்க வேண்டியதுதாம்மா, பணத்தை விட மனசு பெரிசில்லையா? இப்பவே கணக்குப் பார்க்கிறவர்..." சித்தப்பா முடிக்கு முன் அக்கா இடைமறித்துச் சொன்னது, "எப்பவும் கணக்கா இருப்பார்..."

சித்தப்பா இருண்டுகொண்டிருக்கும் வானத்தைப் பார்த்துக்கொண்டிருந்தார். காற்று எங்கிருந்தோ குளிர்ச்சியாய்த் திரண்டு வந்துகொண்டிருந்தது.

"சரிம்மா... உனக்குச் சம்மதம்னா எனக்குச் சம்மதம்தான். வாழப் போறவ நீ தானே..." என்று விட்டு எழுந்தவர், தன் சின்னப் பெண் பக்கம் திரும்பி, "சாப்பிடும்மா, ரொம்ப நாழியா அடைஞ்சு கிடக்கறியே..." என்று சொல்லிவிட்டுக் கீழே போனார்.

சித்தப்பா போனதும் சின்னக்கா கேட்டது.

"அக்கா, அப்பா என்னவோ சொல்றா...ர். உனக்கு முழுச் சம்மதம் தானே...?"

அக்கா சில நிமிஷங்கள் கால் கட்டை விரலால் கோடு கிழித்துக்கொண்டிருந்து விட்டுப் பிறகு சொன்னது.

"சகுந்தலா... வரப் போறவரை முழுக்கப் புரிஞ்சுக்கிட்டு அவர் கிட்ட இருக்கிற நல்ல குணத்தை அல்லது கெட்ட குணத்தைப் புரிஞ்சுக்கிட்டுக் கல்யாணம் பண்ணிக்கிற மாதிரியா நாம இருக்கோம்? கண்ணுக்கு விகாரமா இல்லை, ஏதோ சம்பாதிக்கிறார், அப்படீன்னு மட்டும்தானே பார்க்க முடியும். அதுக்கு மேலே நம்மால போக முடியாதுடி. ஒவ்வொரு சம்பந்தமும் முறிஞ்சு போறப்போ, அப்பா எவ்வளவு சங்கடப்படறார்?... தூக்கம் வராமே ராத்திரி முழுக்க உலாத்திக்கிட்டே இருக்காரே... அது என்னத்துக்குன்னு நம்மால புரிஞ்சுக்க முடியாதா? எனக்கு இப்போவே இருபத்தெட்டு முடிஞ்சு போச்சு. மனசுக்குள்ளே

பிரபஞ்சன் | 171

ஏற்கனவே எனக்கு ஐம்பது ஆயிட்டுதும்மா... உனக்கும் வயசாயிட்டுது. நீ என்னை விடப் பார்க்க லட்சணமா இருக்கே. உனக்குக் கட்டாயம் நல்ல இடமா அமையும். நிச்சயம் அமையும். நான் எதுக்கு சும்மா நந்தி மாதிரி நடுவில் கிடந்து உன் வாழ்க்கையை மறிக்கணும்? எனக்கு வாய்க்கிறவர் என்னைப் புரிஞ்சுகிட்டா சந்தோஷம். இல்லேன்னா என்ன குடி முழுகிடப் போறது? பத்தோடப் பதினொன்று..."

சின்னக்கா எழுந்து வந்து அக்காவைக் கட்டிக்கொண்டது.

"அக்கா... அக்கா..." என்று தேம்பியது.

"சேச்சே... குழந்தையாட்டமா என்ன இது. எனக்கு உன்னைப் பற்றி தாண்டி கவலை... உனக்கு நல்ல இடமா அமையணுமே" என்று சின்னக்காவின் முதுகைத் தடவிக்கொண்டு சொன்னது அக்கா.

நான் புறப்பட்டேன். "மூர்த்தி சொன்னது பலிச்சுட்டுது" என்றது அக்கா சிரித்துக்கொண்டே. என்னால்தான் சிரிக்க முடியவில்லை.

1985